आकाश झेलताना

मंजुश्री गोखले

D9900237

मेहता पब्लिशिंग हाऊस

Please contact us at **Mehta Publishing House,** Pune.
Email : production@mehtapublishinghouse.com
Website : www.mehtapublishinghouse.com

AAKASH ZELTANA by MANJUSHRI GOKHALE

आकाश झेलताना / कादंबरी

© मंजुश्री गोखले

author@mehtapublishinghouse.com

प्रकाशक : सुनील अनिल मेहता, मेहता पब्लिशिंग हाऊस,
१९४१, सदाशिव पेठ, माडीवाले कॉलनी, पुणे -४११०३०.

मुखपृष्ठ : फाल्गुन ग्राफिक्स

प्रथमावृत्ती : फेब्रुवारी, २०१९

P Book ISBN 9789353171865
E Book ISBN 9789353171872
E Books available on : play.google.com/store/books
https://www.amazon.in/b?node=15513892031

स्वतःचा संसार आणि स्वकर्तृत्व
यांचं आकाश पेलण्यासाठी अथक परिश्रम करणाऱ्या
माझ्या असंख्य मैत्रिणींसाठी हे आकाश....

मनोगत

माझे प्रिय वाचक, माझी 'आकाश झेलताना' ही नवी कादंबरी. आतापर्यंत संतांच्या जीवनावर आधारित माझ्या सगळ्या कादंबऱ्या तुम्ही वाचल्यात आणि त्यांना भरघोस प्रतिसादही दिलात. पत्राने, फोनने, व्हॉट्सअपवर आणि प्रत्यक्ष भेटूनही मला कादंबऱ्या आवडल्याचे सांगितलेत; त्याबद्दल आभार! 'आकाश झेलताना' ही सामाजिक कादंबरी आहे. एका स्त्रीच्या त्यागाची, प्रेमाची, समर्पणाची ही कथा आहे आणि त्याचबरोबर समाजात घडणाऱ्या चांगल्या-वाईट घटनांचा मागोवाही यामध्ये घेतला आहे. यातली नायिका शुभदा आणि इतर व्यक्तिरेखा आपल्याला आपल्या आसपास नक्की भेटतील आणि यातील घटना-प्रसंगही. तुम्हाला ही कादंबरी नक्की आवडेल.

माझ्या संतांवरील कादंबऱ्यांना मिळालेले रसिक वाचकांचे प्रेम हे माझं पुण्याईचं संचित आहे. याच संचिताच्या बळावर मी सामाजिक कादंबरी लिहिण्याचा प्रयत्न केला आहे. मेहता प्रकाशनाने ही कादंबरी प्रकाशित करून, सामाजिक कादंबरीविश्वाचं एक नवं दालन माझ्यासाठी खुलं केलं आहे. मी त्यांची अत्यंत आभारी आहे. कादंबरीच्या कथानकाला साजेसं मुखपृष्ठ चितारणारे श्री. चंद्रमोहन कुलकर्णी यांचेही मी आभार मानते.

सामाजिक कादंबरीच्या क्षेत्रातलं माझं हे पहिलं पाऊल. याआधी संत जीवनावरील कादंबऱ्या, रहस्यमय कादंबऱ्यांना तुमचे प्रेम लाभले आहेच. या कादंबरीलाही तुम्हा रसिक वाचकांचे उदंड प्रेम लाभेल या विश्वासानं 'आकाश झेलताना' ही कादंबरी आपल्या हाती देत आहे.

– मंजुश्री गोखले

एक

शुभदा गौरीहरासमोर बसली होती. गौरीहराचे पाच कळस तिच्यासमोर तांदळात मांडले होते. हातांमध्ये अक्षता घेऊन, डोळे मिटून शुभदा अखंड सौभाग्याची प्रार्थना करत होती. खरं तर शुभदा वर्णानं काळी-सावळीच; परंतु नाकी-डोळी नीटस होती. बांधाही उंचीला बेतास बात होता. आई-वडिलांची परिस्थिती गरिबीची असली, तरी तिच्या वडिलांची म्हणजे विनायकबुवांची भिक्षुकी ठीक चालत असे; त्यामुळे दोन वेळच्या भाजी-भाकरीला कमी पडत नव्हतं. शुभदाला दोन मोठ्या बहिणी होत्या. सर्वांत मोठी बहीण शैला कोल्हापूरला चांगल्या श्रीमंत घरात पडली होती. वर्णानं लख्ख गोरी असलेली, बी.ए.पर्यंत शिकलेली शैला गंगातीरकरांच्या पहिल्याच स्थळाला पसंत पडली आणि त्यांनी दोन्हींकडचा खर्च करून, लग्न करून घेतलं; पण तिचं दरिद्री माहेर त्यांनी कायमचं बंद केलं. दुसरी बहीण पुष्पा हीसुद्धा लख्ख गोरी आणि शैलापेक्षा देखणी होती. ज्या ऑफिसमध्ये ती लहानशी नोकरी करत होती, त्या ऑफिसच्या श्रीमंत मालकाचा मुलगाच तिनं पटकावला आणि त्या ऑफिसची 'मालकीण' बनली. मोठ्या दोघी बहिणींनी वडिलांचा गोरा रंग आणि आईचं देखणं रूप घेतलं होतं; पण शुभदाच्या बाबतीत मात्र उलटंच घडलं. आईचा काळा-सावळा रंग आणि काहीसं डावं असलेलं वडिलांचं रूप तिनं घेतलं. त्यातच लहानपणी खेळताना, झाडावरून पडल्यामुळे तिचा एक पाय मोडला आणि वेळेवर योग्य उपचार न झाल्याने तो अधू झाला; तो कायमचाच. त्यातच जयसिंगपूरसारख्या गावात आलेल्या भटजींच्या नव्या पिढीमुळे विनायकबुवांची भिक्षुकी काहीशी कमी

झाली. आधी रंग काळा-सावळा, रूप साधारण, त्यात एक पाय अधू, घरची परिस्थिती बेताची; त्यामुळे कॉलेजचं पहिलं वर्ष झाल्यानंतर शुभदाला शिक्षणही सोडावं लागलं. अशा परिस्थितीत मुळात तिचं लग्न ठरणंच मुश्कील होतं. त्यातच 'साताजन्माचा वैरी असावा,' तसा तिच्या पत्रिकेतला मंगळ सतत आडवा येत होता. पत्रिका दाखवून-दाखवून विनायकबुवा मेटाकुटीला आले होते आणि अनेक स्थळांच्या समोर स्वत:ला दाखवून घेऊन, त्यांचा नकार झेलून शुभदा कंटाळली होती; पण तिचं लग्न काही ठरत नव्हतं. लेकीचं लग्न या गोष्टीची हाय खाऊन शुभदाच्या आईने प्राण सोडले. त्या गोष्टीलाही आता चार वर्षं उलटून गेली होती. शुभदा आता तिशीला आली होती. विसाव्या वर्षापर्यंत ती जरा बरी दिसत असे; पण परिस्थितीनं कातावलेली शुभदा तिशीतच चाळिशीची दिसू लागली होती. लग्नाला येणाऱ्या अडचणींमध्ये ही आणखी एक भर पडली होती. विनायकभटजी आता थकले होते. लेकीचं लग्न ठरवण्यासाठी पूर्वीची उमेद त्यांना राहिली नव्हती. त्यातच पत्नी सोडून गेली; त्यामुळे ते अधिकच खचले होते. आपल्या जिवंतपणी या पोरीचं लग्न होईल की नाही अशी शंका आता त्यांना यायला लागली होती. आता पूर्वीइतकी स्थळंसुद्धा येत नसत. अधूनमधून एखादं स्थळ समजलं तर विनायकबुवांना समजून, त्यांची माहिती काढून त्या स्थळापर्यंत पोहोचेपर्यंत त्या मुलाचं लग्न ठरलेलं असे किंवा पत्रिका देण्याआधीच त्यांचा नकार ठरलेला असे. मग मुलीला मंगळ आहे, ती रंगाने काळी आहे, कमी शिकलेली आहे, एका पायाने अधू आहे, घरची परिस्थिती गरिबीची आहे किंवा मुलीला आई नाही. यांपैकी कुठलंही कारण नकारासाठी चालत असे. आठ-दहा वर्षं असे अथक प्रयत्न केल्यानंतर, आपल्या लेकीचं – शुभदाचं लग्न जमत नाही, हे बघून विनायकबुवा निराश होत होते. 'आपल्या लेकीचं वय वाढत चाललंय आणि आपलं शरीर थकत चाललंय, आपला शेवट जवळ येत चाललाय, त्यात तिचं लग्नही जमत नाही. आपण जिवंत असेपर्यंत हिचं लग्न जमलं नाही तर आपल्या माघारी हिचं कसं होणार?' या विवंचनेनं विनायकबुवांचं मन आणखी खचत होतं.

असेच दिवस चालले होते. एखादं स्थळ समजल्यानंतर त्याची माहिती काढणं, तिथं जाऊन पत्रिका देणं याही गोष्टी विनायकबुवांना आता नकोशा वाटू लागल्या. तर त्यातूनही पार पडून एखादा मुलगा बघायला आलाच, तर शुभदासुद्धा एखाद्या निर्जीव बाहुलीसारखी, यंत्रवत त्याला सामोरी जायची. तिच्या मनातला कडवटपणा, अनिच्छा, उद्वेग तिच्या देहबोलीतून स्पष्टपणे जाणवत असे. इतक्या नकारांनंतर आणखी एक नकार! शुभदाला आता त्याचंही काही वाटेनासं झालं होतं. कधी काळी आपलं लग्न ठरेल, आपल्या कपाळावर मुंडावळ्या बांधल्या जातील आणि आपण असं गौरीहरासमोर बसून त्या महादेवाकडे अखंड सौभाग्यासाठी

प्रार्थना करू, असं तिला कधीच वाटलं नव्हतं. मुळात कधी काळी आपलं लग्न ठरेल, यावरच तिचा विश्वास नव्हता; पण ते घडलं होतं. शुभदाचं लग्न ठरलं होतं आणि हिरव्या रंगाचा, बुट्ट्याबुट्ट्यांचा शालू नेसून, मुंडावळ्या बांधून, नवरीसारखी सजून ती गौरीहर पुजायला बसली होती. डोळे मिटून प्रार्थना करताकरता मध्येच हे सगळं तिला स्वप्नवत वाटायचं आणि घाबरून जाऊन ती डोळे उघडायची. नेसलेला हिरवा शालू, कपाळाला बांधलेल्या मुंडावळ्या पुन:पुन्हा हातानं चाचपून बघायची. हे स्वप्न नसून सत्य आहे याची खात्री पटली की, पुन्हा डोळे मिटून घ्यायची. जी गोष्ट घडावी म्हणून गेली दहा वर्षं आपण वाट बघत होतो, ती गोष्ट इतक्या अकल्पित आणि घाईगडबडीत घडेल, असं कधीच वाटलं नव्हतं. आपलंही कधी काळी लग्न ठरेल असं तिलाच काय; पण तिच्या वडिलांना म्हणजे विनायकबुवांना आणि तिच्या इतर नातेवाइकांनाही वाटलं नव्हतं. शुभदानं तर आशाच सोडून दिली होती. विनायकबुवांची अवस्था यापेक्षा वेगळी नव्हती; पण का कुणास ठाऊक; तिची आई जिवंत असेपर्यंत तिनं धीर सोडला नव्हता. कधीतरी शुभदा किंवा विनायकबुवा या दोघांपैकी कुणीही तिच्या लग्नाबद्दल निराशेचे उद्‌गार काढले की, आई हसून म्हणत असे, "असे निराश होऊ नका! देवानं प्रत्येकाची गाठ कुठे ना कुठेतरी, कुणाशी ना कुणाशीतरी बांधलेली असतेच. लग्नगाठी या स्वर्गातच बांधल्या जातात. 'कोण कुणाचा जोडीदार होणार' हे देवाने आधीच योजून ठेवलेलं असतं. तुझाही कोणीतरी जोडीदार असेलच की! देवानं त्यालाही या पृथ्वीतलावर धाडलेलं असेलच की. फक्त आपण नीट शोध घेऊन त्याच्यापर्यंत पोहोचलो म्हणजे झालं. देवानं योजलेल्या तुझ्या जोडीदारापर्यंत आपण एकदा पोहोचलो म्हणजे बघ! कसं चुटकीसरशी लग्न ठरतं ते? मग अजिबात वेळ लागायचा नाही हो! आपल्याला त्याच्यापर्यंत पोहोचायला जेवढा वेळ लागेल तेवढाच! माझ्या गुणी लेकीला लग्न करून घेऊन जाईल तो! बघाच तुम्ही!" आईचं असं बोलणं ऐकून शुभदाला आणि विनायकबुवांना काहीसा हुरूप यायचा; पण तो तेवढ्यापुरताच. पुन्हा पहिले पाढे पंचावन्न!

आज मुंडावळ्या बांधून, शालू नेसून गौरीहर पुजायला बसलेल्या शुभदाला हे सगळं आठवलं. आई जाऊन चार वर्षं झाली होती; पण तो प्रसंग जसाच्या तसा शुभदाला आताही आठवत होता. त्या वेळी आईची देवावरची अढळ श्रद्धा, दैवी संकेतांवरचा तिचा विश्वास, बोलण्यातून उमटणारं लेकीचं कौतुक आणि शब्दाशब्दांतून व्यक्त होणारा दिलासा. खरंच! शुभदाच्या नशिबाने आईचा तो विश्वास 'सार्थ' ठरला होता. कोकणातल्या चिपळूणजवळच्या गुहागर येथील विद्याधर साठे या विधुराचं स्थळ शुभदाला सांगून आलं. विद्याधर साठे वैद्यकी करत होते. त्यांचं कुटुंब मोठं होतं. त्यात त्यांचे आई-वडील, धाकटे दोन भाऊ, धाकट्या दोघी बहिणी, एक

विधवा आत्या आणि विद्याधरपंतांची पहिल्या पत्नीपासून झालेली दोन लहान मुलं असा कुटुंबकबिला होता. विद्याधरपंतांची पहिली पत्नी काविळीमुळे निवर्तली होती. विनायकबुवांच्या कोणत्यातरी भिक्षुक मित्रानं हे स्थळ सुचवलं होतं. विद्याधरपंतांनाही मंगळ असल्यामुळे शुभदाच्या पत्रिकेतल्या मंगळाचा प्रश्नही निकालात निघाला होता. विद्याधरपंताचं वय ४० वर्षं होतं; त्यामुळे शुभदाचं ३५ वर्षं वय खटकायचं कारण नव्हतं. त्यांचे आई-वडील थकले होते. घरातली कर्तीसवरती स्त्री अकस्मात मृत्युमुखी पडल्याने सगळं विसकटल्यासारखं झालं होतं. ते सावरायला लगेचच कुणीतरी हवं होतं. कोकण, त्यात खेडेगाव, त्यात मोठं कुटुंब, त्यात विधुर या सगळ्यांमुळे घरात खाण्या-पिण्याची समृद्धी, आंबा, काजूचं उत्पन्न असूनसुद्धा विद्याधरपंतांना मुली सांगून येत नव्हत्या; त्यामुळेच शुभदाचं स्थळ समजल्यानंतर विद्याधरपंत तिला बघायला आले आणि "मी, माझं मोठं कुटुंब, माझं कोकणातलं कायमचं वास्तव्य आणि माझी विधुर अवस्था हे सगळं तुम्हाला पसंत असेल तर मला मुलगी पसंत आहे." असं खणखणीत आवाजात सांगून लग्न ठरवूनसुद्धा गेले. विनायकबुवांकडून त्यांनी एका पैचीही अपेक्षा केली नाही. उलट, 'तुम्ही फक्त मुलीला घेऊन गुहागरला या. आमचं घरदार पाहा आणि ते सगळं आवडलं तर तिथंच दहा माणसांच्या साक्षीने मुलीच्या डोक्यावर अक्षता टाकून मगच परत या' असं सांगून ते परतले.

विद्याधरपंतांचा गोरा रंग, घारे डोळे, उंचापुरा बांधा, स्वच्छ वाणी, स्पष्ट उच्चार, स्पष्ट विचार हे सगळं शुभदालाही आवडलं. त्यातच हे पहिलंच स्थळ असं होतं, ज्याच्याकडून तिला 'होकार' आला होता; त्यामुळे हे स्थळ नाकारण्याचा किंवा नकार देण्याचा काही प्रश्नच नव्हता. अर्थात, शुभदाचा होकार विनायकबुवांनी गृहीतच धरला होता. शुभदाचं लग्न ठरल्याची बातमी त्यांनी जुजबीपणे मोठ्या दोन्ही जावयांच्या कानी घातली. त्यांनीही ते तितक्याच अलिप्तपणे आणि थंडपणे घेतलं. पुष्पानं मात्र आपला एक चांगला शालू आणि मोत्यांचा एक सर शुभदाला 'भेट' म्हणून दिला. तेवढ्याशा ओलाव्यानेसुद्धा शुभदाचे डोळे भरून आले. विद्याधरपंतांनी लवकरात लवकर लग्न करण्याची इच्छा व्यक्त केली होती. त्यानुसार विनायकबुवांनी चांगला दिवस बघून मुहूर्त ठरवला आणि आपल्या मुलीला घेऊन त्यांनी गुहागर गाठलं. दुसरं कोण येण्याचा प्रश्नच नव्हता. चिपळूणचे केतकरभटजी तेवढे आले होते. कारण ते मध्यस्थ होते; त्यांनीच हे स्थळ सुचवलं होतं.

सांगलीहून सकाळी आठच्या सांगली-गुहागर गाडीला बसण्यासाठी शुभदा घराबाहेर पडली, तेव्हा तिचे डोळे पाणावले होते. हे माहेरचं घर आता तिला कायमचं पारखं होणार होतं. छोटंसं, कौलारू असलं, तरी ते तिचं माहेर होतं. आयुष्यातील पस्तीस वर्षं तिनं तिथं घालवली होती. त्या घरातल्या प्रत्येक भिंतीशी,

खिडकीशी, प्रत्येक वस्तूशी तिच्या आईच्या, मोठ्या बहिणींच्या, त्या तिघींच्या बालपणीच्या, सुख-दु:खाच्या अनंत आठवणी निगडित होत्या. आईच्या वात्सल्याचे स्पर्श इथं-तिथं उमटले होते. इतरांनी कितीही नाकारलं, तरी त्या घराने तिचं अस्तित्व टिकवून ठेवलं होतं. आज हे सगळं इथंच सोडून जायचं होतं. कुठल्यातरी परक्या पुरुषाचा हात धरून, कुठल्यातरी परक्या गावात; या विचारानं शुभदाला हुंदका फुटला. तरातरा पुढे चालणारे विनायकबुवा तो हुंदका ऐकून मागे वळले. शुभदाच्या डोळ्यांतून ओघळणारं पाणी बघून तेही किंचित गलबलले; पण त्यांनी लगेचच स्वत:ला सावरलं. काहीशा कठोरपणे बोलण्याचा प्रयत्न करत ते म्हणाले, "हं! चला आता. गाडीला उशीर होतोय. ही चुकली तर पुन्हा अकराशिवाय दुसरी गाडी नाही." एवढं बोलून झाल्यानंतर मात्र त्यांचा आवाज कापरा बनला, "पोरी डोळ्यांतून पाणी काढू नको, कुणीही हेवा करावा असं घर, असा पती तुला मिळालाय. तुझ्या आईचा विश्वास खरा ठरलाय. आता सगळ्यांची मनं जिंकायची. आता या म्हाताऱ्या बापाची काळजी करायची नाही. मी आता आपल्या इथं विठ्ठल मंदिरात 'सेवेकरी' म्हणून राहणार आहे; तेव्हा तू माझी काळजी करू नको. मागे वळून बघू नको. दारात आलेल्यांचं स्वागत करून सुखात राहा. माझे आशीर्वाद नेहमीच तुझ्या पाठीशी आहेत. चल, पोरी चल; आता भराभर पाय उचल." हुंदके देणाऱ्या शुभदाच्या पाठीवर किंचित थोपटल्यासारखं करून विनायकबुवांनी स्वत:ला सावरलं आणि ते पुन्हा भराभरा चालू लागले. वडिलांच्या शब्दांनी शुभदाला धीर आला. तिनंही स्वत:ला सावरलं आणि दोघांनी स्टँडची वाट धरली.

एसटी सुटली. गार वाऱ्यानं शुभदाला बरं वाटलं. माहेर मागेच राहिल्याचं दु:ख कमी झालं आणि मग मात्र तिच्या मनाला एक अनामिक हुरहुर लागून राहिली. 'कसं असेल आपलं सासर? कसं असेल सासरचं घर? केतकर भटजींनी वर्णन केल्याप्रमाणे, खरंच ऐसपैस असेल का? आपल्याला दोन खोल्यांत राहायची सवय आहे. ते घर मोठं असेल, तर आपल्याला आवरेल का? कशी असतील सासरची माणसं? आपण त्यांना आवडू का? आपल्याला सांभाळून घेतील का? आणि हे? कसे वागतील आपल्याशी? कसं होईल आपलं त्या घरात स्वागत? आपण तर फक्त त्यांनाच बघितलंय. तेसुद्धा काही मिनिटंच; पण तेवढ्यातही त्यांच्या रोखठोक; पण मोजकंच बोलण्याची एक झलक आपल्याला दिसली. आपण त्यांची दुसरी बायको. त्यांच्या पहिल्या पत्नीच्या आठवणी पुसून, त्यांच्या मनात आपल्याबद्दल प्रेम निर्माण करण्यात आपण यशस्वी होऊ का? काय असेल त्या घरात आपलं स्थान? खरं तर आपण हुशार आहोत, बुद्धिमान आहोत, दहावी आणि बारावीला आपल्याला ८५ टक्क्यांच्यावर मार्क होते; तेही कोणतीही शिकवणी किंवा क्लास न लावता! याबद्दल सरांनी आपलं सगळ्या वर्गासमोर किती कौतुक केलं होतं; पण आई

आजारी पडली आणि आपलं शिक्षण थांबलं. खंगून-खंगून गेली बिचारी! एकीकडे आपल्या लग्नाची चिंता वाटत असतानाच, दुसरीकडे तिला त्याबद्दल विश्वासही वाटत होता. आज आई असती तर, आपलं लग्न आणि तेही इतक्या चांगल्या ठिकाणी ठरलेलं बघून तिला अतिशय आनंद झाला असता. विद्याधरपंतांची आई म्हणजे आपली सासू कशी असेल? ती देईल का आपल्याला आईची माया? शुभदाच्या मनात एकामागून एक असे विचारांचे तरंग उठत होते. अनेक प्रश्नांचं काहूरही त्यामध्ये भोवरे निर्माण करत होतं. यांतल्या एकाही प्रश्नाचं उत्तर शुभदाला माहीत नव्हतं. विचार करून-करून तिला थकवा आला. असहायपणे त्या प्रश्नांच्या भोवऱ्यात ती गरगरत राहिली. शेवटी, तिनं उत्तरं शोधायचा नाद सोडून दिला आणि थकल्या मनानं सीटवर डोकं ठेवून झोपेच्या अधीन झाली.

एक धक्का बसून गाडी थांबली आणि शुभदाला जाग आली. खरं तर गाडी घाटातून जाताना तिला जाग आली होती; पण किंचित मळमळायला लागलं, तेव्हा ती पुन्हा झोपून गेली. आता गाडी थांबली होती. तिनं खिडकीतून बाहेर बघितलं. चिपळूण आलं होतं. गुडघ्याच्या वर कासोटा घातलेल्या कोकणी स्त्रिया, डोक्यावर टॉवेलचं चुंबळ ठेवून कमरेला दुसरा टॉवेल गुंडाळून मालाची ने-आण करणारे कातकरी, सुरंगीचे, अबोलीचे गजरे डोक्यात माळून, नाकात मुगवट घालून कलकलाट करत जाणाऱ्या स्त्रिया, कोंदटलेलं, घामेजलेलं, गढूळलेलं वातावरण हे सगळं बघितल्यावर आपल्याला कोणत्या ठिकाणी, कशा वातावरणात राहावं लागणार आहे, याची झलकच तिला दिसली. एवढ्यात तिला वडिलांची हाक ऐकू आली, 'चल ताई, आपलं ठिकाण आलं. आता उतरायचं आहे.' ते शब्द ऐकताच, पायांत ठेवलेली सूटकेस घेऊन ती खाली उतरली. ही सूटकेस शेजारच्या जोशीकाकूंनी दिली होती. आईच्या माघारी त्या जोशीकाकूंचांच तिला आधार होता. कधी काही लागलं, सवरलं, नडलं, एखादा पदार्थ अडला तर ती जोशीकाकूंकडे धाव घेत असे. ती सूटकेस खाली आणताना तिला जोशीकाकूंची आठवण झाली. सूटकेस उचलून घेऊन, ती गर्दीतून बाजूला जाऊन उभी राहिली. विनायकबुवाही खाली उतरले. तिला तिथेच उभं करून ते गुहागरच्या गाडीची चौकशी करायला गेले. परत आले तेव्हा त्यांच्या हातात थोडंफार सामान होतं. ते शुभदाला म्हणाले, "गुहागरच्या गाडीला अजून पाऊण तास आहे. हे थोडं खाऊन घेऊ." असं म्हणत त्यांनी तिच्या हातांत दोन वडे आणि पाव ठेवला. तिला खायला सांगून ते स्वत:ही खाऊ लागले. वडिलांना तो वडा-पाव खाताना बघून शुभदाच्या मनात आलं, 'खरंच, मनुष्य परिस्थितीला कसा शरण जातो. आई असताना यांचं सोवळं-ओवळं किती कडक होतं? जेवणात कांदा, लसूण अजिबात चालायचा नाही. एखाद्या दिवशी आईने अंघोळीच्या आधी स्वयंपाक केला तर सारं घर डोक्यावर घ्यायचे. तेच आपले बाबा

चिपळूणच्या या एसटी स्टँडवर बटाटेवडा आणि पाव खात आहेत. त्यांना या वयानं हतबल बनवलं की परिस्थितीनं की आपल्या उशिरा ठरलेल्या लग्नानं?' विचारांच्या या आवर्तात खाणं कधी संपलं हे तिला कळलंच नाही. तिचा वडा-पाव खाऊन झाल्यावर विनायकबुवांनी पिशवीतून चार केळी काढली. दोन तिला खायला लावली आणि दोन आपण खाल्ली; म्हणाले, ''एकदम परक्या माणसांच्या घरी जात आहोत. विद्याधरपंतांच्या शिवाय दुसरं कोणी आपल्या ओळखीचं नाही. गेल्यावर कसं स्वागत होईल कुणास ठाऊक? आता पोट गच्च भरलं आहे. आता तीन-चार तास तरी चिंता नाही.'' असं म्हणत त्यांनी सोग्याने तोंड पुसलं. तोच केतकरभटजी तिथं आले. त्यांना बघितल्यावर विनायकबुवांचा चेहरा खुलला. आता ते निश्चिंत झाले. तोंडभर हसून केतकरभटजी म्हणाले, ''वा छान! आलात का? बरे झाले! आता थोड्या वेळाने गुहागरची गाडी येईल. मी विद्याधरपंतांना फोन करून तुम्ही आल्याचे सांगून येतो.'' असं म्हणून केतकरभटजी तुरुतुरु चालत गेले. ते परतले, तेव्हा त्यांचा चेहरा निर्विकार होता. काही वेळ असाच स्तब्धतेत गेला. कोणीच, कोणाशी काही बोलले नाही. सगळी आपआपल्या विचारांत गर्क होती. एवढ्यात 'गुहागरऽऽ गुहागर' असा पुकारा ऐकायला आला. ''चलाऽ चलाऽऽ गाडी लागली!'' केतकरभटजी म्हणाले आणि गाडीकडे धावले. ही दोघे त्यांच्या पाठोपाठ गेली. गाडीच्या दाराजवळ एकच गर्दी होती. माशांचा, घामाचा, फुलांचा असे अनेक वास संमिश्रपणे दरवळत होते. त्या सगळ्यांचा मिळून एक विचित्र दर्प सुटला होता. तो विचित्र दर्प शुभदाच्या रंध्रारंध्रांत भिनला. तिला एकदम उचंबळून आलं. नाकावर रुमाल दाबून धरत, तिनं उलटीची भावना कशीबशी आवरली. तिघांना तीन ठिकाणी कशीतरी बसायला जागा मिळाली. तोवर शुभदाचं सर्व अंग घामानं भिजलं होतं. त्या विचित्र वातावरणात मनाला दिलासा देणारी एकच गोष्ट शुभदाला दिसली ती म्हणजे निळाक्षार समुद्र. आणि ही गोष्ट तिच्यासाठी खूपच अप्रूपाची होती. 'अगं बाई, आपण आता गुहागरला राहणार म्हणजे समुद्राच्या काठावरच की! हे आपल्या लक्षातच आलं नव्हतं! किती छान! आता आपल्याला रोज समुद्रावर जाता येईल. ते निळंशार पाणी डोळे भरून पाहता येईल. किनाऱ्यावरच्या त्या वाळूत बसून त्यांच्याशी गुजगोष्टी करता येतील. बाकी काहीही असलं, तरी या समुद्राच्या रूपानं आपल्याला एक 'सखा सवंगडी' मिळाला, 'सोबती' मिळाला हे निश्चित!' समुद्राचं ते दर्शन शुभदाला इतकं सुखावह वाटलं की, तिची मरगळ कुठल्या कुठे पळाली. तिघेजण खाली उतरले. ''हे गुहागर, इथं व्याडेश्वराचं पुरातन मंदिर आहे. दातार, साठे, परांजपे, भागवत इत्यादी घराण्यांचं हे कुलदैवत आहे. आपण आता आधी साठ्यांच्या घरी जाऊ. स्नानसंध्या करून मगच देवदर्शनाला येऊ.'' असं म्हणून केतकरभटजी झपाझप चालू लागले. त्यांच्या मागे विनायकबुवा आणि त्यांच्यापाठोपाठ

शुभदा. आता साठ्यांच्या घराकडे चालायला सुरुवात केल्यावर मात्र शुभदा समुद्राला विसरली. त्या धूळ-फुफाट्यातून खाली मान घालून चालताना, शुभदाच्या मनात अनेक विचारांचा गोंधळ उडाला होता. एक अनामिक हुरहुर तिच्या मनात दाटून आली होती. मनातल्या गोंधळाला बाजूला सारून चालताचालता शुभदाची नजर दोन्ही बाजूंना भिरभिरत होती. आंब्याची हिरवीगार झाडं, नारळी-पोफळीची उंचचउंच झाडं, तसेच दोन्ही बाजूंना अनेक प्रकारांच्या झाडांचे गर्द जंगल आणि त्या जंगलात अधूनमधून डोकावणारी; उतरत्या छपरांची बुटकी घरे; कुणाकुणाच्या घराबाहेर गायी-म्हशीही बांधलेल्या, स्वत:च्याही नकळत दोन्ही बाजूंना दिसणारी दरी आपल्या डोळ्यांनी टिपत शुभदा वडिलांपाठोपाठ चालली होती. खरं तर भर दुपारची वेळ; पण गर्द झाडीमुळे उन्हाचा कडाका फारसा जाणवत नव्हता. दमट हवेमुळे सारं अंग मात्र चिकट झालं होतं. अंगोपांगातून घामाच्या धारा वाहत होत्या. कपाळावरून, गालांवरून, गळ्यावरून ओघळणारा घाम पुसत, तिघंही एका घरासमोर येऊन थांबली. घराचा परिसर असाच आंबा, काजू, नारळी-पोफळीच्या झाडांनी भरलेला; पण चांगला ऐसपैस दिसत होता. त्या झाडांच्या मध्येच उतरत्या कौलांचं, पांढऱ्या चुन्यानं रंगवलेल्या, टुमदार भितींचं घर दिसत होतं. संपूर्ण परिसराला दगडांचा गराडा घातला होता. काही क्षण थांबून केतकरभटजींनी तिथूनच हाक दिली. "विद्याधरऽऽ अहो, रघुनाथरावऽऽ येऊ का आत? अहो पाहुणे आलेत!" त्यांचा आवाज आत ऐकायला गेला असावा. आतून लगबगीने दोन मुली बाहेर आल्या. एक साडीत होती आणि एक परकर-पोलक्यात होती. साडीतली अंदाजे बावीस-पंचवीस वर्षं वयाची असावी तर परकर-पोलक्यातली पंधरा-सोळा वर्षांची. दोघीही समोर येऊन थांबल्या. शुभदाकडे एक न्याहाळती नजर टाकून त्यांतली मोठी मुलगी म्हणाली, "केतकरभटजी, याच का त्या दादाची बायको होण्यासाठी आलेल्या?" केतकरभटजींनी तिच्या प्रश्नाकडे दुर्लक्ष केलं आणि म्हणाले, "प्रभाताई, आत जा आणि विद्याधरपंतांना पाहुणे आलेत म्हणून सांग." आपल्या प्रश्नाला केतकरभटजींनी उत्तर दिलं नाही, हे त्या मुलीच्या म्हणजे प्रभाच्या लक्षात आलं. तिनं फणकाऱ्यानं नाक उडवलं आणि मान वळवून तिथेच उभं राहून हाक मारली. "दादाऽऽ ए दादाऽऽ! कोण पाहुणे आलेत बघ! विचारलं तर मला काहीच सांगत नाहीत." असं म्हणत, तिनं त्या दुसऱ्या मुलीचा हात धरला आणि तरातरा निघून गेली. शुभदाला ते थोडंसं विचित्र वाटलं. केतकरभटजींकडे वळून तिनं विचारलं, "काका, आपण आलो आहोत याची कल्पना तुम्ही या घरातल्या मंडळींना दिली होती ना?" तिच्या या प्रश्नाला केतकरभटजी उत्तर देणार तोच विद्याधरपंत लगबगीने येताना दिसले, झपाझप चालत पुढे येऊन ते थांबले. त्यांच्या चेहऱ्यावर किंचित आनंद, काहीशी सुटकेची भावना दिसत होती. ती खरंच होती की शुभदाला तसं वाटलं कोण जाणे?

पण केतकरभटजींच्या चेहऱ्यावर मात्र दिलासा जाणवला. ''या आत! थोडा वेळ विश्रांती घ्या. चला!'' असं म्हणत, त्यांनी पांदीवर आडवा लावलेला बांबू सरकवला. आत जाण्यासाठी वाट रिकामी झाली. तिघेही विद्याधरपंतांच्या पाठोपाठ आत गेले.

चालताचालता शुभदाची नजर इकडेतिकडे भिरभिरत होती. कुठेच काही हालचाल दिसत नव्हती. 'उद्या इथं लग्न आहे! आपलं? म्हणजे हा गृहस्थ घरात कुणाला काहीच बोलला नाही की काय? लग्न ठरवून आल्याची कल्पना त्यांनी घरात कुणाला दिली की नाही?' शुभदाच्या मनात शंकांचं मोहळ उठलं. तोच खडबडीत पाऊलवाट जाऊन सारवलेलं अंगण आलं. अंगणात छानसं तुळशीवृंदावन होतं. पस्तीस-चाळीस माणसं आरामात बसू शकतील, असं ऐसपैस अंगण होतं. विद्याधरपंतांच्या इशाऱ्यावरून तिघंही अंगणातून पडवीत आली. पडवीसुद्धा चांगली लांबलचक होती. पडवीला तीन पायऱ्या होत्या. त्या चढल्यावर सोपा होता. विद्याधरपंत लगबगीने आत गेले. सोप्यावर अंथरलेल्या बैठकीवर या तिघांना बसायला सांगून ते माजघरात गेले. काही क्षण शांततेत गेले. शुभदा भिरभिरत्या नजरेने सगळं न्याहाळत होती. सोप्यावर छताला कडीपाट होता. एका बाजूला काही फोटो लावलेले होते. एका कडेला झोपाळा होता. हे आपलं घर? आपण इथं राहायचं? शुभदाच्या मनात अनेक प्रश्न उभे राहिले. तोच विद्याधरपंत बाहेर आले. त्यांच्यापाठोपाठ एक वृद्ध व्यक्ती आली. ''हे माझे वडील; रघुनाथशास्त्री साठे. उत्तम वैद्य म्हणून या परिसरात यांची ख्याती आहे. मी यांच्याकडून त्यांच्या हाताखाली वैद्यकी शिकलो आणि नाना, हे विनायकबुवा बोकील व त्यांची कन्या शुभदा आणि यांना तर तुम्ही ओळखताच, केतकरभटजी!'' विद्याधरपंतांनी ओळख करून दिली. शुभदा उठली, पदर सावरत, तिनं नानांना वाकून नमस्कार केला. ''अखंड सौभाग्यवती भव'' त्यांनी तोंडभरून आशीर्वाद दिला. शुभदाला बरं वाटलं. तोच नाना म्हणाले. ''आमच्या विद्याने तुम्हाला सगळी कल्पना दिली असेलच! तुम्ही आत्ताच आला आहात. थोडी विश्रांती घ्या. जरा वेळाने जेवणाची सिद्धता होईल. जेवून घ्या. मग संध्याकाळी आपण बोलू. घरातल्या इतर सदस्यांची त्याच वेळी ओळख होईल.'' असं म्हणून त्यांनी पुन्हा हाक मारली, ''गणा ए गणा, पाहुण्यांना परसदारी घेऊन जा. पाठीमागची खोली उघडून दे. डोण दाखव. पाणी कमी असेल तर विहिरीतून उपसून दे. त्या खोलीत जाजम अंथर. पाहुण्यांचे सामान तेथे नेऊन ठेव आणि नानीला चहा-पाण्याची व्यवस्था करायला सांग.'' हाकेसरशी धावत आलेल्या गणाला असं सांगून ते आत गेले. शुभदाने विद्याधरपंतांकडे पाहिलं. त्यांनी होकारार्थी मान हलवली. तसे तिघेही उठून उभे राहिले आणि सामान घेऊन निघालेल्या गणाच्या पाठोपाठ चालू लागले.

दोन

पंचवीसएक पावलं चालल्यानंतर दोन पायऱ्या लागल्या. त्या पायऱ्या चढून गेल्यावर, व्हरांड्यासारखी एक छोटीसी पडवी आणि त्या पडवीतून आणखी दोन पायऱ्या चढून गेल्यावर एक ऐसपैस खोली. खोली कसली; छोटासा हॉलच होता तो. गणाने शुभदाची सूटकेस, एक हँडबॅग आणि विनायकबुवांची पिशवी एवढं सामान त्या खोलीत नेऊन ठेवलं. "पाणी घेऊन येतो हां!" असं सांगून तो निघून गेला. खोलीत जाड जाजम अंथरलं होतं. विनायकबुवा, केतकरभटजी त्या जाजमावर बसले. शुभदा उभीच राहिली. खोलीला दोन्ही बाजूंना खिडक्या होत्या. शुभदा आळीपाळीनं त्या खिडक्यांतून बाहेर बघत राहिली. नंतर ती हळूच खोलीतून बाहेर आली. त्या खोलीच्या पाठीमागं एक भलंमोठं आंब्याचं झाड होतं. त्या डेरेदार वृक्षाची गर्द सावली त्या खोलीवर पडत होती; त्यामुळे ती खोलीही गार होती. आंब्याच्या झाडाला मोहराचे बारीक तुरे आले होते. त्याचा मंद गंध सगळ्या वातावरणात दरवळला होता. शुभदाला छान वाटलं. आता 'खोलीत परत जावं' या विचारानं तिनं पाऊल उचललं, तोच तिला गणा येताना दिसला. त्याच्या हातात पाण्याचा भलामोठा तांब्या आणि दोन-तीन भांडी होती. पायरीपाशी उभं राहून गणानं शुभदाला हाक मारली. "या वहिनीबाई, थंडगार पाणी आणलंय गेळ्यातलं. पिऊन घ्यावा!" गणाच्या त्या हाकेनं शुभदा पहिल्यांदा दचकली आणि नंतर काहीशी संकोचली. काही न बोलता, ती खोलीकडे आली. गणानं तिघांना भांड्यात पाणी ओतून दिलं. पाणी खरोखरंच छान होतं. तिघांचेही जीव थंडावले. तांब्या आणि भांडी

भिंतीकडेला सरकवून ठेवत गणा म्हणाला, ''हिरीचं पाणी शेंदून डोण भरून ठेवली असा. हात-पाय धुऊन घ्यावा. तोवर चा व्हईल. माका नानी बोलावत्ये! आलोच हं!'' असं सांगून गणा लगबगीनं गेला. केतकरभटजी उठले. ''चला विनायकबुवा, हात-पाय धुऊन घेऊ! थोडा शीण कमी होईल!'' विनायकबुवाही उठले. दोघं मिळून खोलीच्या मागील बाजूस गेले. शुभदा मात्र तशीच बसून राहिली. असंख्य विचार सोबतीला होते. ''किती छान आहे हे सगळं? खरंच आपण इतक्या नशीबवान आहोत? किती समृद्ध आहे हे घर? किती सुंदर आहे हा परिसर? अर्थात, अजूनही माणसं भेटायची आहेत! कशी असतील ही सगळी? अर्थात, कशीही असली तरी माणसंच आहेत. त्यांनाही राग, लोभ, प्रेम, भावना असणारच. आई आपल्याला 'गुणाची लेक' म्हणायची ना? आपण इथं ते सिद्ध करून दाखवू! एवढ्या छान परिसरात राहणारी माणसं छानंच असणार!'' शुभदाचं मन तिला ग्वाही देत होतं. ते दोघेजण हात-पाय धुऊन आत आलेले बघून शुभदा पाय धुवायला डोणीवर गेली. डोणीजवळ पितळेचा लहानसा एक गडू ठेवला होता. तो पाण्यात बुडवून तिनं भरून घेतला आणि पावलांवर पाणी ओतून घेतलं. 'आऽऽहाऽऽहा!' त्या थंडगार पाण्याच्या स्पर्शानं तिच्या रखरखत्या पायांवर जणू माया केली. तेच पाणी तिनं चेहऱ्यावर, डोळ्यांवर मारून घेतलं. प्रवासानं शिणलेलं शरीर, आंबून गेलेलं अंग, उन्हानं रखरखणारे डोळे आणि थकलेलं मन या सगळ्यांना जणू 'संजीवनी'च मिळाली. तळपत्या उन्हानं एखादं झाड वाळून जावं आणि पहिल्या पावसाच्या शिडकाव्यानं मोहरून नव्या पालवीनं ते पुन्हा बहरावं, तसं शुभदाचं झालं. त्या पाण्याच्या थंडगार, शीतल स्पर्शानं तिचं अंग-अंग तर मोहरलंच; पण मनालाही टवटवी मिळाली. शुभदा आत आली. हँडबॅगेतला छोटा टॉवेल काढून तिनं चेहरा पुसला. तोच गणा चहा, चकली आणि शिरा घेऊन आला. ते सगळं खोलीत ठेवत तो म्हणाला, ''पावण्यानू, हे खाऊन घेवा आणि बेस आराम करा हां! जेवण व्हायला थोडा उशीर असा. हे खाऊन तुम्ही जरा पाठ टेका. पानं वाढली की, बोलवायला येन!'' खाण्याच्या बशा ठेवून गणा निघून गेला. केतकरभटजींनी विनायकबुवांना हातानंच इशारा केला आणि आपण खायला सुरुवात केली. शुभदा काही क्षण थांबून राहिली. बाकी सगळं आदरातिथ्य व्यवस्थित होतं; पण घरातलं कुणीच कसं समोर येत नाही? आता आपण काय करायचं? असा तिला प्रश्न पडला; पण शिऱ्याचा वास तिला बोलावत होता. काही न बोलता, तिनं बशी उचलली आणि खायला सुरुवात केली. अत्यंत साजूक अशा घरच्या तुपातला, तेही भरपूर तूप घालून केलेला तो शिरा आणि ती खमंग, खुसखुशीत चकली! त्या घरातली स्त्री 'अन्नपूर्णा' असण्याची साक्ष देत होते. तिघांच्याही बशा चाटूनपुसून स्वच्छ झाल्यावर भांडंभर पाणी पिऊन तिघंही आडवी झाली. केतकरभटजी आणि

विनायकबुवा तर घोरायला लागलेच; पण शुभदालाही डुलकी लागली. सकाळच्या गाडीनं निघायचं म्हणून आणि आपण आता लवकर परत येणार नाही, या विचारानं आवराआवर करण्यात तिला झोपायला मध्यरात्र झाली होती. त्यानंतर सकाळी लवकर उठायचं आहे या उचक्यानं झोप आली नाही आणि पुन्हा पहाटे बॅग भरायची, कपडे आवरायचे म्हणून ती खूप लवकरच उठली; त्यामुळेच की काय; या अनोळखी वातावरणात, अनोळखी घरात असूनसुद्धा शुभदाला डुलकी लागली. किती वेळ गेला कुणास ठाऊक? कोणीतरी, कुणालातरी हाका मारतंय असा अस्पष्ट भास होऊन ती जागी झाली. खरोखरच, कोणीतरी दार वाजवत होतं. तिनं उठून दार उघडलं. दारात गणा होता. ''पावण्यानू, जेवाय चला, पानं वाढली असा!'' म्हणत, त्यानं रिकाम्या झालेल्या डिशेस घेतल्या आणि गडबडीनं तो चालता झाला. त्याच्या आवाजानं केतकरभटजी आणि विनायकबुवाही उठले. पुन्हा तिघांनी तोंडावर पाणी मारून घेतलं. खोलीत आल्यावर शुभदा म्हणाली, ''बाबा, तुम्ही दोघं पुढं व्हा! मी थोडंसं आवरून येते.'' विनायकबुवांनी मान हलवली आणि धोतराच्या सोग्यानं तोंड पुसत ते केतकरभटजींच्या पाठोपाठ बाहेर पडले. ते गेल्यावर शुभदानं खोलीचा दरवाजा लावला. बॅगेतून कंगवा काढून केस सारखे केले. चेहऱ्याला थोडीशी पावडर लावली. अंगातल्या ब्लाउजला मॅचिंग दुसरी साडी काढून नेसली. हँडबॅगेच्या बाहेरच्या कप्प्यात घडी करून ठेवलेला रुमाल घेतला आणि तिनं दरवाजा उघडला. तोच तिला गणा येताना दिसला. खोलीबाहेर पडून तिनं दार ओढून घेतलं. तिला आलेलं पाहताच गणा पुन्हा परत फिरला. शुभदा त्याच्या पाठोपाठ निघाली. मुख्य घराच्या अंगणात येताच, शुभदानं दोन्ही खांद्यांवरनं पदर घेतला आणि गणाच्या पाठोपाठ आत शिरली. गणा तिला बैठकीच्या खोलीत घेऊन आला. बैठकीची खोली माणसांनी भरून गेली होती. एका बाजूला खुर्च्या, माचव आणि लाकडी बाकांवर पुरुषमंडळी बसली होती. तर दुसऱ्या बाजूला जमिनीवर मोठी सतरंजी अंथरून स्त्रीवर्ग बसला होता. ती संकोचून दाराशीच उभी राहिली. तोच ''ये गो! ये! अशी आत इकडे येऊन बैस हो!'' असं कुणीतरी प्रेमळ आवाजात बोलावल्याचं तिला ऐकायला आलं. तशी ती पदर आणखी घट्ट ओढून, खाली मान घालून, त्या बायका जिथं बसल्या होत्या, तिथं गेली. संकोचून एका बाजूला बसली. क्षणभर डोळे उचलून मान वर करून तिनं समोर पाहिलं. समोर बसलेल्या पुरुषांपैकी ती दोघांनाच ओळखत होती. एक म्हणजे विद्याधरपंत आणि दुसरे मघाशी भेटलेले रघुनाथशास्त्री. तिनं पुन्हा नजर वळवली. काही क्षण तिथे शांतता पसरली. नंतर तिला केतकरभटजींचा आवाज ऐकू आला. ते बोलत होते, ''नाना, नानी ही शुभदा! या विनायकबुवांची मुलगी! बारावीपर्यंत शिकली आहे. अभ्यासात खूप हुशार होती. बारावीला ८० टक्के गुण मिळालेत तिला; कसलाही

क्लास किंवा शिकवणी न लावता; पण आईच्या अकस्मात जाण्याने तिला शिक्षण सोडावं लागलं. आईच्या माघारी घर, संसार सरलं-पुरलं, उरलं, आलं-गेलं तिनंच सांभाळलं. लहानपणी झालेला अपघात आणि वेळेवर उपचार न झाल्यामुळं तिचा एक पाय किंचित अधू आहे; त्यामुळे तिचं कोणतंच काम अडत नसलं, तरी तिचं लग्न ठरण्यात तो एक अडथळा होता. शुभदाचं स्थळ सुचवताना मी विद्याधरपंतांना या सगळ्या गोष्टींची स्पष्ट कल्पना दिली आहे. शुभदाला पाहण्यासाठी ते जेव्हा जयसिंगपूरला आले तेव्हा मुलगी बघण्याचा कार्यक्रम झाल्यानंतर त्यांनी 'मला मुलगी पसंत आहे, त्यांची पसंती असेल तर मुलीला गुहागरला घेऊन या. येताना चांगला दिवस बघूनच या आणि मुलीच्या डोक्यावर अक्षता टाकूनच जा,' असा निरोप दिला होता. त्याप्रमाणे, उद्याचा लग्नाचा मुहूर्त बघून आम्ही मुलीला घेऊन आलो आहोत. आपल्या सगळ्यांना ही पार्श्वभूमी माहीत असावी म्हणून हे सगळं आधी सांगितलं आहे. आता पुढे काय करायचं ते तुम्हीच सांगा!'' केतकरभटजींनी सगळं स्पष्टपणे सविस्तर सांगितलं. केतकरभटजी बोलायचे थांबले, तशी तिथं पुन्हा शांतता पसरली; पण नानींनी लगेचच त्या शांततेचा भंग केला. म्हणाल्या, 'केतकरभटजी, विद्याने आम्हाला सगळं सांगितलं आहे हो! आम्हाला सगळ्यांना मुलगी पसंत आहे; पण तत्पूर्वी मला मुलीला काही विचारायचं आहे!'' असं म्हणून शुभदाकडे बघून नानी म्हणाल्या, ''पोरी, तुला चालेल ना?'' त्यांचा प्रश्न ऐकून शुभदाने मूकपणे होकारार्थी मान हलवली. तिनं होकार दिलेला बघून नानींनी बोलायला सुरुवात केली. ''हे बघ पोरी, आमचं कुटुंब मोठं आहे. मला तीन मुलं आणि दोन मुली आहेत. विद्याधर हा सर्वांत मोठा मुलगा. त्याची पहिली पत्नी सरिता काविळीमुळं वारली. तिची दोन लहान मुलं भाग्यश्री आणि अरविंद यांना पोरकं करून ती गेली. मी आणि नाना दोघेही थकलो आहोत. विद्याधरचे धाकटे दोन भाऊ गजानन आणि विवेक यांची लग्नाची वयं उलटून गेली आहेत. विद्याधरच्या धाकट्या दोन बहिणी प्रभावती आणि सरस्वती याही लग्नाच्या वयाच्या आहेत; पण सरिता गेल्यामुळे घरातली कर्ती स्त्री निघून गेली; त्यामुळे घर सावरणाऱ्या दोन हातांची या घराला गरज आहे. घरातल्या दहाजणांचे स्वभाव दहा प्रकारचे आहेत. त्या सगळ्यांना आपल्या पदराला बांधून ठेवण्याचं काम तुला करावं लागणार आहे. त्याशिवाय भाग्यश्री आणि अरविंद या दोन चिमण्या जिवांना आईच्या मायेनं सांभाळावं लागणार आहे. हे सगळं करत असतानाच तुला विद्याधरची 'सहचारिणी'ही बनायचं आहे. ही सगळी तारेवरची कसरत तुला जमेल का? या सगळ्यांना सांभाळतानाच तुला घरही सांभाळायचं आहे. या सगळ्या गोष्टींचा नीट विचार करून, तू होकार द्यावास असं मला वाटतं! हे सगळं करत असताना स्वत:चं अस्तित्व तुला पूर्णपणे विसरावं लागेल. तू समंजस आहेस. नीट विचार करून उत्तर दे. तेही लगेच दे असं नाही.

तुझा विचार नक्की झाला की आज दिवसभरात केव्हाही दे! आणि तुझा नकार असेल तर तसंही स्पष्ट सांग हो!'' नानी बोलायच्या थांबल्या. त्या बोलत असताना सगळे चिडिचूप होते. नाना मात्र अधूनमधून सहमती दर्शविण्यासाठी होकारार्थी मान हलवत होते. नानींचं बोलणं संपलं आणि बैठकीत एकदम शांतता पसरली. कोणालाच काय बोलावं कळेना. सर्वजण एकमेकांकडे तर कधी शुभदाकडे बघत होते. शुभदानं मान उचलून एकदा सगळ्यांवर नजर फिरवली. सगळ्यांच्या चेहऱ्यावर उत्सुकता होती. क्षणभर तिची नजर विद्याधरपंतांच्या नजरेला भिडली. त्या तेवढ्या क्षणभरात विद्याधरपंतांच्या नजरेतली अजिजी तिनं टिपली. तिनं नजर वळवली आणि तिचं लक्ष विनायकबुवांकडे गेलं. त्यांच्या नजरेत तिला आशीर्वाद दिसला आणि तिच्या मनाचा निश्चय झाला. पुन्हा एकदा पदर सावरून, तिनं हळूच नानींकडं पाहिलं. नानी तिच्याकडेच पाहत होत्या. त्यांच्या नजरेतून तिला दिलासा मिळाला आणि शुभदाच्या मनानं कौल दिला. तिनं नजरेनंच नानींची परवानगी घेतली आणि म्हणाली, "नानी, मी काही बोलले तर चालेल का?'' तिचं ते संकोचून पदर सावरणं, लाघवी आवाजात नानींची परवानगी मागणं हे सगळं नानींना आवडून गेलं. खरंतर, विद्याधरला ही मुलगी पसंत आहे तेव्हा आपण त्या बाबतीत जास्त बोलायंच नाही, असं त्यांनी ठरवलं होतं. म्हणून तर त्यांनी रोखठोकपणे सगळं विचारलं, सांगितलं होतं; पण आता मात्र ती त्यांना खरंच आवडली. "बोल बाळ बोल! नि:संकोचपणे बोल! तू जेवढं स्पष्ट बोलशील तेवढं आमच्या दृष्टीनं उत्तमच आहे!'' नाना म्हणाले. नानींनी तिला नजरेनंच परवानगी दिली. शुभदा सावरून बसली. पुन्हा एकवार पदर सावरला आणि खाली मान घालून बोलायला सुरुवात केली "नानी, या स्थळाबद्दल, या घराबद्दल मला केतकरकाकांनी सगळी माहिती सांगितली आहे. खरंतर, जयसिंगपुरात एका छोट्याशा खोलीत मी आणि बाबा दोघेच राहतो; पण मी माणसांची भुकेली आहे. प्रेमानं, वात्सल्यानं माणसं बांधून ठेवता येतात यावर माझा विश्वास आहे. खरंतर एक विधूर अवस्था सोडली तर यांच्यामध्ये नाकारण्यासारखं काहीच नाही; पण माझ्यात नाकारण्यासारखं बरंच काही आहे. तरीही त्यांनी मला होकार दिलाय, अर्थात, केवळ याच कारणासाठी नव्हे, तर मला हे घर, या घरातली माणसं, हा सगळा परिसर आवडला आहे; मनापासून आवडला आहे. मी माझ्या परीने या घराला मायेनं बांधण्याचा नक्कीच प्रयत्न करेन. या दोन चिमण्या जिवांना मी इतकी माया देईन की, त्यांना त्यांची आई आठवणार नाही. या सगळ्यासाठी मला तुमची सगळ्यांची साथ आणि आशीर्वाद हवा आहे. हे घर, या घरातली माणसं आणि तुमचे थोरले चिरंजीव हे सर्व मला पसंत आहे. मी या लग्नाला तयार आहे!'' धाडस करून, मनाचा स्वच्छ कौल मिळाल्यानंतर ती हे बोलली आणि नाना-नानींच्या चेहऱ्यावर समाधान उमटलं. शुभदानं विद्याधरपंतांकडे एक निसटता

कटाक्ष टाकला. त्यांच्या चेहऱ्यावर आनंद आणि कौतुक स्वच्छ दिसत होतं. तिचा तो निसटता कटाक्षही त्यांनी बरोबर पकडला आणि नजरेनंच तिला दाद दिली. शुभदाने संकोचून नजर खाली वळवली. ती नंतर कितीतरी वेळ तशीच होती. शुभदाचं बोलून झालं आणि केतकरभटजी आनंदानं म्हणाले, "चला, म्हणजे हे लग्न ठरलं तर! विनायकबुवा, अहो, तुमच्या लेकीचं लग्न ठरलं. पोरी, तू योग्य आणि उत्तम निर्णय घेतलास. नाना आता हे लग्न ठरलं. आता मी 'मध्यस्थ' म्हणून बोलतोय. तिथे जयसिंगपुरात विद्याधरपंतांनी आमची कसलीही अपेक्षा नाही असं सांगितलंच आहे; पण शुभदाच्या आईचा दोन तोळ्यांचा कंठी-पदर जो तिच्या आईनं तिच्यासाठी राखून ठेवला होता, तो विनायकबुवांनी लग्नाच्या वेळी तिला घालण्यासाठी आणला आहे. त्याशिवाय त्यांनी तुम्हाला देण्यासाठी ५००१ रुपये आणले आहेत. ती वरदक्षिणा समजा किंवा लग्नाचा थोडाबहुत खर्च! पण आम्हाला एवढंच करणं शक्य आहे, ते गोड मानून घ्या!" केतकरभटजींचं बोलणं ऐकून नाना म्हणाले, "अहो गुरुजी, मुलगी समंजस आहे, स्पष्ट विचारांची आहे, माणसांची भुकेली आहे; आपल्याला काय करायचं आहे याची तिला पूर्ण कल्पना आहे आणि मुख्य म्हणजे, ती विद्याधरला पसंत आहे. यापेक्षा वेगळं आणखी काही नको. तुमच्या इच्छेला येईल ते तुम्ही करा. त्याबद्दल आमचं काही म्हणणं नाही आणि मागणंही नाही. तेव्हा आता सर्वांनुमते हे लग्न ठरलं आणि उद्या सकाळी ११ वाजून ५ मिनिटे या सुमुहूर्तावर ते आमच्या घरी केलं जाईल. नानी, सगळ्यांना साखर वाटा. मुलीची ओटी भरा आणि जेवायचं घ्या!" नानांच्या या उद्‌गारांनी बैठकीत समाधान पसरलं. सगळा स्त्रीवर्ग शुभदाच्या भोवती जमला. नानींनी तिची सगळ्यांशी ओळख करून दिली. "हे बघ शुभा, तुझं नाव जरी शुभदा असलं तरी मी तुला शुभाच म्हणणार. आता तुझी सगळ्यांची ओळख करून देते. हा तुझा दोन नंबरचा दीर गजानन!" शुभदानं त्याला हात जोडून नमस्कार केला. गजानन वर्णानं गोरा, त्याला भरपूर केस असल्यानं, त्यानं फिल्मी स्टाइलनं केसांचा कोंबडा ठेवला होता. त्यावरून आणि त्याच्या एकंदर हालचालींवरून त्याला छानछोकीची आणि चित्रपटाचं अनुकरण करण्याची आवड असावी असं शुभदाला वाटलं. त्यानं शुभदाला नमस्कारही फिल्मी स्टाइलनं केला. शुभदाच्या चेहऱ्यावर हसू उमटलं. "शुभा हा, तुझा धाकटा दीर विवेक!" विवेकनं तिच्या पायाला हात लावून नमस्कार केला. शुभदाला तो स्वप्नाळू आणि भावनाशील वाटला. "शुभा, ही मधली बहीण प्रभावती!" शुभदानं प्रभावतीकडे पाहिलं. तिच्या चेहऱ्यावर फारसा आनंद नव्हता. उलट, एक प्रकारची असूयाच दिसली शुभदाला तिथं. तिनंही शुभदाला वाकून नमस्कार केला खरं; पण त्यात जुलमाचा रामरामच जास्त होता, असं शुभदाला वाटलं. तोच नानी पुढे म्हणाल्या, "शुभा, ही तुझी धाकटी नणंद सरस्वती!" सरस्वतीच्या चेहऱ्यावर मात्र

कुतूहल होतं. तिचे डोळे हसरे होते. तिनंही शुभदाला वाकून नमस्कार केला. 'वहिनी, मी नमस्कार करते हं!' असं म्हणून नमस्कार केला. 'वहिनी' हा शब्द ऐकताच शुभदा थरारली. आपल्याला कधीतरी अशी हाक मारली जाईल अशी स्वप्नं तिनंही बघितली होती; मधल्या काळातील कडवट अनुभवांमुळे त्या स्वप्नांचा पार कोळसा झाला होता; पण आता तीच हाक कानांवर पडल्यावर शुभदा थरारली. नकळत क्षणभरासाठी तिचा हात सरस्वतीच्या पाठीवर स्थिरावला. तोच नानींनी एका चार-पाच वर्षांच्या मुलीला जवळ घेतलं आणि शुभदाला म्हणाल्या, "शुभा, ही माझी लाडकी नात आणि आता तुझी लेक भाग्यश्री आणि भाग्यश्री, ही तुझी आई बरं का!" नानींनी असं सांगताचं, भाग्यश्रीनं आपले डोळे विस्फारले आणि नानींना म्हणाली, "म्हणजे नानी, देवबाप्पाकडे गेलेली माझी आई त्यानं परत पाठवली का?" तिचा तो निरागस प्रश्न ऐकून शुभदालाही गलबलून आलं. नानींनी काही उत्तर द्यायच्या आतच ती पुढे येऊन म्हणाली, "होय ग चिऊताई, त्या बाप्पानंच मला पाठवलंय! मला म्हणाला, 'ती चिमुकली भाग्यश्री तुझी आठवण काढत असेल तेव्हा तू घरी जा.' म्हणून मी आले! ये माझ्याजवळ ये!" असं म्हणत शुभदानं हात पसरले. थोडीशी बिचकत, थोडीशी लाजत भाग्यश्री शुभदाच्या जवळ आली. शुभदानं तिला जवळ घेऊन तिच्या कपाळाचा मुका घेतला. तिच्या केसांवरून, चेहऱ्यावरून हात फिरवला. शुभदाच्या स्पर्शातली माया भाग्यश्रीला जाणवली असावी. ती शुभदाला आणखी बिलगली. आपले इवले ओठ शुभदाच्या गालांवर टेकवले आणि शुभदाच्या हाताला झोके देत म्हणाली, "बघ प्रभाआत्या, आता मी मुळीच तुझ्यामागे लागणार नाही मला गोष्ट सांग म्हणून! बाप्पानं माझ्यासाठी आई पाठवलीय, तीच सांगेल मला गोष्ट!" असं म्हणून शुभदाकडे वळून भाग्यश्रीनं विचारलं, "सांगशील ना ग आई?" भाग्यश्रीचा तो निरागस चेहरा, तो निर्व्याज प्रश्न, उत्तरासाठी आसुसलेले डोळे आणि तिनं 'आई' म्हणून मारलेली हाक या सगळ्या गोष्टींनी शुभदाच्या मनाचा केव्हाच ठाव घेतला. भाग्यश्रीच्या नाकाचा शेंडा चिमटीत पकडून, मोठ्या आनंदानं शुभदा म्हणाली, "सांगेन हं चिऊताई, नक्की सांगेन!" ते ऐकून समाधान पावलेल्या नानी पुढे काही बोलणार, तोच तीन वर्षांचा अरविंद शुभदाच्या जवळ आला आणि तिच्या कमरेला मिठी मारून म्हणाला, "आई मलाही सांगशील ना गोष्ट? मलापण गोष्टी ऐकायला आवडतात!" आता मात्र शुभदाच्या डोळ्यांत पाणीच आलं. काहीही न बोलता, नुसती होकारार्थी मान हलवून तिनं जवळ आलेल्या अरविंदला कुशीत घेतलं. पानं घेतली का हे बघण्यासाठी आत आलेल्या विद्याधरपंतांनी हा वात्सल्याचा सोहळा डोळे भरून पाहिला आणि मघापर्यंत आपण केलं, ते चूक की बरोबर असा त्यांच्या मनात निर्माण झालेला संभ्रम एका क्षणात दूर झाला. काहीही न बोलता, ते तसेच माघारी

वळले. शुभदानं आपले डोळे पुसले. तोच "तुला अजून एका व्यक्तीची ओळख करून द्यायची राहिली, ती व्यक्ती म्हणजे आपल्या शकुआत्या!" असं म्हणत नानींनी शकुआत्यांना हाताला धरून पुढे आणलं आणि म्हणाल्या, "शुभा, या आपल्या शकुआत्या! विद्याधरच्या आत्या! यांनीच विद्याला लहानाचा मोठा केला आहे." शुभदानं पदर सावरत शकुआत्यांना वाकून नमस्कार केला. तसाच नानींनाही केला. दोघींनी तोंडभरून आशीर्वाद दिला. विद्याधरपंत पुन्हा आत आले आणि शुभदाकडे एक कटाक्ष टाकून नानींना म्हणाले, "नानी, ओळख-परेड संपली असेल तर जेवायला बसू या का?" विद्याधरपंतांचं बोलणं ऐकल्यावर मग मात्र शकुआत्या, 'नानी, अगं बाई एवढा का उशीर झालाय?' असं म्हणत गडबडीनं उठल्या आणि स्वयंपाकघरात गेल्या. आपण काय करावं, या संभ्रमात पडलेली शुभदा काहीच न कळून तिथंच उभी राहिली. तिचे दीर आणि नणंदाही केव्हाच आत गेल्या होत्या. तिच्याजवळ थांबली होती, ती भाग्यश्री आणि अरविंद. आपल्याला 'आई मिळाली' या गोष्टीचं त्यांना खूप कौतुक वाटत होतं. ती दोघं शुभदाचे हात धरून काहीबाही बोलत होती. एवढ्यात, आतून "पानं वाढली आहेत!" अशी नानींची हाक ऐकू आली. तशी भाग्यश्री आणि अरविंद शुभदाच्या हाताला धरून तिला ओढत आत घेऊन गेले. शुभदा आत गेली. चांगलं ऐसपैस, मोठच्या मोठं स्वयंपाकघर होतं. एका वेळी तीस-चाळीस माणसं सहज बसू शकली असती. स्वयंपाकघराच्या एका बाजूला ओटा होता. दुसऱ्या कोपऱ्यात मोठमोठे हंडे एकावर एक ठेवले होते. त्यांमध्ये बहुधा धान्य ठेवलेलं असावं. स्वयंपाकघराच्या एका भिंतीला टेकून डायनिंग टेबल ठेवलं होतं; पण पंगत खालीच मांडली होती. एक-एक करत घरातले सगळे सदस्य जेवायला आले. पाटावर बसले. शुभदा संकोचून एका बाजूला उभी राहिली. तोच केतकरभटजी आणि विनायकबुवांना घेऊन नाना स्वयंपाकघरात आले. विनायकबुवा स्वयंपाकघरातलं हे वैभव टुकूटुकू पाहतच राहिले. आपल्या लेकीचं भाग्य बघून त्यांचे डोळे भरून आले. नानींनी आवाज दिला, "या विनायकबुवा! आता तुम्ही आमचे व्याही झालात! या बसा!" विनायकबुवा पाटावर बसले. शुभदा संकोचून तशीच उभी राहिलेली बघून शकुआत्या म्हणाल्या, "अगं बाळ, अशी उभी का? ये इकडं! ये अशी! तूही बैस!" शुभदा आणखी संकोचली. तोच नानी म्हणाल्या, "अगं, आज तू पाहुणी आहेस या घरातली! उद्यापासून तूच इथे देखरेख करायची आहेस!" नानींचं वाक्य संपतं ना संपतं, तोच शुभदाच्या हाताला धरून अरविंद म्हणाला, "आई, चल ना आपणही बसू या! तू भरवशील मला?' आता मात्र शुभदाकडे कोणताच पर्याय उरला नाही. अरविंद आणि भाग्यश्रीचा हात धरून शुभदा पुढे झाली आणि एका बाजूला पाटावर जाऊन बसली. 'पार्वतीपते'चा गजर झाला. सगळ्यांनी हात जोडून, 'वदनी कवळ...' म्हटलं आणि जेवायला सुरुवात

केली. सगळेजण हसत, गप्पा मारत जेवत होते. शुभदा भाग्यश्री आणि अरविंदला भरवत होती. ती दोघं मोठ्या आनंदानं जेवत होती. नाना, नानी आणि विद्याधरपंतांच्या डोळ्यांत कौतुक मावत नव्हतं आणि विनायकबुवांना मात्र भरून आलं होतं. इतके दिवस आपल्या लेकीचं लग्न ठरत नव्हतं म्हणून त्या परमेश्वराला आपण बोल लावत होतो; पण आज त्याचे आभार मानावेत, असं त्यांना वाटत होतं. शुभदा मात्र त्या दोन चिमुकल्यांना भरवताभरवता आपल्याच भाग्याचा हेवा करत होती.

जेवणं झाली. सगळेजण उठून आपापल्या कामास, खोलीत गेले. भाग्यश्री आणि अरविंद मात्र शुभदाच्या अवतीभोवतीच होते. शुभदा नानींच्या जवळ बसली होती. नानी तिच्याशी काहीबाही गप्पा मारत होत्या. विनायकबुवा, केतकरभटजी आणि विद्याधरपंत कलमं बघायला गेले होते. मार्च महिना असला, तरी झाडाझाडांतून पाऊलवाट होती; त्यामुळे उन्हाचा कडाका जाणवत नव्हता; पण दमट हवेमुळे भरपूर घाम येत होता. सगळे खाजणं हिंडून आले. विनायकबुवा दमले. सगळे घरी परतले. तिघंही आत आले आणि पडवीतलं दृश्य विद्याधरपंत डोळे विस्फारून बघत राहिले. भाग्यश्री केस सोडून शुभदासमोर बसली होती. शुभदा तिची वेणी घालत होती. दोघीही काहीतरी गमतीशीर बोलत होत्या. तिथेच बसलेल्या नानींच्या डोळ्यांत समाधान मावत नव्हतं. बाबांना समोर बघून भाग्यश्री उठली आणि त्यांच्याजवळ येऊन म्हणाली, “बाबा बाबा! ही बघा आईनं माझी पर्स वेणी घातलीय” विद्याधरपंतांनी शुभदाकडे कौतुकाचा एक कटाक्ष टाकला. तोच प्रभा म्हणाली, “आई नव्हे! नवी आई म्हण!” तिचं ते भोचकपणाचं बोलणं कुणालाच आवडलं नाही. विद्याधरपंत काही बोलले नाहीत. पण नानी मात्र बोलल्या. “प्रभे, आई नवी-जुनी असायला ते काही पातळ नव्हे की खण नव्हे. आईची माया असते ती! ती सदोदित ताजीच असते बरं! भाग्यश्री, ती आईच आहे तुझी. तू आईच म्हण हो नुसतं!” नानींच्या या बोलण्यानं प्रभाचा चेहरा पडला. ती फणकाऱ्यानं आत निघून गेली. वातावरण काहीसं गढूळलं, तोच सरस्वतीनं लाडिकपणे विचारलं, “वहिनी, माझीपण घालशील का ग तशी वेणी?” शुभदानं मानेनंच होकार दिला. भाग्यश्रीची वेणी घालून झाली, तशी ती पळत येऊन नानीला बिलगली. म्हणाली, “नानी, कशी गं दिसतेय मला पर्स वेणी?” छान दिसते का?” तशी नानींनी तिची अलाबला घेतली. म्हणाल्या, “अगदी नक्षत्रासारखी दिसतेय हो माझी गुणाची बाई!” नानींनी केलेलं कौतुक ऐकून भाग्यश्री खूश झाली. शुभदाकडे वळून म्हणाली, “आई, मी सगळ्यांना वेणी दाखवून येऊ?” शुभदानं मानेनंच होकार दिला, तशी भाग्यश्री बाहेर पळाली. नानी तोंडभरून हसल्या. त्या हसण्यात जसं भाग्यश्रीचं कौतुक होतं, तसाच शुभदाबद्दलचा विश्वासही होता.

दुपार उलटून गेली. नानी तिथंच माजघरात जरा आडव्या झाल्या. शुभदा

परसातल्या खोलीत गेली. विनायकबुवा तिथे निजले होते. शुभदाच्या चाहुलीने त्यांनी डोळे उघडले. शुभदाला पाहताच उठून बसले. शुभदाही आत येऊन भिंतीला टेकून बसली. विनायकबुवा म्हणाले, ''पोरी, तुझ्या या बापाला एकदा खरंखरं सांग; तुला हे सगळं मनापासून पसंत आहे ना? तुझ्यावर माझी कसलीही जबरदस्ती नाही. तुला पसंत नसेल तर तसं मोकळेपणानं सांग. माणसं चांगली आहेत; पण बारदाना मोठा आहे. नाना, नानी, विद्याधरपंत आणि त्यांची मुलं यांनी तुला स्वीकारलंय; पण इतरांचं मी काही सांगू शकत नाही. हे सगळं तुला सांभाळता येईल का? नीट विचार कर आणि मगच निर्णय घे!'' विनायकबुवा गंभीरपणे बोलत होते. शुभदानं एकदा स्थिर नजरेनं त्यांच्याकडे पाहिलं आणि खाली मान घालून म्हणाली, ''बाबा, तुम्ही काळजी करू नका. मला हे स्थळ मनापासून पसंत आहे. या घरातली माणसंही मला आवडलीत. अर्थात, काही माणसांशी जुळवून घ्यायला मला वेळ लागेल; पण मी ते नक्की करू शकेन! बाबा, तुमचा तुमच्या मुलीवर विश्वास आहे ना? मग निश्चिंत राहा. मला हे स्थळ पूर्णपणे पसंत आहे आणि हा निर्णय मी पूर्ण विचारांतीच घेतला आहे.'' शुभदाचं नि:संदिग्ध उत्तर ऐकून विनायकबुवांना बरं वाटलं. या घरातली समृद्धी पाहता त्यांना लेकीची काळजी नव्हती. समाधानानं ते पुन्हा आडवे झाले. भिंतीकडे तोंड करून झोपले आणि लगेच घोरायला लागले.

रात्रीचं जेवण साधंच होतं. भात, कुळथाचं पिठलं, तांदळाच्या भाकरी आणि सांडगी मिरची; पण का कोण जाणे, शुभदाला ते सकाळच्या जेवणापेक्षा अधिक रुचकर लागलं. कदाचित, 'आता हे घर आपलं आहे' या आपलेपणाच्या भावनेनं असेल किंवा 'आपलं लग्न ठरलंय' या आनंदाने असेल किंवा आपली फरफट थांबला या समाधानानं असेल. शिवाय, दुपारी जेवणाच्या वेळी काहीसा संकोच होताच. कारण काहीही असो; आता शुभदा पोटभर जेवली. नंतरची आवराआवर करायलाही तिनं शकुआत्यांना मदत केली. पाणी पिण्याच्या निमित्तानं विद्याधरपंत आत आले. तिच्या बाजूला उभं राहून पाणी पीत असताना तिला हळूच म्हणाले, ''मी नंतर परसदारी येतो. मला थोडं बोलायचं आहे!'' काळजाचा चुकलेला ठोका सांभाळत, खाली मान घालून तिनं होकार भरला. सगळं काम आवरलं. मग शकुआत्यांना 'जाते' असं सांगून ती परसदारी खोलीजवळ आली. तिचे बाबा आणि केतकरभटजी सुपारी कातरत बसले होते. खरंच! दिवसभर केतकरभटजी दिसले नाहीत. कुठं गेले होते? तिच्या मनात आलं, तिनं तसं विचारलंदेखील! तसे ''अगो, उद्या तुझं लग्न ना? मग त्याची तयारी करायला नको? देवकाचं सामान आणायला गेलो होतो चिपळुणास!'' असं सांगून ते पुन्हा सुपारी कातरू लागले. शुभदा खोलीत आत गेली. मघाशी गणा येऊन त्यांची अंथरुणं घालून गेला होता. तिनं खोलीचा दरवाजा बंद केला आणि साडी बदलली. साधी, सुती साडी नेसल्यावर तिला बरं

वाटलं. बाहेर येऊन तिनं डोणीतल्या पाण्यानं चेहरा धुतला. हात-पाय धुतले. घामाने भिजलेल्या शरीराला त्या गार स्पर्शानं बरं वाटलं. टॉवेलनं चेहरा पुसून तिनं कपाळावर टिकली लावली आणि तीही बाहेर पायरीवर येऊन बसली. हवेतला उष्मा थोडा कमी झाला होता; पण दमटपणा तसाच होता. मध्येच एखादी वाऱ्याची झुळूक येत होती; पण ती तेवढ्यापुरती. तेवढंच क्षणभर बरं वाटायचं. पुन्हा चिकचिक आहेच. 'हं! शुभदाबाई, आता या हवेची सवय करून घ्यायला हवी!' तिच्या मनात आलं. तोच पायरव झाला. तिनं समोर पाहिलं. विद्याधरपंत येत होते. पुन्हा तिच्या काळजाचा ठोका चुकला. काय बोलायचं असेल यांना? काय सांगायचं असेल? तिच्या मनात प्रश्न उभे राहिले. विद्याधरपंतांना समोर पाहताच केतकरभटजी चपापले. "पंत तुम्ही? काही काम आहे का?" त्यांनी विचारलं. तेव्हा काहीशा संकोचाने पंत म्हणाले "केतकरगुरुजी, मला शुभदाशी बोलायचं आहे. त्यासाठी मी आलो आहे!" केतकरगुरुजी मिश्कीलपणे म्हणाले, "अहो पंत, आता ती तुमचीच आहे. तिच्याशी बोलायला आमची परवानगी कशाला? शुभदा ए शुभदा, हे बघ पंत आले आहेत. त्यांना तुझ्याशी काहीतरी बोलायचं आहे." गुरुजींनी असं सांगताच पंत आणखी संकोचले. शुभदा पदर सावरत उभी राहिली. तिला पाहताच पंत किंचित हसले; पण तिच्याकडे न पाहता केतकरभटजींकडे पाहत म्हणाले, "आपण त्या तिथे पाड्याजवळ बसू या!" आणि ते तिकडे चालू लागले. परसातल्या खोलीपासून अंदाजे ५० फुटांवर पाडा होता. तो एक प्रकारे गुरांचा बंदिस्त गोठाच. इतर काही सामान – जशी शेतीची अवजारं, जळण तिथे ठेवलं होतं. तिथंच बाहेर एक लाकडी बाकडं होतं. विद्याधरपंत जाऊन त्या बाकड्यावर बसले. त्यांच्या पाठोपाठ गेलेली शुभदाही संकोचून, काही अंतर राखून त्या बाकड्यावर बसली. काही क्षण स्तब्धतेत गेले. शेवटी शुभदानेच विचारलं. "काय बोलायचं होतं?" तशी पंतांनी तिच्याकडे एक कटाक्ष टाकला. किंचित हसले आणि म्हणाले, "नाही, तसं विशेष काही नाही; पण तुमचे म्हणजे तुझे आभार मानायचे होते आणि हो! आणखी एक महत्त्वाची गोष्ट सांगायची होती. तू, तू प्रभाकडे आणि गजाननकडे फारसं लक्ष देऊ नको. त्यांना तुझी सवय व्हायला थोडा वेळ लागेल; पण मला खात्री आहे, तू त्यांना नक्की आपलंसं करशील. मला विश्वास आहे!" विद्याधरपंतांचं ते हळुवार बोलणं, डोळ्यांतून वाहणारा स्नेहाचा झरा, त्यांनी मानलेले तिचे आभार आणि व्यक्त केलेला विश्वास हे सर्व त्यांच्या मृदू, ऋजू स्वभावाची आणि सुसंस्कृतपणाचीच साक्ष देत होते. शुभदानं पुन्हा एकदा आपल्या भाग्याचा हेवा केला आणि ती हळूच उत्तरली, "आभार कशाबद्दल? मी जे काही केलं ते माझ्या मनाला हे सगळं भावलं म्हणून आणि तुम्ही माझ्यावर हा जो विश्वास टाकला आहे त्याला मी तडा जाऊ देणार नाही. त्या विश्वासाला पात्र ठरायचा मी संपूर्ण प्रयत्न करेन!" शुभदाचं हे

बोलणंही विद्याधरपंतांना आवडलं! चटकन नजर उचलून त्यांनी तिच्याकडे पाहिलं. त्या साध्या साडीतही ती छान दिसत होती. तिचा चेहरा आनंदानं फुलला होता. तिचा सावळा रंग त्या काळोखातही तेजस्वी दिसत होता. एक क्षणभर तिच्याकडे डोळे भरून पाहून पंत उठले. उठताउठता म्हणाले, ''मी येतो! तूही आता लवकर निज. उद्या लवकर उठावं लागेल. अकराचा मुहूर्त आहे. उद्यापासून आपण एकमेकांचे होणार आहोत; पण या मंगल नात्याची सुरुवात गाढ विश्वासानं झाली. मला खूप बरं वाटलं!'' असं बोलून झपाझप पावलं टाकत ते गेलेसुद्धा! शुभदा कितीतरी वेळ ते गेले तिकडे पाहत होती. बाबांच्या हाकेनं ती भानावर आली. खरंच! आता लवकर झोपायचं होतं. उद्या लवकर उठावं लागणार होतं. स्वप्नवत वाटत असलं, तरी शंभर टक्के सत्य होतं. उद्या तिचं 'लग्न' होतं... 'लग्न!'

तीन

गौरीहरासमोर बसून अखंड सौभाग्यासाठी त्या महादेवाची प्रार्थना करत असताना, शुभदाच्या डोळ्यांसमोर हा सगळा प्रसंग तरळून गेला. त्या एका दिवसात आपल्या सासरच्या घराचं, माणसांचं, त्यांच्या स्वभावाचं जे दर्शन आपल्याला झालं, त्यावरून 'आपला हा निर्णय चुकीचा ठरणार नाही' असा कौल तिच्या मनानं दिला. आपला पती विधुर असला तरी समंजस आहे, मृदू स्वभावाचा व प्रेमळ आहे, याची झलक तिला कालच्या एका दिवसातल्या काही प्रसंगांत अनुभवता आली होती आणि म्हणूनच आत्ता गौरीहरासमोर बसलेली शुभदा त्या महादेवाची मनापासून प्रार्थना करत होती. त्याला साकडं घालत होती की, हे सगळं निभावून न्यायची मला शक्ती दे. हातांत अक्षता घेऊन, डोळे मिटून, हात जोडून ती देवाची आराधना करत होती. तोच तिला सरस्वतीची हाक ऐकू आली. "वहिनी ए वहिनी, चल लवकर. तुला मांडवात बोलावलंय." सरस्वतीच्या या हाकेनं शुभदा भानावर आली. वर्तमानात आली. अंगावरची शाल सारखी करून ती उठली. उठताना पुन्हा एकदा देवाला वाकून नमस्कार करायला ती विसरली नाही. शुभदा मांडवात आली तेव्हा 'गंगा, सिंधू, सरस्वती...' चाललं होतं. बाबा तिथंच थांबले होते. ती बाहेर आलेली पाहताच बाबा पुढे झाले. तिच्या हाताला धरून त्यांनीच तिला बोहल्यापर्यंत आणलं. शुभदा पाटावर उभी राहिली. केतकरभटजी अंतरपाट धरून उभे होते. दुसऱ्या हातानं त्यांनी तिला नारळ दिला. तो ओंजळीत घेऊन, खाली मान घालून शुभदा उभी राहिली. अंतरपाटापलीकडे उभ्या असलेल्या विद्याधरपंतांची पावलंच फक्त तिला

दिसत होती. स्वच्छ, गोरी, ठसठशीत बोटं असलेली. शुभदाची नजर त्या पावलांवर खिळली. आता याच पावलांत तिचा स्वर्ग होता. 'कुर्यात सदा मंगलम' झालं. मधला अंतरपाट दूर झाला. क्षणभर विद्याधरपंतांच्या चेहऱ्याकडे नजर टाकून शुभदानं पुन्हा नजर वळवली; पण त्या एका क्षणाच्या नजरभेटीत त्यांची नजर खूप काही सांगून गेली. एक गाढ विश्वास, एक प्रेमळ दिलासा, एक आश्वासन, एक आधार, एक अभिमान आणि प्रेमसुद्धा! 'वाजवा रे वाजवा'चा गजर झाला आणि तिने विद्याधरपंतांच्या गळ्यात माळ घातली. शेजारी उभ्या असलेल्या नानी कौतुकानं हा सोहळा पाहत होत्या. त्यांच्या डोळ्यांत पाणी भरलं होतं. आपल्या या साध्या, सरळ, तत्त्वनिष्ठ; पण रोखठोक विचारांच्या मुलाच्या आयुष्यात हा आनंदाचा क्षण पुन्हा येईल आणि तोही आपण जिवंत असताना येईल, 'याचि देही याचि डोळा' तो आपल्याला पाहायला मिळेल, असं त्यांना वाटलंच नव्हतं. 'सरिता' – विद्याधरची पहिली पत्नी जाऊन दोन वर्षं होऊन गेली होती. सरिता गेली, तेव्हा अरविंद नऊ-दहा महिन्यांचा होता. आई म्हणजे काय हे समजायचंही त्याचं वय नव्हतं. अरविंद दहा महिन्यांचा तर भाग्यश्री अडीच वर्षांची. त्या दोन्ही अजाण लेकरांना पोरकं करून साधं काविळीचं निमित्त होऊन सरिता गेली. नाना स्वत: वैद्य आणि विद्याधर डॉक्टर असूनसुद्धा तिला काविळ झाली आहे, हे वेळेवर कळलं नाही. जेव्हा कळलं, तेव्हा फार उशीर झाला होता. तिचा आजार औषधोपचारांच्या पलीकडे गेला होता. तरीही शर्थीचे प्रयत्न केले. चिपळूणला नेलं. दवाखान्यात ॲडमिट केलं; पण उपयोग झाला नाही. त्या काविळीनं सरिताचा बळी घेतलाच. त्या आघातानं सगळं घर हादरून गेलं. विद्याधर तर कोसळलाच. थोडीशी हट्टी असली, तरी सरिता अतिशय गुणी होती. विद्याधरचं तिच्यावर खूप प्रेम होतं. तिच्या जाण्यानं दोन्ही लहान मुलं तर पोरकी झालीच; पण विद्याधरलाही पोरकेपण आल्यासारखं झालं. घरात इतर सगळी माणसं होती म्हणून त्या दोन लहान मुलांची आबाळ झाली नाही. जवळजवळ पाच-सहा महिने विद्याधर सैरभैर झाला होता. माणसांत असून नसल्यासारखा झाला होता. मनाच्या कोणत्याही दु:खावर काळ हे एकमेव औषध असतं हेच खरं! पाच-सहा महिने सरिताच्या जाण्याच्या दु:खात स्वत:ला बुडवून घेतलेल्या विद्याधरनं हळूहळू स्वत:ला सावरलं. सरिता आता आपल्यात नाही आणि पुन्हा परतून येणार नाही, हे सत्य त्यानं स्वीकारलं. अर्थात, हे स्वीकारणंही त्याच्या दृष्टीनं सोपं नव्हतं; पण त्याला कारणीभूत ठरला, तो गणा आणि त्याचा मुलगा. गणा गेली वीस वर्षं विद्याधरच्या घरात काम करत होता. विद्याधर १२-१५ वर्षांचा असतानाच गणा नानांकडे कामाला आला. नानांच्या एका पेशंटचा तो मुलगा. औषधाचा उपयोग न होऊन कुळवाड्याचा तो पेशंट दगावला आणि त्याची नखरेल बायको १०-१२ वर्षांच्या गणाला नानांवर सोडून दुसरा पाट लावायला निघून गेली. तेव्हापासून गणा

इथंच राहिला. त्याच्या कामाचा झपाटा, प्रामाणिकपणा, अदबीनं बोलणं आणि प्रेमळ स्वभाव यामुळे थोड्याच दिवसांत तो 'घरचा'च झाला. विद्याधर-सरिताच्या लग्नाच्या वेळी नानांनी एक कुळवाड्याची मुलगी बघून त्याचं लग्न लावून दिलं; तेव्हा तो असेल २५-२६ वर्षांचा. गणा आणि त्याची बायको शालन या दोघांच्या जिवावरच तर नानींनी विद्याधरचं लग्न दारात मांडव घालून थाटात केलं. दोघांनी मिळून कामाचा अर्धाअधिक भार उचलला हेता. यथावकाश गणा आणि शालनला मुलगा झाला. नानींच्या हातचे डिंकाचे लाडू खाऊनच तर शालनचं बाळंतपण पार पडलं. सरिता गेली तेव्हा गणाचा मुलगा चार वर्षांचा म्हणजे भाग्यश्रीपेक्षा थोडा मोठा होता. सरिताला जाऊन चार महिने झाले होते. विद्याधर अजून सावरला नव्हताच. तिच्या वियोगाच्या दु:खात त्यानं स्वत:ला बुडवून घेतलं होतं. तो तासन्तास स्वत:ला खोलीत कोंडून घेऊन बसून राहत होता. सगळ्यांनी खूप प्रयत्न करून पाहिले; पण विद्याधरचं दु:ख कमी होत नव्हतं. तो दवाखान्यातही जात नसे. तो अशा परिस्थितीत असतानाच एक दिवस गणाच्या मुलाला साप चावला. चार वर्षांचं ते पोर वेदनेनं तडफडायला लागलं. त्याला हातावर घेऊन गणाची बायको शालन धावतच नानांच्या घरी आली. गणा तिथंच नानांच्या घरी होता. ती पळत, ओरडत त्याला घेऊन आली, तोच त्या बाळानं डोळे फिरवले. गणा आणि शालननं एकच आकांत केला. त्यांचा आरडाओरडा ऐकून सरिताच्या दु:खात तिच्या आठवणी काढत खोलीत बसलेला विद्याधर बाहेर आला. त्यानं बाळाची अवस्था बघितली आणि त्याच्यातला डॉक्टर जागा झाला. त्याला चटकन हातावर उचलून तो घराच्या मागे असलेल्या त्याच्या डिस्पेंसरीत गेला. त्यानं भराभर त्या बाळावर उपचार केले. त्या बाळाला जिथे साप चावला होता, त्या जखमेला छेद देऊन त्यानं रक्तात मिसळलेलं विष, विषारी रक्त बाहेर काढलं. त्याला पटापट दोन इंजेक्शन्स दिली. सलाइन सुरू केलं. सहा-सात तासांच्या अथक परिश्रमांनंतर त्या बाळानं डोळे उघडले. सगळ्यांचा जीव भांड्यात पडला. गणानं आणि शालननं विद्याधरच्या पायांवर लोळण घेतली आणि आनंदाश्रूंनी त्याचे पाय भिजवले. त्या सहा-सात तासांत, त्या बाळाचे प्राण वाचवण्यासाठी झुंज घेताना आपल्याला सरिताची अजिबात आठवण झाली नाही आणि आपल्याला त्रासही झाला नाही, हे विद्याधरच्या लक्षात आलं. शालन बाळाला घेऊन घरी गेली. रात्रीचे आठ वाजत आले होते. सकाळी अकरा वाजल्यापासून विद्याधर त्या बाळाच्या उपचारांत गुंतला होता. शेवटी, अथक परिश्रमानं त्यानं मृत्यूला परतून लावलं होतं. विद्याधरनं अंघोळ केली. स्वयंपाकघरात आला आणि नानीला म्हणाला, "नानी, जाणाऱ्याबरोबर बाकीच्यांनी जायचं नसतं हे सत्य मला उमगलंय आणि जीवन-मृत्यूच्या लढ्यात प्रत्येक वेळी मृत्यूच जिंकतो असं नाही, हेही मला समजलंय. नानी, यापुढे मी स्वत:ला

सरिताच्या आठवणींत बुडवून घेणार नाही. तिची आठवण माझ्या हृदयाच्या कोपऱ्यात जपून ठेवेन. नानी, गेले पाच-सहा महिने मी भानावर नव्हतो, सैरभैर झालो होतो; पण गणाच्या बाळानं मला भानावर आणलं! नानी, माझ्या अशा वागण्यामुळे गेले पाच-सहा महिने तुम्हाला फार त्रास झाला. मला क्षमा कर! पण आता होणार नाही. उद्यापासून मी दवाखाना उघडणार, पेशंट तपासणार; नवनवीन औषधं बनवणार आणि जीवन-मृत्यूच्या लढाईत शक्यतो मी मृत्यूला जिंकू देणार नाही. सरिताच्या बाबतीत जे घडलं, ते आणखी कुणाच्या बाबतीत मी घडू देणार नाही. नानी, तुम्ही - माझ्या घरच्यांनी मी भानावर नसताना माझ्या दोन छोट्या, आईवेगळ्या बाळांना सांभाळलंत; मलाही सांभाळलंत. तुम्ही सगळेजण माझ्यासोबत असताना मीच करंटा स्वतःला दुःखात बुडवून बसलो होतो. सरिता मुलांना पोरकं करून गेली. मी माझी विवेकबुद्धी हरवून त्याच मार्गानं जाऊन मुलांना अनाथ करण्याचा विचार करत होतो. माझं चुकलंच नानी! पण आता यापुढे अशी चूक होणार नाही. त्या गणाच्या बाळानं माझे डोळे उघडले. नव्हे; मला नवीन जीवन दिलं आहे. आता ते दुःखात बुडवून मला वाया घालवायचं नाही. आता मला माझी बुद्धी, माझं ज्ञान, माझं कसब, माझे श्रम सार्थकी लावायचे आहेत आणि आता मी तेच करणार आहे. त्यासाठी मला जगलं पाहिजे. मला माझी प्रकृतीही सांभाळायची आहे. नानी, माझं चुकलं, फार फार चुकलं. सरिताच्या मृत्यूनंतर मी तुम्हाला, तुला आणि नानांना सांभाळायला हवं होतं. मी तुमचा आधार बनायला हवं होतं; पण मीच दुःखात इतका बुडालो की, मला या गोष्टींचं भानच राहिलं नाही. नानी, तू मला विचारी, विवेकी समजतेस! पण मी ते माझ्या वागण्यानं चुकीचं ठरवलं; पण आता तसं होणार नाही. आता तसं होणार नाही. मी शब्द देतो नानी तुला, आता मी इतका वाहवत जाणार नाही. मी माझा सद्‌विवेक सोडणार नाही. नानी, इतके दिवस तुम्ही माझा आधार होतात. आता मी तुमचा आधार बनून राहीन. नानी पण... पण मला आता खूप भूक लागली आहे गं! मला जेवायला वाढशील?'' विद्याधरच्या डोळ्यांतून पाण्याच्या धारा वाहत होत्या; पण त्या पुसण्याचा किंचितही प्रयत्न न करता तो बोलत होता. मोकळा होत होता. विद्याधरचं बोलणं ऐकून नानींनाही भरून आलं होतं. त्याचा शेवटचा प्रश्न ऐकून तर त्या रडायलाच लागल्या. त्यांनी उठून विद्याधरला जवळ घेतलं. लहान मुलासारखा तो त्यांच्या कुशीत शिरला. हुंदके देऊन रडायला लागला. नानींच्या डोळ्यांतून अश्रू वाहत होते. कितीतरी वेळ नानी त्याच्या पाठीवरून हात फिरवत राहिल्या. त्या हातांत वात्सल्य तर होतंच; पण होती प्रेरणा, होता विश्वास, होती क्षमा, होता दिलासा आणि आभाळाएवढी माया. नानी विद्याधरच्या पाठीवरून निःशब्दपणे हात फिरवत होत्या. त्या स्पर्शानं विद्याधरच्या मनातलं उरलंसुरलं दुःख, संकोच, अपराधाची भावना, पश्चात्ताप, मनातली वेदना

सारं-सारं पुसून टाकलं. नानींनी विद्याधरला जेवायला वाढलं. कितीतरी दिवसांनी, आज कितीतरी दिवसांनी विद्याधर मनापासून जेवत होता आणि नानी त्याला प्रेमाने आग्रह करून वाढत होत्या. स्वयंपाकघराच्या दाराबाहेर उभं राहून, वाकून हे दृश्य पाहणाऱ्या नाना, शकुआत्या, गणा, सरस्वती यांचेही डोळे पाणावले होते.

त्यानंतर विद्याधर सावरला तो सावरलाच. त्यानं दवाखान्यातही लक्ष घातलं. त्याच्या हाताला गुण होता आणि औषधालाही. दवाखान्यात पूर्वीसारखीच गर्दी व्हायला लागली. अरविंद आणि भाग्यश्री यांच्याशी तो हसू, खेळू लागला. चार-पाच महिने कुठंतरी हरवल्यासारखा झालेला विद्याधर पुन्हा सापडला होता आणि वर्ष-दीड वर्षाने तो दुसऱ्या लग्नाला तयारही झाला. खूप मुलीही बघितल्या; पण काहींना कोकण नको होतं, तर काहींना खेडेगाव, काही मुलींना एकत्र राहायचं नव्हतं; तर काहींना शहरी छानछोक पाहिजे होता. काहींना सापत्य बिजवर नको होता, तर काहींना बिजवरही नको होता; पण शुभाच्या बाबतीत काय घडलं कुणास ठाऊक? विद्याधर जयसिंगपूरला जाऊन तिला बघून आला आणि घरी येऊन त्यानं नानींना सांगितलं, "नानी, मला मुलगी पसंत आहे; हीच मुलगी माझी पत्नी आणि भाग्यश्री, अरविंदची आई होण्यासाठी योग्य आहे, असं मला वाटतं. त्यांच्याकडून जर होकार असेल तर मला याच मुलीशी लग्न करायचं आहे. कोणत्याही कारणानं तिला नकार द्यायचा नाही!" विद्याधरनं असं सांगितलं. विनायकबुवांच्या बरोबर शुभा गुहागरला घरी आल्यावर नानींनीही तिला बघितलं आणि त्यांनाही विद्याधरचं म्हणणं पटलं. तिच्या एका पायातला किंचितसा दोष सोडला, तर खरोखरच तिच्यात नाकारण्यासारखं काहीच नव्हतं. रंग सावळा होता; पण तेजस होता. डोळे काळेभोर आणि बोलके होते. विशेषत: तिच्या नजरेतून प्रसन्नतेचा आणि प्रेमळपणाचा जो भाव ओसंडत होता, तो नानींना फार आवडला आणि आज नानींच्या डोळ्यांसमोर विद्याधर आणि शुभाचं लग्न लागत होतं. त्या एका क्षणात मागच्या दोन वर्षांतल्या सगळ्या घटना नानींच्या नजरेसमोरून गेल्या. 'शुभमंगल सावधान...'चा गजर झाला. 'वाजवा रे वाजवा'चा पुकारा झाला. विद्याधरची 'पत्नी' म्हणून शुभानं विद्याधरच्या जीवनात आणि साठ्यांच्या घरात प्रवेश केला. जयसिंगपूरच्या दोन खोल्यांत राहिलेली, महिनाअखेरपर्यंत हातातोंडाची, कशीबशी मिळवणी करून तरीसुद्धा समाधानात आयुष्य कंठणारी, माणसांच्या प्रेमाला, सहवासाला भुकेलेली शुभा गुहागरच्या, माणसांनी भरलेल्या, या साठ्यांच्या मोठ्या, ऐसपैस घरात, खाण्याची-पिण्याची प्रचंड समृद्धी असलेल्या घरात 'सून' म्हणून आली; एक नवं आयुष्य जगण्यासाठी, एक आयुष्य नव्यानं उभं करण्यासाठी, एका घराला नव्यानं आधार देण्यासाठी आणि दोन अश्राप लेकरांचं आयुष्य नव्यानं घडविण्यासाठी. लग्न लागलं. लेकीचं समृद्ध सासर, माणसांनी भरलेलं घर बघून समाधानानं आणि

आनंदानं दुसऱ्या दिवशी विनायकबुवा जयसिंगपूरला परतले आणि शुभाच्या नव्या आयुष्याला सुरुवात झाली. चार-आठ दिवसांतच तिनं घरातल्या सगळ्या पद्धती, सगळ्या माणसांच्या आवडीनिवडी समजून घेतल्या. त्या घरात भरपूर समृद्धी असली, तरी काहीशी बेशिस्त होती. नानी आणि शकुआत्या स्वयंपाकाचं बघत असत; पण या दोघींचीही वयं झाली होती. त्या दोघींनाही हे काम आवरत नसे. अधूनमधून प्रभावती मदत करायची; पण मदतीपेक्षा वाद घालण्यातच तिचा जास्त वेळ जात होता. सरस्वतीला मात्र स्वयंपाकाची आवड होती; पण शुभा नव्हती तेव्हा तिला भाग्यश्री आणि अरविंद यांचं करावं लागायचं; त्यामुळे नानी आणि शकुआत्यांना सगळं जमायचं नाही. काही कार्यक्रम, जास्तीचं काम असलं की, गणाची बायको मदतीला यायची; पण ती तेवढ्यापुरतीच! रोज तिलाही जमायचं नाही. मग रोजच्या स्वयंपाकात कधी नुसतीच थालीपिठं आणि दही तर कधी नुसताच भात आणि कुळथाचं पिठलं, कधी नुसताच नारळीभात तरी कधी नुसतीच वरणफळं, असं चालायचं. जेवणसुद्धा ज्याला जशी भूक लागेल, तसं तो वाढून घेऊन जेवायचा; त्यामुळे नानींचं काम आणखी वाढायचं. दुपार टळून गेली, तरी कोणी ना कोणी जेवत असायचं. शुभानं ही सगळी परिस्थिती बघितली, जाणून घेतली आणि एक दिवस नानींना विचारलं, ''नानी, एक गोष्ट तुम्हाला विचारीन म्हणते! मला माहिती आहे की, तुम्हाला जसं जमलं तसं तुम्ही घर सांभाळलं; पण मला असं वाटतं की, आपल्या घराला आणि घरातल्या माणसांना थोडी शिस्त लावण्याची गरज आहे. दुसरं असं की, त्यासाठी मला एका मदतनीस बाईची आवश्यकता आहे. तुमची परवानगी असेल तर आपण पोळ्या, भाकरी करायला एखादी बाई ठेवू या. अर्थात, ती मिळेपर्यंत मी सगळं करीनच. मला कामाची सवय आहे आणि हौसही आहे; पण घरातल्या माणसांना वेळेवर खाणं-पिणं करण्याची सवय लावण्यासाठी मला तुमच्या पाठिंब्याची गरज आहे. त्यासाठी एखादे वेळी मला कठोर व्हावं, बोलावं लागेल. तुमची परवानगी आहे ना?'' शुभाचं ते लाघवी बोलणं, नम्रतेनं विचारणं, विनयशीलतेनं त्यांचा सल्ला मागणं, घर सावरण्यासाठी, घरातल्या माणसांना शिस्त लावण्याची तिची तळमळ हे सगळं नानींना आवडून गेलं. त्यांनी मोठ्या आनंदानं तिला होकार दिला आणि वेळप्रसंगी तिच्या पाठीमागे राहण्याचं आश्वासनही दिलं. मग मात्र दुसऱ्या दिवसापासून शुभानं काही ठोस करायचं ठरवलं. त्या ऐसपैस, मोठ्या घराला शोभेल असं चांगलं ऐसपैस दहा माणसांचं डायनिंग टेबल होतं. दुसऱ्या दिवशी सकाळी साडेसहा वाजता शुभानं चहा बनवला आणि सरस्वतीला हाक मारून सांगितलं, ''वन्स, सगळ्यांना जाऊन सांगा, चहा झालेला आहे आणि सगळ्यांनी तो इथं येऊन घ्यायचा आहे.'' सरस्वतीला थोडं नवल वाटलं, इतके दिवस नानी चहा करून ठेवायची. जो तो आपापल्या सवडीनं आपापल्या कपात

ओतून घेऊन, ज्याला जिथे पाहिजे तिथे बसून प्यायचा; आज वहिनी हे काय वेगळंच सांगते; पण तिनं पाहिलं – नाना, नानी आणि शकुआत्या टेबलाजवळ येऊन बसले होते. नानींनी शुभाचं संध्याकाळचं बोलणं रात्रीच नानांच्या कानांवर घातलं होतं. घराला शिस्त नाही हे नानांना दिसत होतं, खटकतही होतं; त्यामुळे शुभानं केलेली विनंती त्यांना अतिशय आवडली आणि त्यांनीही सकाळीच ते शुभाला सांगितलं. साहजिकच शुभाला आनंद झाला. शकुआत्यांना तर पाहताक्षणी शुभा आवडली होती. तिच्या पाठीमागे आपण ठामपणे उभे आहोत, असं त्यांनी तिला सकाळी सकाळी सांगितलं होतं. त्या तिघांच्या बळावरच शुभानं पहिलं पाऊल टाकलं होतं. सरस्वती सगळ्यांना जाऊन सांगून आली, तेव्हा प्रत्येकाची प्रतिक्रिया वेगवेगळी होती. विद्याधर लगेच आला; पण गजानन 'भांग पाडून येतो' म्हणाला. विवेक येताना भाग्यश्री आणि अरविंद यांना घेऊन आला. प्रभावतीनं मात्र "मी येणार नाही. मला चहा इथेच आणून दे म्हणावं आणि नसेल द्यायचा तर मला जेव्हा पाहिजे तेव्हा माझा मी घेईन." असा उलटा निरोप सरस्वतीकडून पाठविला. शुभा काहीच बोलली नाही; पण तिच्या लक्षात आलं – हे प्रभावती प्रकरण आपल्याला थोडं जड जाणार आहे; पण सरस्वतीनं प्रभाचा तो निरोप सांगितला आणि नानांना राग आला. ते तिथं बसूनच ओरडले, "प्रभे, तुला खोलीत कुणीच चहा आणून देणार नाही. आता सगळ्यांचा चहा केला आहे. तुला तो घ्यायचा असेल तर आताच आणि इथं येऊन घ्यावा लागेल. नंतर पुन्हा तुला चहा मिळणार नाही आणि तुझा तुलाही करून घेता येणार नाही कारण यानंतर थेट दुपारीच चहा केला जाईल." नानाचं ते बोलणं ऐकून प्रभावती रागा-रागानं पाय आपटत स्वयंपाकघरात आली. खाडकन खुर्ची ओढून, धाडकन त्याच्यावर बसली. काही न बोलता रागा-रागानं चहाचा कप उचलून तोंडाला लावला. तो गटागट प्यावा या हेतूने ती पिऊ लागली. चहा चांगलाच गरम होता; तिचं तोंड पोळलं. शकुआत्या म्हणाल्या, "प्रभे, मुलीच्या जातीला एवढा राग बरा नव्हे. रागानं तोंडही पोळतं आणि आयुष्यही! 'अति राग जळून खाक' ही म्हण तुला माहीत आहे ना?" शकुआत्याच्या या बोलण्यावर प्रभा काहीच बोलली नाही. तिनं रागा-रागानं कप उचलला आणि तो घेऊन ती आपल्या खोलीकडे निघाली. तोच शुभानं तिला थांबवलं, "थांबा प्रभावन्स! चहा इथं पिऊन जावा. खोलीत नेऊन ठेवाल तर तो गार होईल; पुन्हा गरम करावा लागेल आणि खोलीत नेऊन चहा प्यायल्यावर कप-बशी तिथेच राहील. त्यावर माशा बसतील. त्यापेक्षा तुम्ही तो चहा इथंच पिऊन जा!" शुभाच्या बोलण्यात जसं आर्जव होतं तसा आदेशही! प्रभा उलटून काही बोलणार, तोच "ती सांगतेय ते बरोबर आहे. इथं बसूनच चहा पी!" असं नानांनी तिला ठणकावलं. मग मात्र प्रभाचा नाइलाज झाला. काही न बोलता रागा-रागानं तिनं तिथं बसूनच चहा संपविला; पण बाकी सगळेजण छान गप्पा मारत

चहा पित होते. चहा झाला आणि शुभानं शिकविल्याप्रमाणे, नानींनी पुढचं फर्मान काढलं. "आता सगळ्यांनी पटापटा अंघोळी करून घ्या. शुभा नाष्ट्यासाठी इडली बनविते आहे. इडली-सांबार होईपर्यंत सगळ्यांच्या अंघोळी झाल्या पाहिजेत. कळलं का सरू, गजा, विवेक आणि प्रभे तुझीसुद्धा! आता एकापाठोपाठ एक अंघोळी करून घ्या!" सगळेजण हसत-हसत उठले. प्रभाच्या कपाळावर मात्र सतराशेसाठ आठ्या होत्या. नानींच्या आवाजाला अशी धार? तिनं यापूर्वी कधी ऐकली नव्हती; पण ऐकून गप्प बसेल ती प्रभा कसली? "काय नानी? आज हुकूम सोडते आहेस अगदी! शिकवणी लावलीस वाटतं कुणाची तरी? चांगलाच गुरू भेटलेला दिसतोय!" टोमणा मारण्याच्या उद्देशाने, शुभाकडे एक तिरपा कटाक्ष टाकत भोचकपणे ती म्हणाली. "त्याचं काय आहे ना प्रभे, मला गुरू भेटलाय. तो चांगलाही आहे; पण तो थोडा आधी भेटला असता तर तुझा हा उद्दामपणा जरा कमी झाला असता; पण असू दे; काय म्हणतात ना, देर सही; दुरुस्त सही!" व्हर्नाक्युलर फायनल म्हणजे इयत्ता सातवीपर्यंत त्या काळात शिकलेल्या नानी तशा खूपच हुशार होत्या. घरातल्या सगळ्यांचं करता-करता मेटाकुटीला आल्या होत्या. आता शुभाची मदत मिळाल्यामुळे त्यांची मुळची हुशारी उफाळून आली. नानीचं उत्तर ऐकून प्रभाला आणखी राग आला. रागा-रागानं पाय आपटत, ती स्वयंपाकघराबाहेर पडली. तोच नानींनी पुन्हा सांगितलं, "अंघोळीचं तेवढं लक्षात ठेव हं प्रभे! नाही तर नाष्टा मिळणार नाही!" प्रभाचा नुसता संताप-संताप झाला. वेळेवर लग्न न ठरल्यामुळे स्वभावात कडवटपणा आलेली, त्यामुळेच सगळ्यांशी मुद्दाम उद्दामपणे वागणारी, स्वतःच्या मनाला वाटेल ते आणि तसंच करणारी प्रभा संतापानं नुसती जळायला लागली. आतापर्यंत आपल्याला असं बोलण्याची नानींची हिंमत नव्हती. कारण ती एक शब्द बोलली, तर आपण दहा शब्द ऐकवत असू; त्यामुळे आपल्या नादाला कुणीच लागत नव्हतं; पण ही शुभा? आता आता आली, तोच तिनं कारस्थानं करायला सुरुवात केली? नानींच्या अशा बोलण्यामागे तिचं कारस्थान असणार हे नक्की! एकदा तिची ही खोड मोडायला पाहिजे. तिलाही दाखवून द्यायला पाहिजे की, प्रभा कशी आहे. मग नाही लागायची आपल्या नादाला! प्रभा स्वतःच्या मनाशीच विचार करत होती. यात तसा बराच वेळ गेला असावा, कारण विद्याधरची हाक ऐकायला आली. "प्रभा, अंघोळ झाली का? आम्ही सगळे थांबलो आहोत तुझ्यासाठी!" प्रभा भानावर आली. पटकन कपडे घेऊन अंघोळीला गेली. पाच मिनिटांत अंघोळ आटोपून ती स्वयंपाकघरात आली, तेव्हा स्वयंपाकघरात सांबाराचा खमंग वास दरवळत होता. सगळेजण येऊन टेबलाभोवती बसले होते. प्रभा आलेली पाहताच, "आवोऽऽऽ! मेरी प्यारी बहेना, हम सब तुम्हाराही इंतजार कर रहे थे!" गजानन फिल्मी स्टाइलमध्ये म्हणाला. सगळे हसले, तोच शुभानं

गरमगरम इडली आणि सांबार टेबलावर आणून ठेवलं. ओल्या नारळाची खमंग चटणीही सोबत होतीच. सरस्वतीनं पुढे होऊन सगळ्यांच्या डिशमध्ये वाढलं. आज कितीतरी दिवसांनी रोजच्या मऊ, गुरगुट्या भाताऐवजी असा खमंग नाष्टा मिळत होता. सगळ्यांनीच तो आवडीनं खाल्ला. अगदी प्रभानंसुद्धा! आता आपण काही बोललो, तर नाना रागावतील आणि इतक्या छान पदार्थाला आपल्याला मुकावं लागेल एवढं समजण्याइतकी प्रभा निश्चित शहाणी होती. शुभालाही आनंद झाला. आपण केलेला पदार्थ सगळ्यांना आवडला त्यापेक्षाही सकाळचा चहा आणि नाष्टा केवळ आपल्या आग्रहावरून सगळ्यांनी एकत्र घेतला, याचा तिला जास्त आनंद झाला. भाग्यश्री आणि अरविंद – त्यांनासुद्धा इडली खूपच आवडली. ते दोघं पहिल्यांदाच खात होते. बाकीच्यांनी कधीतरी चिपळूणला गेले असताना क्वचित खाल्ली होती. नाना-नानींनीसुद्धा एकदा परशुरामला गेले असताना चिपळूणमध्ये इडली खाल्ली होती; पण हॉटेलमध्ये मिळणारा हा पदार्थ घरी करता येतो आणि हॉटेलपेक्षाही अधिक चांगला, हे सगळ्यांनाच कौतुकाचं वाटलं. सरस्वतीनं ते बोलूनसुद्धा दाखवलं. म्हणाली, "वहिनी, तू असे छान छान पदार्थ करून आम्हाला खाऊ घालणार असशील तर आम्ही तू म्हणशील ते ऐकू!" ती हे गमतीनं म्हणाली खरं; पण सगळ्यांनीच हसून मान डोलवली; अर्थात, प्रभा सोडून! शुभाला समाधान वाटलं. शिस्त लावण्याच्या योजनेतला पहिला सकाळचा टप्पा तरी चांगल्या पद्धतीने पार पडला होता. घडलेल्या या दोन प्रसंगांमुळे शुभाला आत्मविश्वास आला आणि या प्रसंगामुळेच विद्याधरसह सगळ्यांना तिच्याबद्दल विश्वास निर्माण झाला. नानी तर सगळं घर आणि घराचा सगळा कारभार शुभाच्या हाती सोपविण्याची भाषा करू लागल्या. आपली निवड चुकली नाही, याबद्दल विद्याधरलाही समाधान वाटलं. अवघ्या तीन-चार महिन्यांतच शुभा तिथं अशी काही रुळली की, कोणाला सांगूनही खरं वाटलं नसतं की, ती आता आता तीन-चार महिन्यांपूर्वी लग्न करून या घरात आली! शुभाला स्वत:लासुद्धा या गोष्टीचं नवल वाटायचं. चार महिन्यांपूर्वी आपण हे घर आपलं म्हटलं आणि आपण इथल्याच झालो. इतक्या की, आपण जयसिंगपूरला राहत होतो, तिथं आपली माणसं होती, आपलं एक छोटसं जग होतं, हे सगळं आपण विसरूनच गेलो. इथं आलो आणि इथल्याच झालो. चार महिन्यांपूर्वी खरं तर हे गाव, हे घर, ही माणसं एवढंच नव्हे तर स्वत: विद्याधरपंतही आपल्याला माहितीसुद्धा नव्हते. आपलं कधी काळी लग्न ठरेल या आशेवर आईनं प्राण सोडला; पण आपणसुद्धा ती आशा सोडून दिली होती. केतकरभटजी गावाहून येतात काय, विद्याधरचं स्थळ आणतात काय, विद्याधर आपल्याला पाहायला येतात काय, रोखठोकपणे बोलून आपण पसंत असल्याचं सांगतात काय आणि तुम्हाला, मी आणि माझ्या गावाकडचं सगळं पसंत असेल तर लग्न ठरवायच्या दृष्टीनेच या

असं सांगून जातात काय! आणि गेल्या सात - आठ वर्षांमध्ये स्थळाकडून आपल्याला आलेला हा पहिलाच होकार आपल्या पदरात उत्तम नशिबाचं दान टाकतो काय! अगदी स्वप्नवत वाटावं, विश्वास बसू नये, असंच सगळं घडलं होतं. एकेक वेळा शुभाला आजही आपण स्वप्न पाहतो आहोत, आपण स्वप्नातच आहोत असं वाटायचं. विशेषत: दिवसभराची कामं आटोपली, तिच्याभोवती असणारी घरातल्या माणसांची वर्दळ कमी झाली आणि रात्री ती खोलीत निजायला गेली की, तिला असे भास होत असत. आपण स्वप्नात आहोत असं वाटत असे आणि ती झोपेतून दचकून जागी होई, तेव्हा आपल्या अंगावर असलेला विद्याधरचा हात तिला जाणवे. मग मात्र ते स्वप्न किंवा भास-आभास नसून सत्य आहे, खरं आहे; प्रत्यक्ष घडलेलं आहे याबद्दल तिची खात्री होत असे; मग पुन्हा ती विद्याधरच्या हातावर आपला हात ठेवून झोपी जात असे.

हळूहळू शुभानं सगळं घर सावरलं, सगळं घर सांभाळलं; सगळ्या घराला वळण लावलं. बाकी सगळ्यांच्या मनात तिनं आपल्या मायेनं आदराचं आणि प्रेमाचं स्थान मिळवलं होतं; पण प्रभावती मात्र अजूनही तिचा दुस्वास करत होती. अलीकडे तर तिचा राग आणखी वाढला होता. ती सतत शुभाला पाण्यात बघायची. तिचा अपमान करायची एकही संधी ती सोडत नसे. तिला टोचून बोलणं, टोमणे मारणं, ती कुठं चुकतेय यावर बारीक लक्ष ठेवणं; शुभानं काही सांगितलं तर त्याचा वेगळा अर्थ काढून विपर्यास करणं आणि यामध्ये तिला कुणी साथ दिली नाही तर आदळआपट करणं, संताप-संताप करणं, शुभाच्या बाबतीतली तिची स्वत:ची एखादी चूक दाखवून दिली तर फडाफडा स्वत:च्या गालफडात मारून घेऊन तमाशा करणं, शुभानं केलेल्या कामात, तिनं केलेल्या पदार्थांत मुद्दाम खोट काढणं, नावं ठेवणं असे अनेक प्रकार प्रभा सतत करत असे. अर्थात, घरातल्या कुणाचाही पाठिंबा तिला फार कमी मिळायचा; त्यामुळे साहजिकच, प्रभाचा राग आणखी वाढत असे. शुभाने तिची समजूत काढण्याचे, तिला समजावून सांगण्याचे; तिला समजून घेण्याचे प्रयत्न अनेक वेळा, अनेक प्रकारे करून पाहिले आणि मग तिच्या असं लक्षात आलं की, तिच्या या सगळ्या संतापावर, कडवटपणावर, सगळ्यांचा तिरस्कार करण्यावर, सगळ्यांचा राग-राग करण्यावर एकच इलाज आहे आणि तो म्हणजे तिचं लग्न होणं; पण ती फारशी सोपी गोष्ट नव्हती. शुभा जेव्हा या बाबतीत केतकरगुरुजींशी बोलली, तेव्हा त्यांनी जे सांगितलं, ते ऐकून तिलाही नवल वाटलं. लख्ख गोरी असलेली, कोकणस्थी घारे डोळे असलेली, लांब केस असलेली प्रभा दिसायला खरोखरच सुंदर होती. आपण दिसायला खूप सुंदर आहोत याची तिला जाणीव होती आणि गर्वही होता; त्यामुळे सगळ्याच स्थळांकडून तिला होकार यायचा; पण ती मात्र प्रत्येक मुलगा नाकारायची. असं होता-होता हळूहळू चांगली

स्थळं, चांगली मुले यायचेच बंद झाले. शहरी मानाचा विचार केला तर तिचं सत्तावीस हे वय खरं तर फार जास्त नव्हतं; पण कोकणातल्या सामाजिकतेचा विचार करता ते जरा जास्त होतं आणि प्रभाची गणना आता घोडनवरीमध्ये होऊ लागली होती. अलीकडे तर चांगली स्थळं, चांगले मुलगे येतच नव्हते. स्थळंही कसलीतरी आणि मुलगेही कसलेतरी असायचे; त्यामुळे त्यांना नकार द्यायला प्रभाला कारणसुद्धा लागायचं नाही. केतकरगुरुजींशी बोलल्यानंतर सगळी परिस्थिती शुभाच्या लक्षात आली. त्यांच्या बोलण्यावरून आता कोकणात तरी प्रभाचं लग्न जमणं अशक्य दिसत होतं. काहीतरी करायला हवं होतं. काय करावं? कसं करावं? तिचं लग्न कुठे जमवून द्यावं? हाच विचार सतत शुभा करत राहायची. सध्यातरी कोणताच मार्ग डोळ्यांसमोर नव्हता; पण कधी ना कधीतरी हे घडणार आहे, याची शुभाला खात्री होती. नव्हे; पूर्ण विश्वास होता आणि जे काही घडणार आहे ते चांगलंच घडणार आहे, याचाही तिला विश्वास होता. कारण त्या बाबतीतलं तिचं स्वत:च उदाहरण तिच्या डोळ्यांसमोर होतं. रूपानं प्रभापेक्षा ती कितीतरी डावी होती, रंगानंही सावळी होती. एका पायानं किंचित अधू होती. घरची परिस्थिती गरिबीची होती. शिक्षणही जास्त नव्हतं. हिरिरीने पुढे होऊन बघणारंही घरचं कुणी नव्हतं. आपलं लग्न कधीतरी ठरेल याची आशाही तिनं सोडून दिली होती आणि प्रभाच्या आताच्या वयापेक्षा तिचं वयही जास्त होतं; पण तरीही, एवढी सगळी विसंगती असूनही तिचं लग्न ठरलं होतं. अगदी उत्तम ठिकाणी ठरलं होतं. कुणालाही हेवा वाटावा असं सासर तिला मिळालं होतं. फक्त तिला थोडीशी तडजोड करावी लागणार होती आणि प्रभाच्या बाबतीत इथंच तर घोडं पेंड खात होतं. कुठल्याही प्रकारची लहान-मोठी तडजोड करायला प्रभा तयार नव्हती; अजिबात तयार नव्हती आणि तडजोडीला ती अजिबात तयार नव्हती म्हणून सगळं अशुद्ध आणि अवघड बनलं होतं. लग्नाबाबतचे प्रभाचे विचार बदलणं गरजेचं होतं. त्यासाठी तिच्याशी बोलणंही गरजेचं होतं. त्याहीपेक्षा महत्त्वाचं म्हणजे, तिनं कुणाचं तरी ऐकणं गरजेचं होतं. घरातल्या सगळ्या माणसांनी तिच्यापुढे अगदी हात टेकले होते. तिला सांगून-सांगून त्यांच्या दातांच्या कण्या झाल्या होत्या; पण प्रभाच्या विचारांत काही बदल झाला नाही. शुभानंही दोन-तीनदा आडून-आडून सुचवण्याचा प्रयत्न केला होता; पण त्यामुळे प्रभा आणखी संतापली. आता यावर एकच इलाज होता. प्रभाच्या मनात शुभाबद्दल प्रेम निर्माण व्हायला हवं होतं. आदर निर्माण व्हायला हवा होता. विश्वास निर्माण व्हायला हवा होता, तरच ते शक्य होतं. ते घडून यावं अशी शुभा परमेश्वराला प्रार्थना करत होती आणि त्यानं ती ऐकली असावी.

चार

काही दिवस असेच गेले. भाग्यश्री आणि अरविंद यांना आता शुभाचा भारीच लळा लागला. तिच्याशिवाय त्या दोघांचं पान हलेना झालं. त्या दोघांचंच काय; पण एक प्रभा सोडली तर घरातल्या सगळ्यांचंच तिच्याविना पान हलेनासं झालं. अगदी घरगडी असलेल्या गणाचंसुद्धा! नाना-नानी तर सतत 'सुनबाई सुनबाई' करत असत. शकुआत्या प्रेमानं 'पोरी' म्हणून हाक मारत असे. गजानन, विवेक, सरस्वती 'वहिनी वहिनी' करत तिच्या मागे-मागे असत आणि या सगळ्यांच्या हाकांनी सुखावलेली, या सगळ्यांच्या कौतुकाच्या बोलांत न्हात असलेली शुभा आपल्या भाग्याचा हेवा करत असे. एकटी प्रभा मात्र या सगळ्यांपासून वेगळी, निराळी, अलिप्त राहत असे. शुभाच तिला हाक मारून काहीबाही विचारत असे. आंबापोळी, फणसपोळी, आमसूल हे ज्या त्या मोसमात करताना नानी, शकुआत्याचं मार्गदर्शन असायचंच; पण शुभा मुद्दाम प्रभाला विचारून करत असे; त्यामुळे प्रभाचाही अहंकार सुखावत असे. अर्थात, त्यामुळे का होईना; पण आताशा ती शुभाशी चार शब्द नीट बोलत असे. शुभाचं हे वागणं चाणाक्ष नानींच्याही लक्षात येई. एखादी गोष्ट म्हणजे, उदा. फणसपोळी नानींनी, शकुआत्यांनी आणि प्रभानं केली तर शुभा प्रभानं केलेल्या फणसपोळीचं कौतुक करायची आणि ते कौतुकही खोटं नव्हतंच. प्रभाचं सगळंच काम नीटनेटकं असायचं. अर्थात, तिचा मूड ठीक असेल तर! पण ती जे काही करायची ते बघत राहावं, असं करायची. एकदम स्वच्छ, छान, नीटनेटकं! मग शुभा जरा जास्तच कौतुक करायची. शुभाचं हे वागणं नानींच्या

लक्षात आलं आणि त्यांना शुभाचं कौतुकच वाटलं; पण गजानन मात्र एक दिवस म्हणालाच, ''वहिनी, तुला असं वाटत नाही का की, तू प्रभाचं जरा जास्तच कौतुक करते आहेस? आधीच ती सगळ्यांच्या डोक्यावर मिरे वाटते आहे; तुझ्या कौतुकानं आणखी शेफारली तर सगळ्यांच्या डोक्यावर मिरच्या वाटेल. तेव्हा समझनेवालेको इशारा काफी होता है। ''गजाननं फिल्मी डायलॉग मारलाच. प्रभा तिथंच उभी होती. ती काहीतरी चिडून बोलणार आणि वातावरण तापणार हे लक्षात येऊन पटकन शुभा म्हणाली, ''गजाननभाऊजी, तुम्हारे पेटमें काय कू दुखता है?'' तिनंही फिल्मी ढंगात हे विचारलं म्हटल्यावर, गजाननं कपाळावर हात मारला तर प्रभानं त्याला 'कशी जिरली' असं वेडावून दाखवलं. हळूहळू प्रभा शुभाशी थोडंफार बोलू लागली. अर्थात, अजूनही शुभाशी वागण्यातला, बोलण्यातला तिचा तोरा कायम होता; पण एक प्रसंग असा घडला की, प्रभालाही शुभाचं प्रेम, माया अन् जिव्हाळा समजला.

लग्न करून, या घरात येऊन आता शुभाला दोन-तीन वर्षं झाली होती. एक प्रभा सोडली तर अवघ्या घराला तिनं शिस्त लावली होती. एवढंच नव्हे, तर विद्याधरच्या मागे लागून तिनं परड्यात रस्त्याजवळ दोन चांगल्या खोल्या आणि संडास-बाथरूम बांधून घेतलं आणि गुहागरला व्याडेश्वराच्या दर्शनाला येणाऱ्या यात्रेकरूंची राहण्या-जेवण्याची, प्रसादाची व्यवस्था ती करू लागली. त्या दोन मोठ्या खोल्यांतील एकेका खोलीत चार-चार ते आठ प्रवासी राहू शकत. शुभा गणाच्या मदतीने त्यांची सगळी चोख व्यवस्था ठेवत असे. ती जयसिंगपूर, सांगलीसारख्या गुहागरच्या मानानं शहरी असलेल्या वातावरणात वाढली होती; त्यामुळे शहरी लोकांना काय लागते, कशी व्यवस्था लागते, जेवण कसे आवडते, कोणत्या गोष्टीचं त्यांना अप्रूप वाटतं याची शुभाला व्यवस्थित कल्पना होती; त्यामुळे परगावहून येणाऱ्या प्रवाशांची पहिली पसंती साठे यांच्याकडच्या रूमसाठी असायची. त्यातूनही शुभाला चांगले पैसे मिळत. गणासोबत गणाच्या बायकोलाही ती मदतीला बोलावत असे. तिच्या कामाचेही तिला चोख पैसे देत असे. त्यातच शुभाचं वागणं प्रेमळ, बोलणं गोड, काम सांगण्याची, काम करून घेण्याची पद्धतही इतरांपेक्षा वेगळी आणि इतरांना सन्मान देण्याची; त्यामुळे गणाची बायको तर आनंदाने कामाला येईच; पण येताना तिच्यासोबत चार बायकाही आणत असे. त्यांच्या मदतीनं शुभानं फणसपोळी, फणसाचा चिवडा, आंब्या-फणसाचं साटे, पोह्यांचे-नाचणीचे पापड, सांडगे, मिरची, लोणचं अशा वस्तू बनवून घ्यायला सुरुवात केली आणि देवदर्शनासाठी आलेल्या यात्रेकरूंना योग्य दरात विकू लागली. तिचे पदार्थ, त्यांची स्वच्छता, त्यांची चव, दर्जा, वजन आणि किंमत यांचं प्रमाण यांमुळे तिच्या पदार्थांना मागणीही खूप होती. यातूनही चांगला पैसा मिळत होता. आता तर शुभाला त्यात फार लक्षही घालावं लागत नसे. नानी आणि शकुआत्या

आता तशा रिकाम्याच होत्या. गणाची बायको आणि तिच्यासोबत आलेल्या इतर बायका यांना हाताशी घेऊन शुभाचं हे काम त्या सांभाळत असत; त्यामुळे त्यांचंही मन रमत असे. दोघी थकलेल्या असल्या, तरी या कामात त्यांचा वेळही छान जात असे आणि जीवही रमत असे. शिवाय, आपला वेळ सत्कारणी लागतोय याचं एक वेगळंच समाधान त्यांना मिळे. यामुळे त्या दोघींची प्रकृती चांगली राहत असे. नानी आणि शकुआत्यानं हे काम अंगावर घेतल्यावर नानाही मागे राहिले नाहीत. त्यांनी हिशेब ठेवण्याचं काम आपल्या अंगावर घेतलं. शुभाच्या या सगळ्या व्यवसायात गजानन, विवेक आणि सरस्वती या तिघांचाही हातभार लागत होता आणि सरिताच्या जाण्यानं पूर्ण विस्कळीत झालेलं विद्याधरचं घर शुभाच्या कर्तृत्वानं पुन्हा व्यवस्थित सावरलं गेलं. त्या एका क्षणात आपण घेतलेला निर्णय इतका योग्य ठरेल याची विद्याधरलाही कल्पना नव्हती; पण त्या एका क्षणात आपण घेतलेला निर्णय इतका कमालीचा योग्य ठरला म्हणून विद्याधर स्वत:ला 'भाग्यवान' समजत होता; पण अजून प्रभा मात्र या सगळ्यांपासून अलिप्त, तटस्थ होती. तिचा मूड असेल तर ती काही कामकाज करायची, नानी व शकुआत्याला मदत करायची; पण मूड नसेल, तेव्हा मात्र ती आपल्या खोलीतून बाहेरही पडायची नाही. प्रभाला कशिदाकारीचा छंद तर होताच; पण त्यात ती कुशलही होती. काम करायचं नसेल, तेव्हा मात्र ती आपली कलाकुसर करत बसायची. त्या दिवशी तसंच झालं. त्या दिवशी प्रभा आपल्या खोलीच्या बाहेरच आली नाही. शुभानं शिस्त सुरू केल्याप्रमाणे, तिनं सकाळचा चहा-नाष्टा टेबलजवळ बसून घेतला आणि ती खोलीत जाऊन बसली. आज नाष्टा करतानाच तिचा मूड गेला होता. शुभानं आज घावनाचा बेत केला होता. प्रभाला घावन अजिबात आवडायचं नाही. नाइलाजानं तिनं ते खाल्लं; पण रागारागानं खाऊन, फणकाऱ्यानं आपल्या खोलीत निघून गेली.

शुभानं सगळं काम आवरलं. गणाच्या बायकोला – शालनला तिनं आजचं काम समजावून सांगितलं. स्वयंपाक-पाणी आवरलं आणि पानं मांडून तिनं सरस्वतीला हाक मारली. सरू धावतच आली. शुभानं तिला सगळ्यांना जेवण्यासाठी बोलवायला सांगितलं. सरस्वती प्रभा सोडून सगळ्यांना बोलावून आली. तिला माहीत होतं की, प्रभाताई सकाळपासून रागावलेली आहे. आपण तिला बोलवायला गेलो की, ती नक्की आपल्या अंगावर येणार हे ती जाणून होती; त्यामुळे ती प्रभाच्या खोलीत गेलीच नाही. सगळेजण जेवायला आले. प्रभा नव्हती. शुभानं सरूला विचारलं. तर तिनं "मी ताईला बोलवायला गेलेच नाही," असं सांगितलं. शुभा काही बोलली नाही. हातातलं वाढायला घेतलेलं भाताचं पातेलं ओट्यावर ठेवून, पदराला हात पुसत "आले हं!" असं सांगून ती प्रभाच्या खोलीकडे गेली. खोलीचं दार लोटलेलं होतं. तिनं दार किलकिलं करून आत पाहिलं, प्रभा पलंगावर पाय पोटाशी घेऊन

निजली होती. तिच्या निजण्यावरून तिला थंडी वाजत असावी, असं दिसत होतं. शुभा दार उघडून आत गेली. तिनं प्रभाच्या कपाळावर हात ठेवून तिला जागं करण्याचा प्रयत्न केला; पण तिच्या कपाळावर हात ठेवताच, शुभाच्या हाताला चटका बसला. प्रभाला फणफणून ताप भरला होता. तिला थंडीही खूप वाजत होती. शुभानं गडबडीनं तिला दोन-तीन पांघरुणं घातली. तिला नीट निजवलं आणि ती बाहेर आली. बाहेर जेवणं चालली होती. तिनं क्षणभर विचार केला, तिथंच थांबली. विद्याधर तिच्या समोरच्या खुर्चीवर बसला होता. शुभा प्रभाच्या खोलीतून बाहेर आली तेव्हा विद्याधरचं तिच्याकडेच लक्ष होतं. तिच्या चेहऱ्यावर त्याला चिंता दाटून आलेली दिसली. तो मोठ्याने काहीतरी विचारणार, तोच शुभानं नजरेनंच त्याला दटावलं. विद्याधरनं ओळखलं. तो गप्प बसला; पण त्यानं एक मात्र केलं. भराभर जेवण आवरलं आणि हात धुऊन तो प्रभाच्या खोलीकडे गेला. नानींच्या ते लक्षात आलं; पण नेहमीप्रमाणे प्रभा रुसली असेल, असं वाटून त्यांनी जेवणात आपलं लक्ष घातलं. शुभा विद्याधरला घेऊन आत आली. "प्रभावन्संना खूप ताप आहे. त्यांना थंडीही वाजतेय वाटतं! मी त्यांना बोलवायला आले तर त्या तापानं फणफणलेल्या होत्या!'' शुभानं विद्याधरला सांगितलं. विद्याधरच्या चेहऱ्यावर काळजी उमटली. संतापी असली तरी प्रभा प्रकृतीनं ठणठणीत होती. तिला कधी काही झाल्याचं विद्याधरला आठवत नव्हतं. तो पुढे झाला. त्यानं प्रभाचं मनगट उचलून नाडी तपासली. नाडी खूप जलद होती. तिचं मनगट हातात घेतलं, तरी चटका बसत होता. तिला खूपच ताप होता. विद्याधरनं तिचे डोळे तपासले. अंगात खूप ताप असल्यामुळे ती ग्लानीत होती. "शुभा, तू असं कर, तिच्या कपाळावर गार पाण्याच्या घड्या ठेव. तोवर मी क्लिनिकमध्ये जाऊन औषधं आणि इंजेक्शन घेऊन येतो. तसंच गार पाण्यानं तिचं अंग पुसून काढ. मी आलोच!'' शुभाला असं सांगून विद्याधर गडबडीनं बाहेर पडला. त्याला तसं गडबडीनं बाहेर जाताना बघून नानींना चिंता वाटली. त्या हात धुऊन प्रभाच्या खोलीत आल्या. तिथं आल्यावर त्यांना सगळा प्रकार कळला. त्यांना खूप काळजी वाटू लागली. शुभानं त्यांना धीर दिला. ती त्यांना हाताला धरून बाहेर घेऊन आली. तोवर सगळ्यांची जेवणं झाली होती. शुभानं बाहेर येऊन झाल्या प्रकाराची सगळ्यांना कल्पना दिली आणि सरस्वतीला मदतीला घेऊन ती प्रभाच्या सेवा-शुश्रूषेला लागली. विद्याधर औषधं घेऊन आला. त्यानं प्रभाला एक इंजेक्शन दिलं. प्रभा अजूनही ग्लानीतच होती. इंजेक्शन दिल्यावर काही वेळानं तिचा ताप उतरायला लागला. तिला घाम आला. ती बरीच सावध झाली. आपल्या सभोवती सगळेजण जमले आहेत, चिंताग्रस्त चेहऱ्यानं आपली काळजी करत आहेत, हे बघून तिला थोडं बरं वाटलं. शुभानं तिचा घाम पुसला. शकुआत्या कॉफी करून घेऊन आली. विवेक आणि सरस्वती दोघांनी प्रभाला

हाताला धरून, उठवून बसवलं. तिला आधार देण्यासाठी दोघं दोन्हीकडे बसली. शुभानं थोडी-थोडी कॉफी बशीत ओतून, फुंकून प्रभाला पाजली; पण तेवढी अर्धा कप कॉफीही प्रभाला पचली नाही. कॉफी पोटात जाऊन दोन मिनिटं होतात न होतात, तोच तिला भडभडून उलटी झाली. त्या उलटीमुळे तिच्या अंगावरची साडी, पांघरुणं सगळं बरबटलं. एवढंच नव्हे, तर तिच्यासमोर तिला कॉफी पाजण्यासाठी बसलेल्या शुभाच्या अंगावरच तिला उलटी झाली. नानी, शकुआत्या तशा लांब उभ्या होत्या. सरस्वती, विवेक तिच्यामागे दोन बाजूंना बसले होते; त्यामुळे त्या सगळ्यांच्या अंगावर उलटी पडण्याची शक्यताच नव्हती; पण शुभाचं अंग मात्र उलटीनं माखलं. प्रभाला रडू फुटलं. ती हुंदके देऊन रडायला लागली; पण शुभानं तिची समजूत घातली. तिला शांत केलं. तिला धीर दिला. उलटीनं बरबटलेलं तिचं सगळं अंग टॉवेलनं पुसून घेतलं. सरस्वतीला सांगून तिचे कपडे आणवले. सरस्वती कपडे घेऊन येईपर्यंत शुभानं आपल्या अंगावरची साडी सोडली. तिथं असलेला दुसरा टॉवेल आपल्या अंगाभोवती घेऊन तिनं प्रभाला आधार देऊन उभं केलं. गरम पाण्यानं तिचं अंग स्वच्छ पुसून घेतलं. तिचे कपडे बदलले आणि तिला पुन्हा पलंगावर निजवलं. सरस्वतीला तिथं बसायला सांगून, शुभा आपल्या खोलीत गेली आणि पाच मिनिटांत स्वच्छ होऊन, कपडे बदलून ती पुन्हा प्रभाच्या खोलीत आली. तिच्या जवळ बसून तिनं प्रभाला थोपटलं आणि म्हणाली, ''प्रभावन्स, काळजी करू नका. होऊ दे उलटी झाली तर; आता तुमच्या दादांनी औषध-इंजेक्शन दिलंय ना? तुम्ही लवकर बऱ्या व्हाल! आता शांत पडून राहा बघू!'' तिच्या केसांतून मायेनं हात फिरवत शुभा म्हणाली. प्रभाच्या डोळ्यांत अश्रू उभे राहिले. याच वहिनीला आपण किती दूषणं दिली होती. तिच्या चुका शोधून तिला खजील केलं होतं. तिला अपमानित करायची, टोमणे मारायची, तिला दोष देण्याची एकही संधी सोडली नव्हती. तिच्याशी एखादा शब्दसुद्धा नीट बोललो नाही. या तीन वर्षांत ती आपली 'वैरी' असल्यासारखं आपण वागलो; पण ती मात्र तीन वर्षांत एकदाही आपल्याशी वाईट वागली नाही. आपण तिला हाडहुड केलं; पण तिनं आपल्यावर मायाच केली. आपण तिला कधीच आपलं मानलं नाही; पण तिनं आपल्याला कधीच परकं मानलं नाही. नेहमी आपल्यावर मायाच केली आणि आजही आपल्या आजारपणात आपली शुश्रूषा करताना तिची तीच माया, तेच प्रेम आपल्याला दिसतंय, जाणवतंय. अनवधानाने का होईना; पण आपण तिच्या अंगावर उलटी केली; पण तिच्या कपाळावर किंचितशीही आठी उमटली नाही किंवा तिच्या डोळ्यांत क्षणभर राग किंवा चेहऱ्यावर थोडीही शिसारी दिसली नाही. उलट, आपली समजूत काढून, तिनं आपली स्वच्छता केली. कपडे बदलले. सगळ्या घराला तिनं आपलंसं केलं. आपण मात्र ती प्रेम करण्याचं नाटक करतेय म्हणत

राहिलो. सगळ्यांना तिनं माया लावली. आपण मात्र आपल्या हाताशी मायेचा झरा असून कोरड्याच राहिलो, तेही आपल्या आढ्यतेमुळे. आपल्या अहंकारामुळे, आपल्या आडमुठेपणामुळे. प्रभाच्या डोळ्यांतून अश्रू वाहत होते. शुभा पुढे झाली. तिनं प्रभाचे अश्रू पुसले. तिला मायेनं जवळ घेतलं. थोपटत राहिली. उलटी होऊन गेली म्हणून असेल, घाम येऊन ताप उतरला म्हणून असेल, मनातली अपराधीपणाची भावना अश्रुरूपानं वाहून गेली म्हणून असेल किंवा शुभाच्या स्पर्शातली 'माया' समजली म्हणून असेल; पण प्रभाला किंचित बरं वाटू लागलं. तिला झोपही लागली. शुभा तिच्याजवळ तशीच बसून राहिली. प्रभाचा ताप उतरला होता; पण नॉर्मल झाला नव्हता. मध्यरात्रीनंतर तो पुन्हा चढला. सकाळी थोडा कमी होता; पण दुपारी पुन्हा चढला. असंच होत राहिलं. सहा दिवस असेच गेल्यावर विद्याधरने चिपळूणला जाऊन प्रभाचं रक्त तपासून आणलं आणि त्याला आलेली शंका खरी ठरली; प्रभाचा ताप हा मुदतीचा ताप ठरला, टायफॉईड!

घरातले सगळेजण धास्तावले; पण शुभानं सगळ्यांना धीर दिला. प्रभाला विद्याधरनं आयुर्वेदाच्या औषधांसोबत अॅलोपॅथीचीही औषधे द्यायला सुरुवात केली. तरीही त्या तापानं चौदा दिवस घेतलेच. त्या चौदा दिवसांतल्या तापानं प्रभाची अवस्था मात्र अगदी गलितगात्र झाली. तापानं ती अगदी पेकाळून गेली. प्रभाला इतका अशक्तपणा आला होता की, तिला उठून बाथरूम-संडासलाही जाता येत नव्हतं; पण शुभानं तिच्या शुश्रूषेची जबाबदारी पूर्णपणे आपल्या अंगावर घेतली. शुभानं एक मात्र केलं. नानींची परवानगी घेऊन तिनं पोळ्यांना आणि वरकामाला बाई लावली. शिवाय, गणाच्या बायकोला - शालनलाही -रोज घरी यायला सांगितलं आणि गजानन, विवेक व सरस्वती यांच्यावरही काही जबाबदारी टाकली. यात्री-निवासाची सगळी व्यवस्था तिनं या तिघांवर सोपवली. कोकणच्या मेव्याचं कामकाज, विक्री आणि हिशेब नानी, शकुआत्या आणि नाना बघत होतेच; त्यामुळे भाग्यश्री आणि अरविंदचं करून शुभा प्रभाच्या सेवेला हजर व्हायची. प्रभाची सेवा तिनं एखाद्या नर्सला शोभेल, अशीच केली. प्रभाला अगदी बेडपॅन देण्यापासून ते तिचं अंग पुसून, कपडे बदलून, तिला पेज भरवण्यापर्यंतचं सगळं काम शुभाच करायची. चौदा दिवसांनी प्रभाचा ताप तर उतरला; पण आता तिला खूपच जपावं लागणार होतं. आधीच प्रभाचा स्वभाव संतापी आणि आता आजारपणामुळे तर ती अजूनच चिडचिडी बनली होती. त्यातच तिला 'हे खाऊ की ते खाऊ' असं वाटायचं; पण तिला खूपच पथ्य होतं. मग पेज किंवा उकड दिली की, ती ते फेकून द्यायची; पण एक मात्र खरं की, ती आता शुभाचं सगळं ऐकायची. तिनं सांगितलं की, निमूटपणे खायची. हळूहळू प्रभाची प्रकृती चांगली सुधारली. ती हिंडू-फिरू लागली. रोजचं जेवण घेऊ लागली आणि सगळ्यांत महत्त्वाचं म्हणजे; या आजारानं एक केलं –

शुभाबद्दल प्रभाच्या मनात असलेला राग, अढी, तिरस्कार सगळं दूर केलं. शुभाशी असलेलं तिचं वागणं एकदम बदललं. एवढंच नव्हे, आत्तापर्यंत आपण शुभाशी जे वागलो, जसं वागलो त्याचा तिला पश्चात्ताप तर झालाच; पण तिला त्याबद्दल अपराधी वाटू लागलं आणि एक दिवस घरातले सगळेजण नाष्ट्यासाठी जमले असताना तिनं आपलं मन मोकळं केलं आणि सर्वांसमक्ष शुभाची माफी मागितली. शुभानं काही न बोलता प्रभाला जवळ घेतलं. साठ्यांचं आनंदी असणारं घर आता अधिकच आनंदी झालं. या आनंदावर कळस चढवणारा आणखी एक प्रसंग घडला.

मे महिना होता. साठ्यांच्या यात्री-निवासात खूप वर्दळ होती. गजानन, विवेक, शुभा आणि आता तिच्यासोबत प्रभासुद्धा यात्रेकरूंच्या उस्तवारीस लागले होते आणि एके दिवशी सकाळी पुष्पाचा, शुभाच्या बहिणीचा फोन आला. आज लग्नानंतर तीन-चार वर्षांनी शुभाच्या बहिणीचा फोन आला होता. लग्न करून देऊन जयसिंगपूरला माघारी परतलेल्या शुभाच्या वडिलांनी - विनायकबुवांनी - सांगलीला खरे मंगल कार्यालयात पुरोहिताची नोकरी धरली आणि ते तिथेच राहू लागले. कधीतरी चार-सहा महिन्यांतून एकदा ते पुष्पाला आणि शुभाला फोन करून सर्वांची विचारपूस करत असत तेवढीच! एवढाच काय तो शुभाचा माहेराशी संबंध राहिला होता; पण आज पुष्पानं त्यांच्याकडूनच नंबर घेऊन शुभाला फोन केला होता. पुष्पाचा फोन म्हटल्यावर शुभदाला आनंद झाला. आज कितीतरी दिवसांनी नव्हे; वर्षांनी ती बहिणीचा आवाज ऐकत होती. ख्याली-खुशाली विचारून झाल्यावर पुष्पानं जे सांगितलं, ते ऐकून शुभाचा आनंद द्विगुणित झाला. पुष्पा तिच्या कुटुंबासह येणार होती. चिपळूणची करंजेश्वरी देवी ही त्यांची कुलदेवी होती; त्यामुळे तिच्या घरातले सगळेच येणार होते. करंजेश्वरीला पूजा-प्रसाद करून पुष्पा गुहागरला शुभाकडे येणार होती. शुभाचा आनंद गगनात मावेना. नाना-नानी, विद्याधर आणि घरातल्या सगळ्यांनाही तिच्या माहेराहून कुणी येणार असल्याचं अप्रूप वाटत होतं. आम्ही पाच-सहाजण आहोत, असं ती फोनवर म्हणाली होती. शुभानं गणाला बोलावून संपूर्ण माडी स्वच्छ करायला सांगितली. खालच्या संपूर्ण घरावर माळवद टाकून वर माडी केली होती. माडीवर दोन खोल्या आणि ऐसपैस मोकळी जागा होती. त्या दोन खोल्यांपैकी एका खोलीत विद्याधरचं दवाखान्याचं सामान, औषधं तर दुसरी खोली आंबे-फणस पिकत घालायला वापरली जाई. उरलेली प्रशस्त माडी रिकामीच होती. येणार-येणार म्हणता-म्हणता पुष्पा आलीसुद्धा! तिच्यासोबत तिचा नवरा, सासू, पुष्पाची दोन मुलं, एक चुलतदीर जो तिच्याकडेच राहायला होता आणि तिच्या नवऱ्याच्या ऑफिसमध्ये मॅनेजर होता तो, असे ते सहाजण होते. शुभानं तर तिचं आनंदानं स्वागत केलंच; पण नाना-नानी, विद्याधर आणि घरातल्या इतर सगळ्यांनीही त्या सर्वांचं मनापासून स्वागत केलं. गजाननने त्यांचं सामान वर माडीवर नेऊन

ठेवलं. पुष्पानं सगळ्यांची ओळख करून घेतली आणि सगळ्यांच्या छान गप्पा रंगल्या. कितीतरी वर्षं लग्न ठरत नाही म्हणून निराश झालेल्या आपल्या धाकट्या, गुणी बहिणीला इतकं छान आणि समृद्ध सासर मिळाल्याचं बघून पुष्पाला खूप आनंद झाला. खरं तर त्या वेळी पुष्पानेही शुभाच्या लग्नासाठी प्रयत्न करून पाहिला होता. तिनंही दोन-चार स्थळं सुचवली होता; पण तिथं शुभाचा योग नव्हता; पण आत्ताचं तिचं सासरचं घर, विद्याधरसारखा देखणा नवरा, नाना-नानींसारखे प्रेमळ सासू-सासरे, अरविंद-भाग्यश्रीसारखी गोंडस मुलं तसेच प्रेम व माया करणारे, शुभाला मानणारे गजानन, विवेकसारखे दीर आणि प्रभावती, सरस्वतीसारख्या नणंदा व समृद्धीनं, श्रीमंतीनं भरलेलं घर. पुष्पाला बहिणीच्या भाग्याचं कौतुक वाटलं. कदाचित अशा समृद्ध आणि संपन्न घरात तिचे तीळ-तांदूळ होते म्हणूनच आठ-दहा वर्षं स्थळं बघूनही कुठंच तिचं लग्न ठरलं नव्हतं; पुष्पाच्या मनात आलं. शुभाच्या सासरी त्या सगळ्यांची उत्तम सरबराई झाली. कोकणचे खास-खास पदार्थ तर पानात सजले होतेच; पण हापूस आंब्याचा मधुर आमरस आपल्या सुगंधानं सगळा परिसर दरवळून टाकत होता. पुष्पा व तिचा नवरा संजय आणि सासूबाई तिघांनी जेवण झाल्यावर विश्रांतीच घेणंच पसंत केलं. पुष्पाची दोन मुलं आणि तिचा दीर विजय यांना मात्र तो परिसर बघायचा होता. मग त्यांच्याबरोबर भाग्यश्री, अरविंद आणि अरविंदला सांभाळायला प्रभावती अशी पलटण गेली. गजानन, विवेक आणि सरस्वती दुसऱ्या यात्रेकरूंच्या तैनातीत होते. प्रभावती नुकतीच बरी झाली होती; त्यामुळे तिच्या अंगावर शुभानं अजून कोणतीच जबाबदारी टाकली नव्हती. म्हणून तीही गेली. सगळं आवार बघून जेव्हा सगळी परत आली, तेव्हा प्रभा आणि भाग्यश्री खूप हसत होत्या. पुष्पाची मुलंपण हसत होती आणि 'विजयकाकाची फजिती झाली' म्हणत होती. आज कितीतरी दिवसांनी प्रभा असं खळाळून हसत होती आणि हसताना सुरेख दिसत होती. हसून-हसून तिचा गोरा चेहरा लाल झाला होता आणि ते बघून पुष्पाचा मुलगा किशोर म्हणाला, "ए विजयकाका, ही प्रभाताई बघ, हसताना किती लालबुंद झालीय ते!" शुभा या मंडळींसाठी कोकमचं सरबत घेऊन बाहेर आली. तिच्या कानांवर किशोरचं बोलणं पडलं. तिनं पाहिलं, विजय प्रभाच्या चेहऱ्याकडे अगदी टक लावून पाहत होता आणि प्रभाचं मात्र कशाकडेच लक्ष नव्हतं. ती आपली हसतच होती. शुभाला बघून ती पळत तिच्याजवळ आली. तिच्या हातातला ट्रे घेऊन तिनं सगळ्यांना सरबत दिलं. अजूनही प्रभा हसतच होती. शेवटी न राहवून शुभानं विचारलं, "प्रभावन्स, एवढं झालं तरी काय? इतकं का हसताय?" वहिनीच्या या प्रश्नावर प्रभा परत हसली. म्हणाली, "वहिनी, काय गंमत झाली सांगू? अगं, मी यांना काजूगर दाखवला तर त्यांनी तो फोडून बघितला आणि मला विचारलं, "यामध्ये आत काजू तर दिसत नाही? मग काजू कुठं

आहे?'' त्यांनी असं विचारल्यावर मला इतकं हसू आलं, इतकं हसू आलंऽऽ! आई गं! माझ्या पोटात दुखायला लागलं हसून-हसून!'' प्रभा हसत हे सांगत होती आणि विजय अजूनही तिच्याकडे बघत होता. शुभाच्या ते लक्षात आलं आणि अचानक तिच्या मनात एक विचार आला. तो विचार येताच, तिचे डोळे चमकले आणि त्या विचाराच्या दृष्टीनं ती जसजसा आणखी विचार करू लागली, तसतसा तो विचार तिच्या मनात आणखी दृढ होऊ लागला. तिच्या मनात तो अजूनच आकार घेऊ लागला.

विजय - पुष्पाचा दीर. चांगला सिव्हिल इंजिनिअर होता. पुष्पाच्या नवऱ्याची कन्स्ट्रक्शन कंपनी होती. त्याच कंपनीत पुष्पा 'रिसेप्शनिस्ट' म्हणून नोकरीला लागली होती आणि त्या कंपनीचा मालक संजय दीक्षित तिच्या प्रेमात पडला होता आणि पुष्पा त्याच कंपनीची 'मालकीण' बनली होती. त्या वेळी संजयचे वडील आणि विजयचे वडील हे दोघं भाऊ एकत्रच व्यवसाय करत होते. संजयचे वडील लवकर वारले; पण संजयने काकांच्या मदतीने तोच व्यवसाय वाढवला आणि आता विजयही त्याच्यासोबत आला होता. विजय काम बघू लागल्यावर विजयच्या वडिलांनी निवृत्ती पत्करली. विजयची आई लवकर गेली; त्यामुळे संजय, त्याची आई, पुष्पा, दोन मुलं, विजय आणि त्याचे वडील ही सगळी एकत्र राहायची अगदी आनंदानं. पुष्पा आपल्या सख्ख्या सासूची आणि चुलत सासऱ्यांची छान काळजी घ्यायची. चुलत भावंडं असूनसुद्धा संजय आणि विजय दोघांत खूप प्रेम होतं, जिव्हाळा होता. लग्नापूर्वीच ही हकिगत शुभाला ठाऊक होती; पण अलीकडे तीन-चार वर्षांत तिचा आणि पुष्पाचा फारसा संपर्क नव्हता; आता विजयला समोर पाहिल्यावर आणि 'तो अविवाहित आहे' हे समजल्यावर, आपल्या प्रभासाठी हे स्थळ योग्य आहे, असं शुभाला वाटू लागलं; पण हे जमायचं कसं? कारण विजय स्मार्ट व रुबाबदार असला, तरी रंगानं सावळा होता आणि 'मला नवरा गोरापानच पाहिजे' ही तर प्रभाची मुख्य अट होती. शुभा विचारात पडली. विजयला प्रभा आवडली होती हे तर त्याच्या नजरेवरूनच समजत होतं; आता असं काहीतरी करायला हवं की, प्रभाला विजय आवडेल. काय करावं? शुभा विचारात पडली. बघू या. अजून दोन दिवस ते सगळेजण इथे आहेत आणि सर्वांत आधी विद्याधरशी, नाना-नानींशी बोलायला हवं. शुभाचं विचारमंथन सुरू झालं. त्या दिवशी रात्री त्या ऐसपैस पटांगणात सगळ्यांचा खेळ रंगला. पुष्पा आणि तिच्या घरच्यांना शुभाचं हे घर फार आवडलं. शुभाच्या घरची माणसंही आवडली. विद्याधरने यात्री-निवास आणखी वाढवण्याचा बेत संजयच्या कानावर घालून त्या दोघांचा बांधकामाबाबत सल्ला घेतला. वैशाख पौर्णिमा होती. शुभानं एक बेत आखला. पौर्णिमेच्या प्रकाशात समुद्र बघण्याची कल्पना मांडली. पुष्पाच्या घरच्यांना ही कल्पना फारच

आवडली. सगळ्यांनी मोठ्या उत्साहात ती उचलून धरली. नाना-नानी, शकुआत्या, विद्याधर आणि शुभा सोडून सगळेजण समुद्रावर गेले. ही संधी साधून शुभानं मनातला विचार या सर्वांसमोर मांडला. एक विद्याधर सोडला तर सगळ्यांनाच हा विचार पसंत पडला. विद्याधरलासुद्धा पसंत पडला नाही असं नाही; पण प्रभाच्या स्वभावाचा विचार करता, ती विजयला पसंत करणार नाही आणि उगीचच चांगल्या नातेसंबंधांत बाधा येईल, असं त्याला वाटलं; पण शुभानं त्याला समजावलं. तसं काही होणार नाही, असं आश्वासन दिलं. नाना-नानी, शकुआत्याचा शुभावर विश्वास होता. ती योग्य तेच करील आणि योग्य प्रकारे करील, याची त्यांना खात्री होती. मग मात्र विद्याधर काही बोलला नाही.

समुद्रावर फिरायला गेलेली मंडळी परत आली, तेव्हा रात्रीचे अकरा वाजून गेले होते. तरीही सगळेजण उत्साहात होते. आनंदात होते. विजय तर खूपच आनंदी दिसत होता. प्रभा मात्र नेहमीसारखीच बेफिकीर होती. आल्यावर पुन्हा रात्री गारसं मसाल्याचं दूध झालं आणि सगळी निजली. सगळ्यांना पहाटेच जाग आली. कधी नव्हे, ते प्रभाही पहाटेच उठली. उठून ती अंगणात आली. अंगणामध्ये एका बाजूला प्राजक्ताचा सडा पडला होता. निम्मं अंगण त्या फुलांनी व्यापलं होतं. सारवलेल्या अंगणावर पांढऱ्या-केशरी फुलांनी सुंदर नक्षी काढली होती. शुभा शेजारच्या अबोलीची फुलं तोडत होती तर सरस्वती आणि पुष्पाची मुलगी नेहा दोघी प्राजक्ताची फुलं वेचत होत्या. प्रभा उठून अंगणात आली. त्या दोघींना प्राजक्ताची फुलं वेचताना पाहून म्हणाली, ‘‘अगं नेहा, ती फुलं कशाला वेचते आहेस?’’ तिच्या या प्रश्नाला नेहानं उत्तर दिलं, ‘‘ताई, हे बघ ना? किती सुंदर दिसताहेत ही फुलं? आणि किती नाजूक? अगं हातात घेतलं की दोन मिनिटांत ते कोमेजतंय? अशी कशी गं ही फुलं? इतका सुंदर वास आहे; पण तोही दोन मिनिटांत संपतोय!’’ असं म्हणत शुभाकडे वळून ती म्हणाली, ‘‘मावशी, असं का गं असतं? इतकं सुंदर फूल लगेच का कोमेजतं?’’ शुभा काही बोलणार, तोच प्रभा म्हणाली ‘‘अगं, ते तसलंच आहे फूल!’’ या उत्तरानं नेहाचं समाधान झालं नाहीच; पण शुभा पुढे म्हणाली, ‘‘नेहा, अगं, क्षणभंगुरपणा हे कुठल्याही सौंदर्याचं वैशिष्ट्य असतं. फुलांचं काय, पानांचं काय किंवा माणसांचं काय! या सगळ्यांचं रूप, रंग हे सारं काही ठरावीक काळापर्यंतच टिकून राहतं आणि अगदी शाश्वत नसलं, तरी बराच काळ टिकतं; ते त्याचं कर्तृत्व, त्याची कीर्ती! अर्थात, क्षणभंगुर सौंदर्य हीच काहींची कीर्ती ठरते, जशी प्राजक्ताच्या फुलाची आहे; पण आपलं कर्तृत्व आणि कीर्ती हीच रंग-रूपापेक्षा दीर्घकाळ टिकणारी असते! चल, आता पुरे झाल्या गप्पा; आता नाष्टा करायचा आहे ना? चला आत!’’ असं म्हणत शुभा आत गेली. पाठोपाठ त्या दोघीही गेल्या. प्रभा मात्र कितीतरी वेळ दारातच उभी होती, शुभाच्या बोलण्याचा

अर्थ लावत. शुभानं आत गेल्यावर मागे वळून पाहिलं. प्रभाचा विचारांत पडलेला चेहरा बघून आपला नेम बरोबर लागल्याचा आनंद तिच्या चेहऱ्यावर उमटला.

सगळ्यांचा नाष्टा आटोपला. अंघोळी झाल्या. सगळेजण देवदर्शनाला गेले. करंजेश्वरीनंतर आज व्याडेश्वराला घरातूनच नैवेद्य न्यायचा होता. देवदर्शन झालं. आरती झाली आणि बाकीच्यांना मंदिरातच बसवून विजय नैवेद्य नेण्यासाठी घरी आला. शुभानं त्याला स्वयंपाकघरात बसवलं. त्याला पन्हं दिलं आणि नैवेद्याचं ताट तयार करताकरता सहजच विचारल्यासारखं करून तिनं विजयला विचारलं, "विजय, तुमचं वय आता ३०-३२ असेल ना हो? मग लग्नाचा काही विचार?" तिचा प्रश्न ऐकून विजय संकोचला. म्हणाला, "आहे ना! पण मुली पाहायला हव्यात. शिवाय मी हा असा काळा-सावळा! मला मुलींनी पसंत केलं पाहिजे ना? हल्लीच्या मुलींना गोरागोमटा नवरा हवा असतो. शिवाय, मला जी पसंत करील ती मला पसंत पडायला हवी. म्हणजे पुन्हा घोळ आणि मला जी पसंत पडेल तिला मी पसंत पडलो पाहिजे म्हणजे अजून घोळ!" त्याचं हे बोलणं ऐकून शुभानं पुन्हा छेडलं, "का हो, कुणी पाहून पसंत करून ठेवली आहे का तिकडे? फार तर मी ताईला सांगते विचारायला!" तिच्या या बोलण्यावर विजय गडबडून म्हणाला, "नाही नाही. तिकडे नाही, इकडेच पसंत केलीय; पण तिला मी आवडायला हवा ना! आणि यातलं तुम्ही वहिनीला काही बोलू नका!" त्याच्या उत्तरानं 'त्याच्या मनात काय आहे' हे शुभानं ताडलं; पण असं अर्धमुर्ध ठेवून उपयोग नव्हता. काय ते स्पष्ट व्हायला हवं होतं. म्हणून मग शुभानेच धाडस करायचं ठरवलं. नैवेद्यानं भरलेल्या ताटावर रुमाल पांघरून ते ताट विजयच्या हातांत देत तिनं विचारलं, "विजय, इकडेच पसंत केलीय म्हणजे आमची प्रभा?" विजय संकोचला. खाली बघून 'होकारार्थी' मान हलवून त्याने नैवेद्याचं ताट घेतलं आणि तो झपाझप पावलं टाकत बाहेर पडला. दारातून बाहेर पडता-पडता तो क्षणभर थांबला. मागे वळला आणि शुभाला म्हणाला, "मावशी, चालेल!" शुभा प्रसन्न हसली. त्याला म्हणाली, "तुम्ही देवाला साकडं घाला. मी तिच्याशी बोलते. शेवटी व्याडेश्वराची इच्छा!" तिच्या या प्रसन्न उत्तरानं विजयला आनंद झाला. थोडा दिलासाही मिळाला. खरं तर इथं आल्यावर पहिल्या भेटीतच त्याला प्रभा आवडली होती; पण ती लख्ख गोरी, देखणी आणि आपण काळे-सावळे, ती आपल्याला लाख आवडेल; पण आपण तिला आवडायला हवं ना? पण आता शुभाचा कौल मिळाला आणि त्याला बरं वाटलं. नैवेद्याचं ताट देवळात देऊन, त्यानं खरंच देवाला साकडं घातलं. देवळातून सगळे घरी आले. जेवणं झाली. थोडा वेळ पडावं म्हणून सगळे माडीवर गेले. शुभा मागचं आवरत होती. प्रभा आणि सरस्वती तिच्या मदतीला थांबल्या होत्या. प्रभा गाणं गुणगुणत होती. 'हीच वेळ आहे!' शुभाच्या मनात आलं. तिनं सरस्वतीला

सांगितलं, "सरस्वतीवन्स, जरा जाऊन गणाच्या बायकोला आणि गणाला बोलावून आणा. उद्या सकाळी पाहुणे परत जायचे आहेत. त्यांच्यासोबत, नारळ, पोफळी आणि एक-दोन फणस द्यावे म्हणतेय; जाता ना?" सरू लगेचच गेली. शुभाचं बोलणं ऐकून प्रभाचं गुणगुणणं थांबलं. तिनं विचारलं, "वहिनी, खरंच उद्या पाहुणे जाणार? दोन-तीन दिवसच होते; पण कसा छान वेळ गेला. खरं तर आत्ताच ओळख झालेली; पण अगदी जुनी ओळख असल्यासारखं वाटत होतं. ए वहिनी, छान आहे हं तुझी बहीण, मेव्हणे आणि त्यांची दोन्ही मुलंही!" "आणि त्या मुलांचा काका?" प्रभाला मध्येच अडवत शुभानं विचारलं. "मुलांचा काका - विजय कसा आहे? तोपण चांगला आहे ना प्रभावन्स?" शुभानं पुन्हा खोचून विचारलं. "चांगला आहे की तोपण! छान आहे स्वभाव त्याचा!" प्रभानं अनवधनानं उत्तर दिलं. तिच्या त्या उत्तराचा धागा पकडून शुभानं विचारलं, "तुम्हाला आवडला?" तिच्या प्रश्नानं प्रभा चमकली, दचकली. "काहीतरीच काय वहिनी?" असं पुटपुटली; पण त्या पुटपुटण्यात जोर नव्हता आणि त्या दचकण्यात चोरी पकडली गेल्याचा अविर्भाव होता. "काहीतरीच नाही वन्स! मला कळतंय की, विजय तुम्हाला आवडलाय. मग काय हरकत आहे? माणसं चांगली आहेत, माहितीतली आहेत; आपल्या तोलामोलाची आहेत. मग काय हरकत आहे? तुम्हाला संकोच वाटतोय का? मला सांगा. मी बोलेन नाना-नानींशी, विजयशी, ताईशी आणि भाऊजींशीसुद्धा! बोला वन्स." प्रभा संकोचली; पण शुभाजवळ तिनं धाडस करायचं ठरवलं. "वहिनी, विजय चांगले आहेत, त्यांचा स्वभावही चांगला आहे. तसे ते मला आवडलेत पण; पण... पण वहिनी, त्यांचा रंग...!" प्रभा अडखळली. शुभाच्या ते लक्षात आलं. आता तिला नीट समजावून सांगण्याची गरज होती. "वन्स, हे बघा, इकडे माझ्याकडे बघा, माझं रंग-रूप, माझा अधू पाय हे सगळं बघूनही अत्यंत देखण्या असलेल्या तुमच्या दादानं मला पसंत केलंच ना? त्यांची निवड चुकली असं तुम्हाला वाटतंय का? वन्स, सगळ्यांना सगळंच चांगलं मिळत नाही. कुठंतरी तडजोड करावीच लागते आणि वन्स, रंग-रूप काही चिरकाल टिकत नाही! चिरकाल टिकतं ते प्रेम आणि कर्तृत्व! तुम्हाला विजय आवडलाय तर हे उत्तम आहे वन्स!" शुभानं समजावलं. "पण वहिनी, मी आतापर्यंत रंगानं सावळी म्हणून अनेक मुलं नाकारलीत आणि आता पुन्हा सावळ्याच मुलाशी मी लग्न केलं तर लोक काय म्हणतील?" प्रभाच्या मनाला ही शंका खात होती. "वन्स, जर लोक काय म्हणतील हा विचार करायचा होता तर तो योग्य वयात तरी करायचा. मी थोडं स्पष्ट बोलले तर रागावू नका वन्स! पण हेच लोक मुलगी तिशीला आली तरी नाना-नानी तिचं लग्न ठरवत नाहीत असंही म्हणतात आणि एक गोष्ट लक्षात ठेवा वन्स, लोक काय म्हणतील यापेक्षा आपलं मन काय म्हणतंय ते महत्त्वाचं. आपल्या मनानं दिलेला कौल समाजसंकेतांपेक्षा

कितीतरी योग्य असतो आणि सर्वांत महत्त्वाचं म्हणजे आपले डोळे जेव्हा उघडतील, तेव्हाच आपला सूर्योदय! तुम्हाला पटतंय का मी सांगतेय ते?'' शुभानं विचारलं. इतका वेळ शुभाचं बोलणं खाली मान घालून ऐकणाऱ्या प्रभानं शुभाचा शेवटचा प्रश्न ऐकून मान वर केली. तिच्या मनाचा काहीतरी निश्चय झाला असावा. तो तिच्या डोळ्यांत दिसत होता. तिने पुढे होऊन शुभाचा हात धरला. म्हणाली, ''वहिनी, माझ्या मनानं विजयच्या बाजूनं कौल दिला आहे गं! पण... पण त्यांना मी पसंत असेन का? आणि माझ्या मनानं दिलेला हा कौल योग्य ठरेल का?'' प्रभाच्या विचारण्यात संकोच होता आणि थोडीशी शंकासुद्धा! शुभाला कौतुक वाटलं. विजयनं दिलेला संकेत आपण सांगावा का? पण नकोच! आधी सगळ्यांशी बोलू मग सांगू! असा विचार करून शुभा म्हणाली ''वन्स, आता तुम्ही काळजी करू नका. तुमच्या शुभावहिनीवर तुमचा विश्वास आहे ना? मग आता सगळं माझ्यावर सोपवा. तुमच्या मनाविरुद्ध काही होणार नाही असा शब्द मी तुम्हाला देते!'' शुभानं असं सांगताच प्रभा लाजली. क्षणभर तिच्या गळ्याला घट्ट मिठी मारून ती स्वयंपाकघराबाहेर पळाली. ती गेली, त्या दिशेकडे क्षणभर कौतुकानं पाहत शुभा उभी राहिली; पण लगेचच भानावर आली. आता काहीतरी हालचाल करायला हवी होती. उद्या पाहुणे जाणार होते. ते जाण्याच्या आत या विचारांची पूर्णता व्हायला हवी होती. शुभा नाना-नानींच्या खोलीत गेली. नाना-नानी वामकुक्षी घेण्याच्या तयारीत होते. शुभा आलेली पाहताच ते उठून बसले. शुभानं आपल्या येण्याचा हेतू सांगितला. विजयच्या मनाचा कल आणि प्रभाच्या मनाचा कौल दोन्ही सांगितलं. प्रभाची काय आणि कशी समजूत घातली, तेही सांगितलं. नानांचा कल जरा पत्रिकेकडे होता. त्यासाठी विजयची पत्रिका लागणार होती किंवा जन्मवेळ तरी आणि आता ही गोष्ट पुष्पाजवळ बोलावी लागणार होती. पुष्पासोबत काय काय द्यायचं हे विचारायचं निमित्त करून शुभा माडीवर गेली. माडीवर पुष्पा, तिचे मिस्टर आणि विजय गप्पा मारत बसले होते. शुभा आलेली पाहून पुष्पा म्हणाली, ''ये गं ये! आता तुमचाच विषय चालला होता बघ. किती छान आहे गं इथं सगळं! उद्या निघायला हवं; पण जाऊच नये असं वाटतंय गं! पण असं बहिणीच्या सासरी तरी किती दिवस राहायचं गं?'' पुष्पा मोकळेपणानं म्हणाली. ''हे बहिणीचं सासरं तुमचंही हक्काचं घर आहेच की गं ताई! आणि... आणि ते आणखी हक्काचं होऊ शकेल!'' शुभानं सुतोवाच केलं. ''म्हणजे? म्हणजे काय गं शुभा?'' पुष्पाला कळलं नाही. तोवर शुभानं शब्दांची जुळवाजुळव केली होती. ती म्हणाली, ''ताई, माझं काही चुकलं तर मला क्षमा कर; पण... पण ताई, विजयकाकांच्या लग्नाचं तुम्ही काही बघताय का?'' शुभानं असं विचारल्यावर पुष्पाला एकदम उत्साह आला. विजय तिचा लाडका होता. ती पटकन म्हणाली, ''अगं, मी तेच तर

सांगणार होते. आता विजयभाऊजींचं लग्न ठरलं ना की तुम्ही सगळे तिकडे या. चांगले आठ दिवस आधी या. तुमचा पाहुणचार घेतला आता आम्हाला तुमचा करू दे! पण काय गं कोणी मुलगी आहे का पाहाण्यात? असली तर सांग हो!'' पुष्पा निरागसपणे म्हणाली. मग मात्र शुभानं आडपडदा बाजूला ठेवला. ती पटकन म्हणाली, ''ताई, आमच्या प्रभावन्स कशा वाटतात तुला?'' आता कुठं पुष्पाच्या डोक्यात प्रकाश पडला. ''अगोबाई! शुभे, अगं लाखात देखणी आहे तुझी नणंद! तिचा विचार आम्ही कसा करायचा गं?'' पुष्पानं विचारलं. ''आणि असा विचार करायला आमची कुणाचीच ना नाही असं मी म्हटलं तर?'' शुभानं विचारलं. ''म्हणजे? शुभा अगं... अगं म्हणजे हे...हे...तू?'' पुष्पाला काय विचारावं ते कळेना. तोच शुभा पुढं म्हणाली, ''हे बघ ताई, आता तुला स्पष्टच विचारते. तुझ्या दिरासाठी-विजयसाठी आमच्या प्रभावन्स तुम्हाला पसंत आहेत का?'' शुभाचं हे स्पष्ट बोलणं ऐकून पुष्पाचा चेहरा उजळला. खरं तर इथं आल्यावर, प्रभाला बघितल्यावर, तिच्याही मनात हे आलं होतं; पण एक तर हे घर म्हणजे बहिणीचं सासर, त्यातच इथं पहिल्यांदा त्या सगळ्यांची ओळख झालेली, शिवाय प्रभा अतिशय देखणी आणि विजय नाक-डोळे छान असले, तरी रंगानं सावळा! या सगळ्या गोष्टींचा विचार करून पुष्पानं तो विषय मनातून काढून टाकला होता आणि आता शुभाकडूनच त्या गोष्टीची विचारणा झाली म्हटल्यावर, तिला या योगायोगाचं नवल वाटलं. शुभानं पुन्हा एकदा विचारलं, ''ताई, सांग ना काहीतरी?'' मग मात्र पुष्पा भानावर आली. तिनं आपल्या नवऱ्याकडे -संजयकडे पाहिलं. त्यानं होकारार्थी मान हलवल्यावर विजयकडे पाहिलं. त्याच्या चेहऱ्यावर पसरलेला आनंद तिला खूप काही सांगून गेला. मग मात्र तिनं पटकन शुभाला उत्तर दिलं, ''शुभे, अगं पसंत आहे का म्हणून काय विचारतेस? अगं, आम्ही इथं आलो तेव्हा माझ्याही मनात हेच आलं होतं; पण संकोचाने गप्प बसले. अगं, विजयला प्रभासारखी पत्नी मिळणं यासारखं दुसरं भाग्य कोणतं? आम्हाला अगदी पसंत आहे.'' पुष्पानं मोकळेपणानं सांगितलं. मग मात्र शुभानं तिच्याकडे विजयची पत्रिका असेल तर आणि नसेल तर त्याची जन्मतिथी मागितली. पत्रिका नव्हतीच; पण पुष्पाच्या सासूला वेळ आणि गाव माहीत होतं. तारीख तर माहीत होतीच! ते सगळं लिहून घेऊन शुभा नानांकडे आली. पुष्पाशी झालेलं बोलणं सांगून तिनं नानांना ते टिपण दिलं. नाना जसे वैद्य होते, तसेच ज्योतिषीहा! त्यांनी आपल्याजवळचं मागच्या १०० वर्षांचं पंचांग काढलं. झटपट विजयची पत्रिका मांडली आणि बारकाईनं ती प्रभाच्या पत्रिकेसोबत जुळते का ते पाहिलं आणि त्यांचा चेहरा उजळला. प्रभा आणि विजयच्या पत्रिका एकमेकांच्या पत्रिकेशी छान जुळत होत्या. अगदी नवपंचमयोगात, शुभ गुणमिलनात आणि २७॥ गुणांनी! नानांना राहवेना. त्यांनी शुभाला लागोपाठ दोन-चार हाका

मारल्या. कणीक भिजवत असलेली शुभा पिठाचे हात तसेच घेऊन धावत आली. नानांच्या चेहऱ्यावरचा आनंद पाहत असतानाच तिला नानांचे उत्साहाने भरलेले शब्दही ऐकू आले, ''पोरी सुनबाई, अगं शुभा, अगं त्या दोघांची पत्रिका उत्तम जमते आहे आणि अगं शुभा, मुलाची पत्रिकाही खूप छान आहे. मुलगा मोठा कर्तृत्ववान आणि भाग्यशाली आहे. जर हे लग्न जमलं तर प्रभा अगदी सुखी होईल बघ. पण... पण पोरी हे सगळं प्रभाला पसंत आहे ना गं? तिचा स्वभाव तुला माहीत आहे. उगीच आपल्या पोरीच्या स्वभावापायी एखाद्या गुणी मुलाचं आयुष्य नासायला नको!'' नानांच्या शब्दांत निराशा, अगतिकता होती. ते ऐकून शुभाला वाईट वाटलं; पण तिनं नानांची समजूत काढली. प्रभाच्या स्वभावातला आक्रस्ताळेपणा, कडवटपणा लग्न वेळेवर न ठरल्यामुळे आणि स्वत:बद्दल अवास्तव कल्पना करून घेतल्यामुळे झालेला आहे; पण परवाच्या आजारपणापासून प्रभा बदलली आहे, हे तिनं नानांना पटवून दिलं. अर्थात, नानांनाही तिच्या स्वभावातला फरक जाणवला होताच. एकदा 'पत्रिका जुळते आहे' म्हटल्यावर मग मात्र शुभानं वेळ घालवला नाही. दोन्हींकडच्या मोठ्या माणसांची तिनं बैठक घेतली. पुन्हा एकदा प्रभाला आणि विजयला विचारलं. त्यांचा स्पष्ट होकार आल्यावर मात्र त्या घरात आनंद पसरला. दुसऱ्या दिवशी उत्तम दिवस होता. पाहुण्यांना आणखी एक दिवस ठेवून घेऊन, दुसऱ्या दिवशी याद्या आणि घरगुती स्वरूपात साखरपुडा करूनच पाहुण्यांनी जावं, असं ठरलं. त्याप्रमाणे दुसऱ्या दिवशी याद्या आणि साखरपुडा मोठ्या खेळीमेळीत आणि आनंदात पार पडला. साखरपुडा करायचं ठरल्यावर पुष्पा आणि संजय प्रभाला घेऊन चिपळूणला गेले. तिथं तिच्या पसंतीनं साडी आणि अंगठी खरेदी झाली. नानांनी विजयला आपल्या बोटातलं एक तोळ्याचं सोन्याचं वळं 'अंगठी' म्हणून घातलं. प्रभाच्या चेहऱ्यावर आनंद नुसता ऊतू जात होता. गर्द-जांभळ्या साडीमध्ये प्रभा अतिशय देखणी तर दिसत होतीच; पण लग्न ठरल्याचा आनंद त्यात भर घालत होता आणि अशा रीतीने अनपेक्षितपणे प्रभाचं लग्न ठरलं.

पाच

प्रभाचा साखरपुडा झाला. महिन्यानंतरचा मुहूर्त ठरला. लग्न चिपळूणला करायचं ठरलं आणि पुष्पा व तिच्या घरची मंडळी परतली. शुभदाच्या घरी मात्र आनंदाचं वातावरण पसरलं. वय वाढल्यानं थोडीशी 'हेकेखोर, तुसडी आणि कडवट' झालेली प्रभा लग्न ठरल्यावर मात्र अगदी बदलली आणि पूर्वीची 'लाघवी, कामसू, प्रेमळ' प्रभा झाली आणि 'हिचं सासरी कसं होणार?' या प्रश्नाचं सगळ्यांच्याच मनावरचं ओझं उतरलं आणि म्हणता-म्हणता महिना उलटून प्रभाचं लग्न झालंसुद्धा! प्रभा सासरी गेली; पण या महिनाभरात तिनं सगळ्यांना एवढं प्रेम दिलं, एवढा लळा लावला की, ती सासरी जाताना घरचीच काय; पण शालन आणि तिच्यासोबत कामाला येणाऱ्या कुळवाड्याच्या बायकाही रडल्या. प्रभाचं लग्न झालं आणि शुभदालासुद्धा एक पोकळी जाणवू लागली. आता तिनं कामाचा व्याप आणखी वाढवायचं ठरवलं. तिनं नाना आणि विद्याधरचा सल्ला घेऊन यात्रेकरूंसाठी आणखी खोल्या बांधायचं ठरवलं. जागेचा प्रश्न नव्हताच; पण बांधकामाच्या खर्चाचा विचार करायला हवा होता. मग सर्वानुमते कर्ज काढायचं ठरलं. कर्ज काढायला सुरुवातीला नानांचा विरोध होता; पण ते कर्ज फेडण्याची आणि लवकरात लवकर फेडण्याची ग्वाही शुभदानं दिली, तेव्हा नानांनी संमती दिली. कारण शुभदावर त्यांचा पूर्ण विश्वास होता. तिनं आपल्या कर्तृत्वानं तो मिळवला होता. गावात नानांचं मोठं नाव होतं. कर्ज लगेचच उपलब्ध झालं. बांधकामाला सुरुवात झाली. दोन मजले बांधायचे ठरले. खाली दहा खोल्या. प्रत्येक खोलीत संडास-बाथरूम, वरती दहा खोल्या

आणि दोन हॉल. वरतीही संडास-बाथरूम. शुभदा आणि गणा बांधकामावर देखरेख करत असत. हे काम चालू असताना एकदा नानी शुभदाला म्हणाल्या, "शुभा, आता वयानं आमची शरीरं थकली; पण अजून गजानन, विवेकचं सगळं मार्गी लागायचं आहे. सरूचंही लग्नाचं वय झालंय. हे सगळंच व्हायचंय. हे सगळं तुझ्यावर टाकून जायचंसुद्धा जिवावर येतंय गं! मरण काही कुणाला सांगून येत नाही; पण पोरी, माणसाचं मन मोठं वाईट असतं बघ. हे सगळं आमच्या डोळ्यांसमोरच सुराला लागलं तर निदान डोळे मिटताना समाधान तरी असेल; निदान जीव जाताना घुटमळणार तरी नाही. पोरी, मला माहिती आहे की, आम्ही तुझ्याकडून खूपच अपेक्षा ठेवतो आहोत; पण प्रभाचं लग्न जे अशक्य होतं ते तू शक्य करून दाखवलंस गं! म्हणून आता तुझ्याकडून आणखी अपेक्षा करावीशी वाटतेय! तू... तू करशील ना सगळ्यांचं व्यवस्थित? लावशील ना सुराला त्यांचं सगळं?" नानींच्या आवाजात काळजी होती. विनवणी होती. अजिजी होती आणि डोळ्यांत पाणी भरलं होतं! शुभदाला वाईट वाटलं! तिनं नानींचा हात हातांत घेतला. त्यावर थोपटत म्हणाली, "नानी, तुम्ही माझ्यावर एवढा विश्वास दाखवलात, मला शक्ती मिळाल्यासारखं झालंय. नानी, आपण हे जे नवीन यात्री-निवास काढतोय, ते गजाननभाऊंजीसाठीच सुरू करतोय. आज ना उद्या त्यांचं लग्न झालं की, त्या नवरा-बायकोच्या हातात ते सोपवता येईल. ती दोघं ते सांभाळतील. काही लागलं सवरलं, कमी पडलं तर मी आणि हे आहोतच. पुढच्या वर्षी आणखी काहीतरी नवीन उद्योग सुरू करू. तो विवेकभाऊंजीसाठी असेल. दरम्यान, चांगलं स्थळ बघून सरूवन्संचं लग्न करू. नानी, तुम्ही सगळे माझ्या पाठीशी, माझ्यासोबत आहात. तुमचा सगळ्यांचा आशीर्वाद माझ्याबरोबर आहे. नानी, सगळं चांगलं होईल, सगळं नीट होईल. तुम्ही काळजी करू नका!" शुभदानं दिलेल्या आश्वासनानं नानींना बरं वाटलं. तिच्या कर्तृत्वावर त्यांचा विश्वास होता. बांधकाम होत आलं आणि एक दिवस गहजब झाला. फिल्मी झगमगटावर आंधळा विश्वास ठेवणारा गजानन नवीन बांधलेलं यात्री-निवास सांभाळत आपल्याला इथंच राहावं लागणार, हे कळल्यावर कुणालाही न सांगता घर सोडून पळून गेला. सकाळी सरू त्याला चहाला बोलवायला गेली तेव्हा तिला त्याच्या अंथरुणात एक चिठ्ठी सापडली. चिठ्ठी घेऊन ती पळतच स्वयंपाकघरात आली. "दादाऽऽ दादा! वहिनीऽऽ वहिनी, हीऽ ही चिठ्ठी... चिठ्ठी!" तिच्या चेहऱ्यावरची भीती, आवाजातलं दडपण पाहाताच विद्याधरनं चटकन उठून ती चिठ्ठी घेतली. सगळेजण चहासाठी एकत्र बसले होते. विद्याधरनं चिठ्ठी घेतली आणि वाचली. चिठ्ठी गजाननचीच होती. त्यानं लिहिलं होतं, "मला माझी बुद्धी इथं राहून कुजवायची नाही; म्हणून मी नशीब काढायला मुंबईला जातो आहे. तिथं गेल्यावर मी सिनेमात काम शोधेन आणि काम मिळालं की, तुम्हाला

फोन करेन. नाना-नानी, मला क्षमा करा; पण मी खूप मोठा होऊन दाखवेन. दादा-वहिनी, माझ्यावर रागवू नका. मी यशस्वी होईन; पण झालो नाही तर परत तुमच्या पायाशी येईन तेव्हा माझे अपराध पोटात घालून मला जवळ घ्याल ना? माझी काळजी करू नका आणि मला शोधूही नका. तुमचा गजानन!'' विद्याधरनं चिठ्ठी पाहिली आणि काहीतरी घोळ आहे, हे त्याच्या लक्षात आलं. ही चिठ्ठी मोठ्यानं वाचली, तर नाना-नानीं आणि शकुआत्यांवर तो फार मोठा आघात होईल, हेही त्याच्या लक्षात आलं. त्यानं चिठ्ठी मनातल्या मनात वाचली आणि चेहऱ्यावर उसनं अवसान आणून म्हणाला, ''आता काय म्हणावं या गजाननला? काल मी त्याला म्हटलं होतं, माझी काही औषधं मुंबईहून आणायची आहेत. तर मुंबईला जायला मिळणार म्हणून हा वेडा लगेचच गेला बघ. माझ्या टेबलावर औषधांची चिठ्ठी होती, ती परस्पर उचलून घेऊन गेला आणि आता लिहितोय की, चार-आठ दिवस राहून, मुंबई बघूनच येतो. वेडा आहे का हा?'' विद्याधरचा स्वर कौतुकमिश्रित तक्रारीचा होता; पण त्यातलं उसनं अवसान शुभदाच्या लक्षात आलं. बाकी कुणी काही बोललं नाही; पण नानी मात्र म्हणाल्या, ''छतराच आहे हा गजा! आता मुंबईला गेलाय खरं! पण ती मायानगरी आहे बाबा! तिथून लवकर परत येऊ दे म्हणजे झालं!'' नानींच्या या बोलण्यावर सगळ्यांनी मान हलवली. गजाननचा विषय तिथंच थांबला. सगळ्यांचा चहा-नाष्टा झाला. सगळी उठली. विद्याधर खोलीत गेला. तिथं जाऊन त्यानं शुभदाला हाक मारली. शुभदा खोलीत आल्यावर त्यानं तिला गजाननची चिठ्ठी दाखवली. विद्याधर मघाशी चिठ्ठी वाचत असतानाच शुभदाला काहीतरी विपरीत घडलंय, असा अंदाज आला होता. आता चिठ्ठी वाचल्यावर सर्व प्रकार तिच्या लक्षात आला. आणि त्याचबरोबर विद्याधरच्या संयमाचं, चातुर्याचं कौतुकही वाटलं. त्यानं सगळी परिस्थिती छान हाताळली होती; पण पुढे काय? शुभदाच्या मनात प्रश्न उठला. तो ओळखूनच की काय, विद्याधर म्हणाला, ''हे बघ शुभा, घरातल्या सगळ्यांची समजूत अजून महिनाभर तरी अशीच राहू दे. तोवर गजानन घरात नसण्याची नाना-नानींना सवय होईल. त्यानंतर हळूहळू आपण दुसरं काहीतरी ठरवू. तोवर आपल्याला विचार करायलाही अवधी मिळेल. तूर्त या चिठ्ठीबद्दल कोणालाच काही न सांगणं ठीक होईल! सरूलाही हे सांग. बरोबर आहे ना?'' शुभदानं होकारार्थी मान हलवली खरी; पण खरी कसोटी तिचीच होती.

बांधकामाला आता वेग आला होता. गजाननच्या निघून जाण्याचं दुःख मनात ठेवून शुभदा सगळे व्यवहार बघत होती. गजानन निघून गेल्यामुळे तिचा एक हात मोडल्यासारखा झाला होता. विवेकला आधीच्या यात्री-निवासाचा सगळा व्याप पाहावा लागत होता; त्यामुळे शुभदानं सरस्वतीला सोबत घेतलं. चार दिवसांनी आणखी एक गोष्ट शुभदाच्या लक्षात आली. सुरुवातीला बांधकामावर लक्ष ठेवण्यासाठी

जायला टाळाटाळ करणारी सरू चार-पाच दिवसांनी मात्र मोठ्या उत्साहानं तिथं जाऊ लागली. एवढंच नव्हे, तर नीट आवरून, नटून-सजून जायला लागली. तेव्हा मात्र शुभदा सावध झाली. एक दिवस सरूला पुढे पाठवून आपण आज बांधकामाकडे येणार नसल्याचं तिने सांगितलं आणि तासाभरानं अचानक ती पाय न वाजवता, कुणाला कळू न देता ती बांधकामाकडे गेली. बांधकाम बरंच होत आलं होतं. भिंती वरपर्यंत चढल्या होत्या. तीन-चार दिवसांत स्लॅब पडला असता. शुभदा पाय न वाजवता आत शिरली आणि तिनं समोर जे पाहिलं, ते बघून तिला प्रचंड धक्का बसला. बाथरूम तयार करण्याच्या छोट्या खोलीत सरस्वती भिंतीला टेकून बसली होती आणि बांधकामावरचा एक तरुण तिच्या अंगावरून हात फिरवत होता. सरस्वतीचा ऊर धपापत होता. "तू माझी राणी हायेस! मी तुझा राजा! आपण हितनं पळून जाऊ आणि राजा-रानीवानी संसार करू!" तो तरुण म्हणत होता आणि सरस्वती मान हलवून त्याला होकार देत होती. हे सगळं पाहिलं आणि शुभदाच्या पायांखालची जणू जमीनच सरकली. "सरूवन्सऽऽऽ!" ती जीव खाऊन ओरडली. तिची हाक ऐकून आणि तिला समोर बघून सरू दचकली. तिचा चेहरा भीतीनं पांढराफटक पडला. आपल्या अंगावर फिरणारा त्याचा हात झटकून, ती ताडकन उठून उभी राहिली आणि पुढच्या क्षणी ती तिथून तीरासारखी बाहेर धावली. त्या तरुणाकडे संतापाचा जळजळीत कटाक्ष टाकून शुभदा त्वरेनं तिथून बाहेर पडली आणि धावणाऱ्या सरूच्या मागे निघाली; पण अधू पायामुळे तिला धावता येईना. सरू मात्र बेफाम धावत होती. तिला तसं धावताना बघून शुभदाला चिंता वाटली. ती आपल्या जिवाचं काही बरं-वाईट...! शुभदाच्या मनात आलं. सरू तशी हळवी होती, भावनाप्रधान होती. आपण तिला गाठू शकणार नाही, याची तिला खात्री पटली. तिला थांबवायला हवं होतं. काही करून थांबवायला हवं होतं. काहीही करून! "सरूवन्स थांबाऽऽ! थांबाऽऽ! तुम्हाला अरविंदाची शपथ आहे! थांऽऽबा!" शुभदा जिवाच्या आकांतानं ओरडली. सरू इतकी दूर गेली होती, आपला आवाज, आपली हाक तरी तिच्यापर्यंत पोहोचते की नाही; पण नशीब चांगलं असावं! शुभदाची हाक सरूपर्यंत पोहोचली. तिनं घातलेली अरविंदाची शपथही तिला ऐकायला आली आणि त्या शपथेनं तिला थांबवलं. तिचे पाय तिथल्या तिथं खिळून राहिले. ती थांबली. फक्त आणि फक्त 'अरविंदाची शपथ' या शब्दांसाठीच ती थांबली. वहिनीनं तिला अरविंदाची शपथ घातली म्हणूनच ती थांबली. न पेक्षा ती थांबणारच नव्हती. वहिनीनं आपल्याला 'असं पकडलंय' म्हटल्यावर शरमेनं ती काळी-ठिक्कर पडली आणि त्याच क्षणी तिनं आपलं जीवन संपवण्याचा निर्णय घेतला होता आणि बेफामपणे ती समुद्राकडे धावत सुटली होती. पायानं अधू असल्यामुळे वहिनीला आपल्यामागे जोरात धावता येणार नाही, हेही तिच्या लक्षात

आलं. वहिनी आपल्याला गाठेपर्यंत आपण समुद्राच्या तळाशी गेलेलो असू, याची तिला खात्री होती. म्हणूनच वहिनीनं मारलेल्या हाका ऐकूनही ती थांबली नाही; पण वहिनीनं अरविंदाची शपथ घातली आणि धावणारं तिचं पाऊल अडखळलं! ती थांबली. तिथल्या तिथं थांबली; पण मागे वळून शुभदाकडे बघण्याचं तिचं धाडस झालं नाही. तिथल्या तिथंच खाली मान घालून ती उभी राहिली. शुभदा लंगडत, धावत सरूजवळ आली. सरू खाली मान घालून उभी होती. शुभदानं जवळ येऊन सरूचा हात धरला. अगदी घट्ट! जणू ती पुन्हा पळणार होती. तिचा हात घट्ट धरून शुभदा म्हणाली, ''सरूवन्स! जीव देणार होतात? एवढ्याशा कारणासाठी? एवढ्याशा कारणासाठी तुम्ही तुमच्या सगळ्या मायेच्या माणसांना दु:खात लोटून कायमच्या निघून जाणार होतात? सरूवन्स, तुमच्या मनात नाना-नानींचा, तुमच्या भावांचा, भाग्यश्री-अरविंदचा विचार एकदाही आला नाही? ते शाळेतून घरी आल्यावर त्यांनी 'सरूआत्या कुठाय' विचारल्यावर मी त्यांना काय उत्तर देणार होते? बोला सरूवन्स, बोला!'' शुभदाच्या प्रत्येक शब्दागणिक सरूचं मनोधैर्य ढासळत होतं. तिच्या डोळ्यांतून घळाघळा पाणी वाहत होतं. शेवटी तर ती हुंदके देऊ लागली आणि शुभदाच्या शेवटच्या प्रश्नानं ती शुभदाच्या पायांवर कोसळली. ढसढसा रडायला लागली. शुभदानं तिला दंडाला धरून उभी केली. जवळ घेतली. वहिनीनं आपल्याला जवळ घेतलेलं बघून सरूला धीर आला. तिनं आपल्याला जवळ घेतलं, त्या अर्थी ती आपल्यावर रागावली नाही, असं तिला वाटलं आणि शुभदाला बिलगून मिठी मारून ती रडायला लागली. शुभदा तिच्या पाठीवरून हात फिरवत राहिली; पण शुभदाच्या मनात मात्र भावनांचा कल्लोळ उठला होता. 'ही वेडी पोर त्या पोराच्या प्रेमात पडली होती. जे प्रेम कुणालाच कधी मान्य झालं नसतं आणि आत्ता तर ही जीव द्यायला निघाली होती. आपण अरविंदाची शपथ घातली म्हणून बरं झालं. निदान ती थांबली तरी! आपल्याला ते वेळेवर सुचलं; पण ते सुचलं नसतं आणि हिनं जिवाचं काही बरं-वाईट केलं असतं तर? आपण घरच्यांना काय सांगणार होतो? शिवाय, गावभर बदनामी झाली असती, ती वेगळीच! आणि या धक्क्यानं नाना-नानींना काही झालं असतं म्हणजे? देवाऽऽ! मी काय करणार होते किंवा त्या प्रेमाच्या भरात ही पोरगी आणखी काही भलतंसलतं करून बसली असती म्हणजे? ती बदनामी पुन्हा वेगळीच! देवा, मला शक्ती दे! मला शक्ती दे या संकटातून माझ्या घराला वाचवण्यासाठी मला शक्ती दे!' सरूच्या रडण्याचा आवेग ओसरला. तिनं आपले डोळे पुसले. खाली मान घालून ती उभी राहिली. तिला शुभदाच्या नजरेला नजर मिळवण्याचं धाडस होत नव्हतं. आता बघितलेलं हे सगळं वहिनी दादाला सांगणार. नाना-नानींना सांगणार! अरे देवा! नानांचा राग तिला माहीत होता. ते आपल्याला मारून तरी टाकतील किंवा पाय तोडून पांगळी तरी करतील. नको

नको; त्यापेक्षा आपण मेलेलंच बरं! या विचारांनी पछाडलेली सरू एकदम बोलून गेली, ''वहिनी, अरविंदाची शपथ सुटली म्हण वहिनी! आणि मला सोड! मला मरू दे! आता मला जगायचं नाही! हे सगळं घरी कळल्यावर होणाऱ्या परिणामांपेक्षा मी मरण पत्करीन. मला जाऊ दे! वहिनी, मला सोड!'' सरू काकुळतीनं शुभदाला विनवत होती. ''आणि तुम्ही आत्महत्या केली हे घरी समजल्यावर घरी काय परिणाम होतील, याचा विचार केलात? गावात होणाऱ्या बदनामीचा घरी काय परिणाम होईल, याचा विचार केलात?'' शुभदानं विचारलं. ''ते परिणाम भयंकर होणार आहेत. वहिनी, मला कल्पना आहे त्याची; पण तो विचार मी कशाला करू? तो परिणाम पाहायला मी नसणार!'' सरूनं बेफिकिरीनं उत्तर दिलं. ती भानावर नव्हतीच. वा! सरूवन्स वा! आपल्या आई-वडिलांबद्दल, भावांबद्दल तुमच्या मनात इतकं प्रेम असेल हे मला माहीत नव्हतं! लहानपणापासून ज्यांनी तुम्हाला वाढवलं, तुमचे लाड केले. कौतुक केलं त्यांच्या दुःखाची पर्वा तुम्हाला नाही हे बघून बरं वाटलं वन्स! ठीक आहे! सोडला मी तुमचा हात! जा, मारा समुद्रात उडी! संपवा आपलं आयुष्य!'' म्हणत शुभदानं तिचं मनगट सोडलं आणि तिच्याकडे पाठ फिरवून उभी राहिली. शुभदाच्या छातीत धडधडत होतं. ही वेडी पोर खरंच समुद्राकडे धावली तर? तिनं एक डाव खेळला होता. भावनाप्रधान असलेल्या सरूच्या काळजाला हात घालून तिनं एक डाव खेळला होता; पण तिचा डाव यशस्वी झाला. समुद्राकडे धावण्याऐवजी सरू शुभदाजवळ आली. पाठीमागून तिच्या पायाला मिठी मारून म्हणाली, ''वहिनी, मी चुकले. मला माफ कर! मी खूप खूप चुकले. मी आता जीव देणार नाही; पण, पण वहिनी, माझं... माझं त्याच्यावर प्रेम आहे गं! तो मला खूप आवडतो. तो खूप चांगला आहे गं!'' शुभदानं ओळखलं, गाडी आता हळूहळू रुळावर यायला लागली आहे. तरीही या भावनाप्रधान पोरीला असंच आंजारून-गोंजारून शहाणं करावं लागणार होतं. तिला एकदम विरोध केला किंवा कडक धोरण अवलंबलं तर ती पुन्हा बिथरण्याची शक्यता होती. शुभदाने क्षणभर विचार केला; म्हणाली, ''ठीक आहे सरूवन्स! आता आपण घरी जाऊ या. घरी सगळी वाट बघत असतील! चला!'' शुभदानं असं म्हटल्यावर सरू पुन्हा घाबरली. तिनं शुभदाचा हात धरला. ती घाबरून म्हणाली, ''वहिनी, माझ्यावर उपकार कर! हे सगळं घरी सांगू नकोस गं! अगदी विद्याधरदादालासुद्धा! नाही ना गं सांगणार? मला... मला खूप भीती वाटतेय. तू नाही ना सांगणार?'' शुभदाला तिच्या आवाजातला कंप, भीती जाणवली. ही हळवी पोर कुठंतरी जीव लावून बसली आहे. म्हणतेय, तो मुलगा खूप चांगला आहे; पण शुभदाला तरी तो चांगला वाटला नव्हता. त्याचे लालसर डोळे तो दारू पीत असल्याचं सांगत होते. त्याचे काळे ओठ तो व्यसनी असल्याचं दाखवत होते आणि ही वेडी पोर त्याच्यावर प्रेम

असल्याचं, तो फार चांगला असल्याचं सांगत होती. तरीपण हे आत्ताच तिला सांगून चालणार नव्हतं. हे सगळं जरा सांभाळून हाताळायला हवं होतं. शुभदानं पुन्हा सरूचा हात धरला. तिला दिलासा देत म्हणाली, ''वन्स, हे बघा तो मुलगा चांगला आहे असं तुम्ही म्हणताय ना? ठीक आहे. मी हे घरी सांगणार नाही; पण एका अटीवर. तुम्ही मला त्या मुलाचं नाव सांगायचं आणि मी त्याची माहिती काढेपर्यंत त्याला पुन्हा भेटायचं नाही? कबूल?'' शुभदाचं बोलणं ऐकून सरू संभ्रमात पडली. ''माहिती काढेपर्यंत? म्हणजे काय वहिनी? त्याची माहिती कशाला काढायला हवी?'' सरूनं भोळेपणानं विचारलं. ''अहो वन्सं, तुमचं प्रेम आहे ना त्याच्यावर? मग तो मुलगा कसा आहे? काय करतो? कुठं राहतो? सगळी माहिती काढायला नको का? हवी ना? मग मला त्या मुलाचं नाव सांगा आणि मला शब्द द्या की, मी सांगेपर्यंत तुम्ही त्याला भेटणार नाही, अगदी चोरूनसुद्धा! आहे कबूल?'' शुभदानं विचारलं. तशी सरूची मुद्रा उजळली. तिच्या ओठावर हसू उमटलं. ''कबूल आहे वहिनी! वहिनी, तू किती चांगली आहेस गं?'' म्हणत सरूनं पुन्हा शुभदाला मिठी मारली. ''वन्सं, त्याचं नाव सांगताय ना?'' शुभदानं पुन्हा विचारलं. सरू लाजली. हळूच म्हणाली, ''वहिनी, त्याचं नाव आहे बबन बागणे. तो जवळच्याच गावात राहतो. त्याचं घर आहे. त्याची आई आणि तो दोघंच राहतात. त्याचं आईवर खूप प्रेम आहे. माझ्यावरपण खूप प्रेम करतो तो. मला खूप सुखात ठेवणार आहे तो. वाट्टेल तेवढे कष्ट करावे लागले तरी चालतील; पण तुला राणीसारखी ठेवीन म्हणतो. वहिनी, तो खूप चांगला आहे गं!'' शुभदाला तिची कीव आली; पण तिनं ती दाखवली नाही. ''ठीक आहे वन्सं! तसे त्याचे विचार असतील तर तो चांगलाच असेल. चला, आपण आता घरी जाऊ या. तुम्ही मला शब्द दिलात ना? मग मीपण आत्ताच घरी काही सांगणार नाही. ठीक आहे? चला, आता घरी! आणि हो, घरी गेल्यावर चेहऱ्यावर, वागण्यातून काही दाखवू नका. नेहमीसारख्या वागा. चला, घरी जाऊ या!'' सरूला शुभदाबद्दल पूर्ण विश्वास होताच, या प्रसंगानं तो आणखी वाढला. ती शुभदाच्या पाठोपाठ घरी आली. घरी आल्यावर शुभदानं सुटकेचा निःश्वास टाकला. एका मोठ्या वाईट प्रसंगातून तिनं सरूला घरी आणलं होतं, सुखरूप! या मानसिक आंदोलनानं तिला खूप त्रास झाला. आपल्याला थोडी विश्रांतीची गरज आहे असं तिला वाटलं; पण आता निजून चालणार नव्हतं! शुभदाच्या बोलण्यानं दिलासा मिळालेली सरू घरी आल्यावर नेहमीसारखी वागली; त्यामुळे घरात कुणाला काही संशय आला नाही. शुभदानं आपलं काम आवरलं. जेवणं झाली. मनावर आलेल्या ताणामुळे थकलेली सरू तिच्या खोलीत जाऊन निजली. तशी शुभदा बांधकामाकडे गेली. काम चालू होतं; पण बबन कुठंच दिसत नव्हता. झाला प्रकार कुणाला कळल्याचं दिसत नव्हतं. दुपारी चारच्या सुमारास

मुकादम आला. लक्ष्मण निकम असं त्याचं नाव होतं. बांधकामावर देखरेख करत असल्याचं भासवत, शुभदानं आज माणसं कमी असल्याचं दिसतंय, असा विषय काढला तेव्हा 'तो बबन बागणे घरी गेला असेल' असं उत्तर मुकादमानं दिलं, तेव्हा सहज विचारल्यासारखं दाखवत, शुभदानं बबन बागणेची चौकशी केली. तेव्हा तिचाच अंदाज खरा असल्याचं तिला कळलं. बबन बागणे एक अत्यंत व्यसनी आणि कामचुकार मुलगा होता. हे खरं होतं की, घरी तो आणि त्याची आई दोघंच राहत; पण दुसरी गोष्ट अशी की, तो विवाहित होता. त्याला दोन मुलंही होती; पण त्याच्या आळशीपणाला आणि व्यसनाला कंटाळून त्याची बायको मुलांना घेऊन घर सोडून गेली होती. तो रोज दारू पीत होता आणि कुठे नीट कामही करत नव्हता. उलट, आपल्या चांगल्या दिसण्याचा फायदा घेऊन तो नवनवीन पोरींना फसवत असे. त्यांच्याच पैशांवर मजा करत असे आणि पोरींचे डोळे उघडून, त्या सोडून गेल्या की, तो नवीन सावज गाठत असे. पोरी बिचाऱ्या चांगल्या घरच्या असत. अब्रूला भिऊन गप्प बसत. त्या मुकादमानं बोलण्याच्या ओघात शुभदाला ही सगळी माहिती सांगितली आणि त्याचबरोबर हेही सांगितलं की, उदरनिर्वाहासाठी त्याची म्हातारी आई चार घरची कामं करते. शुभदाला आता मार्ग सापडला. तिनं मुकादमाला हाताशी धरायचं ठरवलं. नाहीतरी आता या प्रसंगानंतर बबन इथं कामाला येणारच नव्हता. शुभदानं मुकादमाला सांगितलं की, बबनचा पगार नेण्यासाठी बबनच्या आईला इकडे बोलावून घे. मुकादमाला त्यात काही वावगं वाटलं नाही. कारण आत्तापर्यंत बबन जिथं जिथं काम करायचा, तिथलं काम तो अर्धवट टाकून जायचा आणि त्याचा उरलासुरला पगार न्यायला त्याची आईच यायची. पगाराचा दिवस उजाडला. मुकादमानं सगळ्यांना पगार वाटला. बबनचा पगार न्यायला त्याची म्हातारी आई आली. तिला मुकादमानं शुभदाकडे पाठवलं. शुभदा पोह्यांचे पापड करून घेत होती. बायका कामाला आल्या होत्या. सरू तिथंच होती. ती पापड वाळत घालत होती. त्या दिवसापासून सरू दाखवत नसली, तरी थोडी उदास होती. वरवर ती हसत-बोलत असे; पण तिच्या मनात असलेली उदासीनता फक्त शुभदाला जाणवायची. तिला त्यामागचं कारणही माहीत होतं; पण तिनं कुणालाच ते सांगितलं नव्हतं. अगदी विद्याधरलासुद्धा! सरूच्या डोळ्यांतले उदास भाव बघून त्यानं दोनदा विचारलं, तरीही शुभदा काहीच बोलली नाही. शुभदानं आपला शब्द पाळला होता आणि सरूनंही! त्यातच बबन काम सोडून पळून गेला होता. त्याचा ठावठिकाणा नव्हता. तो घरीही गेला नव्हता; त्यामुळे सरूनं त्याला भेटायला जायचा प्रश्नच नव्हता; पण तो न भेटल्यामुळेच कदाचित सरू उदास असावी. आताही पापड उचलून उन्हात घालायला नेताना नेहमी बडबडणारी सरू गप्प-गप्प होती. तोच बबनची आई आली. शुभदानं तिला तिथेच बसवून घेतलं. शुभदानं

सरूला मुद्दामच काही कल्पना दिली नव्हती आणि बबनची आई आणि शुभदा या एकमेकींना ओळखत नव्हत्याच. बबनची आई आली. शुभदाला नमस्कार करून खाली बसली. सरू तिथंच होती. शुभदानं विचारलं, "मावशी, कोण तुम्ही? काय काम आहे? काही असलं तरी सांगा. मी मला शक्य होईल तेवढं करीन!" सरू हे ऐकत होती. अशा बायका घरी येणं तिला काही नवीन नव्हतं. आधी नानी आणि आता शुभदावहिनी; कोणी ना कोणी बायका त्यांना भेटायला या यायच्याच, ओळखीच्या किंवा अनोळखी. ही बाई तशीच आली असेल असा सरूनं विचार केला. तोच ती बाई म्हणाली, "वहिनीसाब, मी बबन बागणेची आई! मी त्याचा पगार, उरल्याला पगार न्यायला आलो हाय!" त्या म्हातारीचे हे शब्द ऐकल्यावर सरू तिथेच थांबली. शुभदाच्या नजरेनं टिपलं की, ती तिथंच थांबली आहे; पण आपल्याला ते कळलं आहे, असं तिनं दर्शवलं नाही. सहज विचारल्यासारखं करून ती म्हणाली, "मावशी, पण त्याचा पगार न्यायला तुम्ही का आलात? आणि तुमचा मुलगा कुठं गेला? तो कामाला नाही?" शुभदाचं हे बोलणं ऐकून ती म्हातारी उदास चेहऱ्यानं म्हणाली, "काय सांगावं वहिनीसाब तुमका? अवं ह्यो माझा ल्योक कुठंच धड काम करत न्हायी! कुठं कामावर टिकत न्हायी. चार पैक मिळवत न्हायी आनि वर दारू पितो, बिड्या ओढतो; त्यो सुधारावा म्हणून त्याचं लगीन बी करून दिलं. चांगली गुणी बायको हाय! सोन्यासारखी दोन लेकरं हायेत. पर याचा पाय घरात टिकत न्हायी. याच्या दारू पिण्याला आनि उनाडपणाला कंटाळून ती गुणी पोर दोन लेकरांना घेऊन म्हायेरी निघून गेली. पर याच्यात काय बी सुधारणा झाली न्हायी. मनात आलं तर काम करतोय, न्हाईतर मधनंच काम सोडून दारू पीत बसतोय आठ-आठ दिस! आता माझं हात-पाय थकलेत. पर याच्या पोटाला घालाय मलाच चार घरी राबावं लागतंय. न्हाईतर याचा असा ऱ्हायलेला पगार आणायला जावं लागतया! माझं कुठल्या जन्माचं पाप म्हणून असला पोरगा पोटाला आला. मागल्या जन्माचं भोग हायेत झालं! द्या त्याचा काय ऱ्हायलाय त्यो पगार! जाते मी! मला कामाला जायचं हाय!" म्हातारी उठून उभी राहिली. तिचा शब्दन्‌शब्द सरूनं ऐकला आहे, याची शुभदाला खात्री होती. म्हातारी बोलायची थांबल्यावर, तोंडावर पदर धरून सरू पळतच तिच्या खोलीत गेली. ती रडत असणार असा शुभदानं अंदाज केला. तिनं म्हातारीला बबनचा पगार दिला. वर थोडे जास्तच पैसे दिले. म्हातारीला हिशेब माहीत नव्हताच; पण तिच्या इथं येण्यानं आणि सगळं सांगण्यानं शुभदाचं एक मोठं काम सोपं झालं होतं. तिच्या घरावर, सरूच्या जीवनावर आलेलं संकटाचं सावट दूर झालं होतं. त्याची 'कृतज्ञता' म्हणून तिनं त्या म्हातारीला थोडे जास्तच पैसे दिले होते. पैसे घेऊन म्हातारी निघून गेली. अर्ध्या तासानं पापड करणाऱ्या बायकाही निघून गेल्या. मग शुभदा सरूच्या खोलीत गेली. सरू उदास मनानं बसली

होती. ती खूप रडली असावी, असं तिचा चेहराच सांगत होता; पण आता तिचं रडं ओसरलं होतं. शुभदा मुद्दामच मघाशी तिच्या पाठोपाठ आली नव्हती. काही वेळ तिला एकटीला ठेवण्यातच तिचं हित होतं आणि तसंच झालं. बबनच्या बाबतीतली सत्यता, त्याचं खरं स्वरूप सरूला आता कळून चुकलं होतं आणि आपण किती मूर्ख आहोत, आपण कसे फसत होतो, याचंही तिला भान आलं होतं. पोटभर रडून झाल्यावर तिची विचारशक्ती काम करायला लागली होती आणि शुभदाचं मोठेपणही तिला कळून आलं होतं.

शुभदाला समोर पाहिल्यावर सरू पलंगावरून उतरली आणि पुढे होऊन तिनं शुभदाचे पाय धरले. "वहिनी, मला माफ कर! मी चुकले, चुकत गेले. आणखी किती चुकले असते कुणास ठाऊक? तू त्या दिवशी वेळेवर आली नसतीस तर काय घडलं असतं कोण जाणे! पण माझं आयुष्य उधळलं जाण्यापासून तू वाचवलंस! एवढंच नव्हे, तर खरं काय ते माझ्यासमोर आणून तू माझे डोळे उघडलेस! वहिनी, मी किती मूर्ख होते. त्या चार दिवसांच्या ओळखीवर माझं आयुष्य, माझी मायेची माणसं सगळंसगळं उधळून द्यायला निघाले होते; पण वहिनी, तू मला आवरलंस, सावरलंस! एवढंच नव्हे तर घरच्यांच्या नजरेतून मला खाली पडू दिलं नाहीस. माझा सन्मान, माझा आत्मसन्मान तू अबाधित ठेवलास आणि मला विनाशाकडे जाण्यापासून वाचवलंस! वहिनी, तू खरोखरच थोर आहेस!'' सरू प्रांजलपणाने बोलत होती. तिच्या स्वरात सच्चेपणा होता. आवाजामध्ये आर्तता होती. शब्दाशब्दांतून पश्चात्ताप व्यक्त होत होता.

शुभदानं तिला उठवलं. मायेनं तिच्या डोक्यावरून हात फिरवत म्हणाली, "सरूवन्स, एक मोठं गंडांतर टळलंय तुमच्या जीवनावरचं आणि आपल्या घरावरचं! तेव्हा हे एक दु:स्वप्न होतं, असं समजा आणि विसरून जा. आपलं सगळ्यांचं नशीबच बलवत्तर म्हणून आपण वेळेवर जागे झालो आणि ते वाईट स्वप्न भंगलं. आता ते संपलंय. आता स्वत:ला अपराधी समजू नका. कारण पश्चात्तापानं तुमची चूक धुतली गेलीय. तेव्हा विसरा आता सगळं. झालेलं कुणालाच कळलेलं नाहीय. तेव्हा काही झालंच नाही असं समजायचं आणि तसंच वागायचं. चला उठा, आता स्वच्छ तोंड धुवा. केस सारखे करा आणि स्वयंपाकघरात माझ्या मदतीला या. आज रात्रीच्या जेवणासाठी डोसे आणि दही-भात असा बेत आहे. तेव्हा लवकर या!'' असं म्हणत शुभदानं तिच्या पाठीवर थोपटलं. शुभदाकडे एकदा पाणावलेल्या डोळ्यांनी बघून सरूनं तिला घट्ट मिठी मारली. "वहिनी, मी तुझ्या आज्ञेबाहेर कधीच जाणार नाही; वचन देते मी तुला!'' असं म्हणत मिठी सोडून सरू पदरानं तोंड पुसत बाहेर पळाली. ती गेली, त्या दिशेकडे शुभदा पाहातच राहिली. एक मोठं संकट टळलं होतं आणि कोणतंही नुकसान, कसलीही हानी न करता टळलं होतं. शुभदाच्या

डोळ्यांत पाणी आलं. तिनं हात जोडून देवाचे आभार मानले. क्षणभर डोळे मिटून ती तशीच उभी राहिली. डोळ्यांतून वाहणारं पाणी पदरानं पुसत, तिनं डोळे कोरडे केले आणि ती स्वयंपाकघराकडे वळली.

हे सगळं प्रकरण असं बिनबोभाट, गाजावाजा न होता मिटलं आणि ते चांगल्या प्रकारे मिटलं, याचं शुभदाला खूप समाधान वाटलं. प्रकरण नुसतंच चांगल्या पद्धतीनं मिटलं असं नव्हतं, तर सरूचेही डोळे उघडले होते आणि तिच्या मनाला कोणतीही दुखापत न होता तिचे डोळे उघडले होते. आणि म्हणूनच शुभदानं हे इतर कोणालाच सांगायचं नाही, असं ठरवलं. कारण हे इतर कुणालाही कळलं असतं, अगदी विद्याधर, नाना-नानींना तरी त्यांनी सरूला चांगलंच फैलावर घेतलं असतं. तिच्यावर अनेक बंधनं लादली असती तसंच स्वत:ला त्रास करून घेतला असता तो वेगळाच आणि त्यामुळे सरूचं मन आणखी दुखावलं असतं. तेव्हा झाला प्रकार कुणालाच न सांगणं हेच शुभदानं इष्ट समजलं आणि ते योग्यही होतं; पण त्याचबरोबर आता सरूचं लग्नही लवकरात लवकर करायचं असाही तिनं निश्चय केला आणि त्यादृष्टीनं लगेच शोधाशोधही सुरू केली आणि आश्चर्याची गोष्ट म्हणू या किंवा शुभदाच्या हाताला यशच होतं म्हणू या; पण शुभदाचा हा निश्चयही सुफल झाला. झालं ते असं.

एक दिवस पुण्याहून एक दातार कुटुंब गुहागरला व्याडेश्वराच्या पूजेसाठी आलं. यथासांग पूजा, अभिषेक करण्यासाठी ते लोक शुभदाच्या यात्री-निवासात आले. त्यांनी सामान गाडीतच ठेवलं होतं आणि समुद्रावर अंघोळ करून ओलेत्यानंच त्यांनी व्याडेश्वराची पूजा आणि अभिषेक केला. मुलाच्या चांगल्या नोकरीसाठी ते तसा नवस बोलले होते म्हणे आणि आता त्याला एका मल्टिनॅशनल कंपनीत चांगल्या भरपूर पगाराची नोकरीही लागली होती. म्हणूनच आपल्या मुलाला – विश्वनाथला घेऊन ते व्याडेश्वराच्या दर्शनाला आले होते. पूजा-अभिषेक झाल्यावर एक दिवस मुक्काम करून दुसऱ्या दिवशी पहाटे निघायचं या विचारानं यात्री-निवासात राहायला आले होते. शुभदासोबत ये-जा करणारी, यात्रेकरूंची देखभाल करणारी, गडी-माणसांना गोड भाषेत आदेश देणारी सरू त्यांना आवडली. अर्थात, सरू कुणालाही आवडेल अशीच देखणी होती आणि दातारांचा मुलगा विश्वनाथही गोरा, देखणा, रुबाबदार होता. हो-नाही, हो-नाही करताकरता त्यांनी शुभदाला सरूबद्दल विचारलंच! शुभदानंही त्यांच्याशी बोलून त्यांची सगळी माहिती विचारून घेतली. त्या माहितीतून नानांचे इचलकरंजीला राहणारे मित्र यशवंत दातार यांचे ते जवळचे नातेवाईक असल्याचं समजलं. त्यांच्याशी बोलून शुभदा घरी आली आणि जेवताना तिनं सर्वांच्या समोर हा विषय काढला. त्यांना सरू पसंत असल्याचंही सांगितलं आणि यशवंतराव दातारांशी असलेलं नातंही सांगितलं. माणसं चांगली

होती. मुलगाही चांगला होता; पण त्यांची अजून माहिती काढायला हवी होती. विद्याधरने यावर एक तोडगा काढला. त्यानं घरातल्या फोनवरून इचलकरंजीला नानांच्या मित्राला फोन लावला. यशवंत दातारच फोनवर होते. नाना त्यांच्याशी बोलले. त्यांनी या कुटुंबाची माहिती विचारली. यशवंत दातारांनी सगळी माहिती तर दिलीच आणि वर 'डोळे झाकून तुझी मुलगी तिथं दे, उत्तम स्थळ आहे!' अशी टिप्पणीही केली. शुभदाच्या विनंतीवरून विश्वनाथचे वडील यदुनाथ दातार आणि त्यांच्या पत्नी - शैलजाताईंनी नानांना विश्वनाथची पत्रिका बनवण्यासाठी आवश्यक ती माहिती सांगितली. नानांनी पत्रिका तयार करून दोघांच्या पत्रिका ताडून पाहिल्या आणि त्या जुळल्यादेखील! दातार कुटुंबालाही पैशाची अपेक्षा नव्हती. त्यांना सरू फारच आवडली होती. त्यांनी जवळजवळ सरूला मागणीच घातली. घरातल्या सगळ्यांनाच दातार कुटुंब आणि विशेषत: विश्वनाथ आवडला होता. प्रश्न फक्त सरूचा होता. ती जबाबदारी शुभदाने घेतली. शुभदा संध्याकाळच्या जेवणाची तयारी करत होती. सरस्वती तिच्या मदतीला आली. स्वयंपाकघरात दोघीच होत्या. शुभदानं हळूच सरूला विचारलं, "सरूवन्स, या दातारांच्या स्थळाबद्दल तुमचं काय म्हणणं आहे? तो विश्वनाथ तुम्हाला पसंत आहे का?" शुभदाच्या या प्रश्नावर सरूनं खाली मान घातली. म्हणाली, "वहिनी, तो मुलगा कुणालाही आवडेल असाच आहे; पण माझं मन...!" सरू बोलता-बोलता थांबली. तिला काय म्हणायचं आहे, ते शुभदाच्या लक्षात आलं. तिचं मन जरी आता बबनमध्ये गुंतलेलं नसलं, तरी तिला मनातून अपराधी वाटत होतं. शुभदानं सरूला जवळ घेतलं. तिचा चेहरा आपल्या ओंजळीत धरून म्हणाली, "सरूवन्स, मला कळतंय तुमच्या मनात काय चाललंय ते! पण ते एक वाईट स्वप्न होतं असं म्हणून विसरून जा असं मी याआधीही तुम्हाला सांगितलंय ना? आता तुमच्या नशिबानं एक नवी सुवर्णसंधी तुमचा हात धरायला उत्सुक आहे; तेव्हा माझा हात मळलाय, तो धुऊन येते असं म्हणून ही संधी घालवू नका. वन्सं, हात काय कधीही धुता येईल; पण संधी पुन:पुन्हा येईलच असं नाही. त्या सगळ्या प्रकरणात तुमच्या चारित्र्यावर तिळाएवढाही डाग पडलेला नाही. मग आता तो डाग पडला असता, तर किती भयंकर घडलं असतं असा विचार करून दु:खी होऊ नका. सोन्यासारखं स्थळ आलंय; त्याला पटकन हो म्हणा! एकदा का तुम्ही विश्वनाथसोबत संसाराला लागलात ना की, तुमच्या मनातलं हे किल्मिषही धुवून जाईल. तुम्हाला विश्वनाथ आवडला आहे ना?" शुभदाच्या बोलण्यानं सरस्वतीच्या मनातली उरलीसुरली शंकाही पुसली गेली. शुभदानं शेवटी स्पष्टपणे विचारल्यावर सरू लाजली आणि तिनं शुभदाच्या पदराआड आपला चेहरा लपवला. तिच्या लाजलेल्या चेहऱ्यानंच शुभदाला उत्तर मिळालं. गॅसवर कुकर चढवून, सरूला कणीक भिजवायला सांगून ती बाहेर आली.

बाहेर नाना-नानी, विद्याधर बसले होते. शुभदानं सरूचा निर्णय त्या तिघांना सांगितला. तिघांचेही चेहरे उजळले. नाना त्यांच्या वयाला न शोभेल अशा चपळाईने उठले आणि त्यांनी तडक यात्री-निवासातली दातार कुटुंबीयांची खोली गाठली. ते तिघंही तसंच बोलत होते. विषय होता सरस्वतीचा आणि यात्री-निवासातल्या सुविधांचा. नाना आलेले पाहताच तिघं उठून उभे राहिले. नानांच्या पाठोपाठ विद्याधर आणि शुभदासुद्धा आले. नाना म्हणाले, "यदुनाथजी, तुमचं-आमचं नातं जडणार असं दिसतंय. दोघांची पत्रिका छान जमते आहे. आम्हाला तुमचा मुलगा आवडला आहे. तुम्हाला आमची सरू पसंत आहे. आता पुढे कसं आणि काय करायचं ते तुम्हीच सांगा!" नानांचं बोलणं ऐकून त्या तिघांचे चेहरे उजळले. विश्वनाथला तर खूपच आनंद झाला. त्याला तर सरू खूपच आवडली होती. आता 'तुम्हीच सांगा' असं नानांनी म्हटल्यावर यदुनाथ म्हणाले, "आता काय ठरवायचं! आपण असं करू आता हे लग्न ठरल्याचं शिक्कामोर्तब म्हणून आता जे शक्य आहे ते करू. उद्या आम्ही पुण्याला जातो. तिथं जाऊन, गुरुजींना विचारून मुहूर्त काढतो. हॉल बुक करतो. तुम्ही तुमची कितीही माणसं घेऊन पुण्याला या. आदल्या दिवशी साखरपुडा आणि दुसऱ्या दिवशी लग्न असं करू. जो काही खर्च येईल तो अर्धा-अर्धा करू आणि थाटात लग्न करू. चालेल?" यदुनाथ दातारांचा हा बेत सगळ्यांनाच आवडला. मग दातार कुटुंबीय नानांच्या बरोबर घरी आले. नानी, शकुआत्या, सरू, विवेक सगळेजण वाटच बघत होते. नानांच्या समवेतच ती मंडळी आलेली बघून सरू लाजून आत पळाली. आता संध्याकाळ होत आली होती. शुभदानं दोन पाट मांडले. दोघांना पाटांवर बसवलं. औक्षण केलं. तेवढ्यात शैलाताई, विश्वनाथच्या आईंनी आपल्या हातातली अंगठी काढून विश्वनाथकडे दिली. विश्वनाथने ती सरूच्या बोटात घातली. किंचित सैल झाली; पण बसली. विद्याधरने आपल्या गळ्यातली चेन काढून सरूकडे दिली. सरूने लाजत ती विश्वनाथच्या गळ्यात घातली. तेवढ्यात आत जाऊन शकुआत्यांनी शिरा बनवला. तो सगळ्यांना देऊन तोंड गोड केलं आणि सरूचं लग्न ठरलं. गजाननच्या निघून जाण्यानं घरावर आलेलं चिंतेचं सावट या प्रसंगानं दूर झालं आणि सगळ्या घरात आनंद पसरला आणि जो तो सरस्वतीच्या लग्नाबाबत बोलू लागला. पहिल्या यात्री-निवासाचं वीस खोल्यांचं बांधकाम पूर्ण झालं. तसं शुभदानं सर्वांची संमती घेऊन दुसरं यात्री-निवास बांधायला घेतलं. दरम्यान, सरस्वतीचं लग्न असं अचानक ठरलं आणि तेही इतक्या चांगल्या स्थळाशी. मुलगा चांगला, घरातली माणसं चांगली, परिस्थिती उत्तम "पोरीनं नशीब काढलंन हो!" असं जो तो म्हणू लागला. गजानन निघून गेल्याची सगळ्यांच्या मनाला जी खंत होती, तिच्यावर आनंदाचा मुलामा चढला. चारच दिवसांनी दातारांचा फोन आला. एक महिन्यानंतरची तारीख निघाली होती. त्यांनी पुण्याला

कार्यालय बुकही केलं होतं. व्याहीभोजनाला आणि त्यांचं घर बघायला सरूच्या घरच्या सगळ्यांना बोलावलं होतं. घरात आनंद पसरला. नाना, विद्याधर आणि शुभदा जाऊन पुण्याचं दातारांचं घर बघून आले. चांगला ऐसपैस तीन बेडरूम्सचा प्रशस्त फ्लॅट होता. तीनही बेडरूम्सना प्रशस्त बाल्कनी होती. हा फ्लॅट रो हाउस बंगलो - स्कीममधला असल्यामुळे मागेपुढे अंगण होतं. तिथं छानशी फुलझाडं लावलेली होती. घरात सगळी सुबत्ता दिसत होती. व्याहीभोजनाला यदुनाथ दातारांचे धाकटे बंधू आणि त्यांचे कुटुंबीयही आले होते. ते मुंबईत राहत असत. एकंदरीत माणसं आणि परिस्थिती दोन्हीही उत्तम होतं. सरस्वतीनं खरंच नशीब काढलं होतं. आता शुभदाच्या घरात लग्नाची तयारी सुरू झाली. त्यातच शैलाताईंनी 'रुखवतात भांडी-कुंडी काही देऊ नका' असं आवर्जून सांगितलं होतं; त्यामुळे शुभदानं सर्वांच्या विचारानं काही नवनवीन उपकरणं घेतली. त्यात ब्लेंडर, फूडप्रोसेसर इत्यादी होतं. गुहागरहून एक स्पेशल बस ठरवून मंडळी पुण्याला गेली. पुण्यात मोठ्या थाटामाटात लग्न झालं. सगळेजण आनंदात होते. फक्त त्या आनंदाला एक लहानशी दु:खाची किनार होती. ती म्हणजे, गजाननची अनुपस्थिती. शुभदानं आणि विद्याधरनं गजाननशी संपर्क साधण्याचा, त्याचा शोध घेण्याचा खूप प्रयत्न केला; पण व्यर्थ. गुहागरहून चाकरमानी म्हणून खूपजण मुंबईला राहायला गेले होते. त्यांपैकी कुणाला तरी गजाननचा पत्ता माहीत असेल, या अपेक्षेनं विद्याधरनं त्या सगळ्यांकडे चौकशी केली; पण काहीच उपयोग झाला नाही. गजाननचा कुठेच पत्ता लागला नाही. शेवटी, निराश आणि हताश होऊन आता त्याचाच फोन येण्याची वाट बघण्याशिवाय आपल्या हातात दुसरं काही नाही अशी सगळ्यांनी आपल्या मनाची समजूत घातली. आता शुभदाचं घर रिकामं-रिकामं वाटायला लागलं. प्रभावती, सरस्वती लग्न होऊन आपापल्या सासरी गेल्या. गजानन नशीब काढण्यासाठी मुंबईला गेला. सरस्वतीचं लग्न झाल्यावर सहा-सात महिन्यांनी शकुआत्या ताप आल्यानं आजारी पडल्या. औषध-उपचार, सेवाशुश्रूषा यांना कसलाही प्रतिसाद न देता, त्यांनी शांतपणे प्राण सोडला. वृद्धत्वामुळे त्यांचं शरीरही उपचारांना प्रतिसाद देत नव्हतं. हॉस्पिटलमध्ये दाखल व्हायलाही त्यांनी नकार दिला. त्या अत्यंत तृप्त मनानं, समाधानानं गेल्या. त्यांना या घरातच, चार माणसं भोवती असतानाच मरण हवं होतं आणि तसंच झालं. शुभदाचा हात हातांत धरूनच त्यांनी प्राण सोडला. त्यांच्या जाण्यानं मात्र एकदम पोकळी निर्माण झाली. त्यांच्या जाण्यानं नानींना तर खूप मोठा धक्का बसला. शकुआत्या बालविधवा म्हणून या घरात आल्या होत्या. नानांची ही सर्वांत मोठी बहीण. नानांनी 'तिला मी आयुष्यभर सांभाळीन' असं वचन आपल्या आईला तिच्या मृत्यूसमयी दिलं होतं. ते त्यांनी शकुआत्यांच्या मृत्यूपर्यंत पाळलं. नानींचा आणि शकुआत्यांचा फारफार स्नेह होता आणि सहवासही; त्यामुळेच

शकुआत्या गेल्याचं नानींना फारफार जाणवलं. शकुआत्या गेल्याचं कळल्यावर प्रभा आणि सरू धावत आल्या. शकुआत्यांचं कार्य होईपर्यंत राहिल्या. त्या होत्या, तोवर नानींचं मन बरचंसं सावरलं. त्या आपापल्या घरी गेल्यावर मात्र पुन्हा त्यांना एकाकी वाटायला लागलं. शुभदानं त्यांना जास्तीतजास्त जपलं. त्यांच्यासोबत ती जास्त वेळ घालवायला लागली. तसा आता पावसाळा होता. यात्री-निवासाची वर्दळ थोडीशी कमी झाली होती. दुसऱ्या यात्री-निवासाचं बांधकामही पूर्ण झालं होतं. पावसाळा असल्यानं वाळवणाचीही कामं नव्हती; त्यामुळे शुभदा नानींसोबत वेळ घालवू शकली; पण पावसाळा असल्यामुळे रुग्णांची संख्या वाढली होती; त्यामुळे विद्याधरचा सगळा वेळ क्लिनिकमध्ये जात होता. यामुळेच असेल; पण शुभदा आणि नानी खूप जवळ आल्या आणि त्यामुळे नानीही सावरल्या. फक्त त्यांना अधूनमधून गजाननची आठवण यायची. कुठे होता गजानन?

सहा

खरंच गजानन कुठे होता? दिसायला देखणा आणि रुबाबदार असलेल्या गजाननला सुरुवातीपासूनच चित्रपटांचं वेड होतं. त्यातच चिपळूणला कॉलेजला गेल्यानंतर, त्याच्या मित्रांनी त्याचा सतत 'हीरो' म्हणून केलेला उल्लेख त्याचं वेड वाढवणारा ठरला. बी.ए.पर्यंत शिकलेल्या गजाननला या वेडापायीच चित्रपट बघण्याचा अतोनात नाद लागला आणि चित्रपटाच्या हीरोच्या जागी स्वत:ला कल्पून गजानन 'हीरो' बनण्याची स्वप्नं बघू लागला. ज्या वेळी नवीन भक्त निवासांचं बांधकाम सुरू होतं, त्या वेळी असंच भक्त निवास गजाननसाठी बांधायचं, हे विद्याधरदादा आणि शुभदावहिनीचं बोलणं त्यानं ऐकलं आणि आपल्याला, आपल्या स्वप्नाला आणि आपल्या कलेला इथं वाव मिळणार नाही, हे समजून त्यानं घर सोडण्याचा निर्णय घेतला. विवेकची आणि दादाची, दादाला लागणारी औषधं मुंबईहून आणायची आहेत, अशीही चर्चा त्याने ऐकली होती. त्यातच एके दिवशी चिपळूणमध्ये असलेल्या घेलाशेट सावकाराकडे शिल्लक असलेले, कडधान्यांचे बावीस हजार रुपये घेऊन येण्याबद्दल विद्याधरने त्याला सांगितल्यावर आपलं स्वप्न खरं ठरणार आहे म्हणून देवानंच आपल्याला ही संधी दिली, असं त्याला वाटलं. तशातच 'आयुष्यात संधी एकदाच दार ठोठावते' हा सुविचार त्याला माहीत होताच. त्यानं ही संधी साधायचं ठरवलं आणि एके दिवशी दुपारी सगळ्यांची जेवणं झाल्यानंतर चिपळूणला जाऊन येतो असं सांगून त्यानं गुहागर सोडलं. जाण्यापूर्वी आपल्या उशीखाली चिठ्ठी लिहून ठेवायला तो विसरला नाही. गुहागरमधून निघून

त्याने थेट घेलाशेटचं दुकान गाठलं. घेलाशेटला ''मला दादाने कडधान्याचे पैसे आणायला पाठवले आहे; पण मी इथून दादाची औषधे आणण्यासाठी थेट मुंबईला जाणार असल्याने मी पैसे घेऊन गेल्याचं दादाला आता लगेच सांगू नका, मी दोन दिवसांनी औषधे घेऊन परत येईन तेव्हा त्याला सगळा हिशेब देईन.'' असं त्याने घेलाशेटला सांगितलं आणि त्यांनी दिलेले बावीस हजार रुपये घेऊन तो तिथून बाहेर पडला. दोन-तीन तास इकडे-तिकडे काढून तो चिपळूणच्या स्टँडवर आला. मामा काणे यांच्या हॉटेलमध्ये राइसप्लेट खाऊन त्याने तडक मुंबईची गाडी पकडली. आपण 'हीरो' बनलो आहोत आणि भलीमोठी गाडी घेऊन घरी सगळ्यांना भेटायला आलो आहोत, असं स्वप्न बघत असताना त्याला झोप लागली. सकाळी त्याने डोळे उघडले तेव्हा तो मुंबईच्या कुर्ला बसस्थानकावर येऊन पोहोचला होता. सगळेजण उतरले, तसा गजाननही खाली उतरला. बसस्थानक आणि आजूबाजूला असलेली माणसांची प्रचंड गर्दी, आसपास असणाऱ्या उंच-उंच इमारती आणि रस्त्यावरून धावणारी वाहनांची प्रचंड रांग बघून गजानन कावराबावरा झाला. इथे येण्यात आपण चूक केली, असं त्याला वाटू लागलं; पण आता परत फिरायचं नव्हतं. काहीतरी बनल्याशिवाय, बनून दाखवल्याशिवाय आता माघारी जायचं नव्हतं. गजाननने आपली बॅग उचलली आणि तो स्टँडच्या बाहेर पडला. कुठं जायचं? कसं जायचं? कुणाकडे जायचं? आणि काय करायचं? हे प्रश्न त्याच्यासमोर उभे होते; पण त्यांतल्या एकाही प्रश्नाचं उत्तर त्याच्याकडे नव्हतं. स्टँडच्या बाहेर एका चहावाल्याची टपरी होती. तिथलंच पाणी घेऊन गजाननने चूळ भरली. तोंडावर पाणी मारून घेतलं. त्याला थोडं बरं वाटलं. त्या चहाच्या टपरीबाहेर दोन बाकडी टाकली होती. त्यावर बसून काही माणसं चहा पित होती. कुणी वडा-पाव खात होतं. गजाननने टपरीवाल्याला चहा देण्यास सांगितलं. प्लॅस्टिकच्या ग्लासमध्ये त्यानं चहा दिला; चहाचा पहिला घोट घेताच गजाननला कसंतरी झालं. त्याला आठवला, शुभदावहिनीच्या हातचा दाट, दुधाळ; पण कडक चहा! क्षणभर वाटलं, परत घरी निघून जावं. पण हीरो बनण्याच्या स्वप्नाने त्याला अडवलं. सतरा वेळा उकळलेला तो चहा कसातरी घशाखाली ओतून तो चालत निघाला. आता पहिल्यांदा कुठेतरी राहण्याची व्यवस्था करायला हवी होती. माणसांच्या आणि वाहनांच्या गर्दीतून कशीबशी वाट काढून गजानन चालत होता. अचानक त्याला समोर बोर्ड दिसला, 'कुर्ला गेस्ट हाउस.' इथं चौकशी करून पाहावी, असं त्याच्या मनात आलं. वाटेत चांगल्या दिसणाऱ्या दोन-तीन हॉटेल्समध्ये त्याने येता-येता चौकशी केली होती; पण तिथले राहण्या-जेवण्याचे दर ऐकून त्याचे डोळे पांढरे व्हायची वेळ आली. तसं मघाशी त्या कळकट घोटभर चहाला दहा रुपये द्यायचं त्याच्या जिवावर आलं होतं आणि तेव्हाच त्याच्या लक्षात आलं की, आपल्याजवळचे पैसे जपून-जपून वापरले

पाहिजेत. निदान कुठेतरी काम मिळेपर्यंत तरी! त्यामुळं आता समोर कुर्ला गेस्ट हाउसचा बोर्ड आणि त्याखाली 'कॉट बेसीसवर रूम्स भाड्याने मिळतील' असं वाचल्यानंतर त्यानं तिथं चौकशी करण्याचं ठरवलं. त्याप्रमाणे काउंटरवर त्यानं विचारणा केली. तिथं कधी काळी पांढरा रंगाचा होता असा वाटणारा बनियन घालून एकजण बसला होता. "अडीचशे रुपये एका दिवसाचे" असं त्यानं गजाननला उत्तर दिलं. "पण एका रूममध्ये तिघेजण राहणार, शेअर करावे लागेल. संडास-बाथरूम कॉमन आहेत. हॉटेलच्या आवारामध्ये बिडी, सिगारेट, पान, तंबाखू, दारू चालणार नाही. हॉटेलच्या आवारात भांडणतंटा, कुरकुर, शिवीगाळ, मारामारी केलेली चालणार नाही. शंभर रुपये डिपॉझिट म्हणून द्यावे लागतील. रूम सोडताना ते परत मिळतील. अत्यंत स्पष्ट शब्दांत, सडेतोड भाषेत त्यानं गजाननला उत्तर दिलं. "रहने का है तो बोलो। चार नंबर के रूम में एक कॉट खाली है। क्या बोलता है?" त्याच्या या प्रश्नाला होकारार्थी उत्तर देण्यापलीकडे गजाननसमोर पर्याय नव्हता. त्यानं एक हजार रुपये आणि शंभर रुपये असे अकराशे रुपये काढून दिले. आता निदान चार दिवस तरी इथं राहाता येणार होतं. या चार दिवसांत काहीतरी खटपट करून सिनेमात काम मिळवण्याची धडपड करायला हवी होती. त्या माणसांनं बोट दाखवलेल्या दिशेकडे गजानन गेला. चार नंबरच्या रूमचा दरवाजा ढकलून आत गेला. या छोट्याशा खोलीत तीन कॉट्स होत्या. खोलीत कोणीच नव्हतं. दोन कॉट्सवर थोडंफार सामान, कपडे पसरले होते. तिसरी कॉट रिकामी होती. गजानन तिथं जाऊन बसला. त्या कॉटवरची चादर रामायण-महाभारताच्या काळात कधीतरी बदलली असावी. गजाननला आपल्या घरातली आपली खोली आठवली. ऐसपैस, नीटनेटकी खोली, शुभदावहिनींनी आवरलेली, मोठ्या पलंगावरची स्वच्छ चादर जराही सुरकुती न पडलेली. छे! आता सारख्या अशा आठवणी येऊन उपयोग नाही. याचा आपल्याला त्रास होईल असा विचार केला तरी गजाननचे डोळे मात्र पाण्याने भरले. त्याला त्याच्यावर प्रेम करणारी, त्याच्या विनोदाला हसून दाद देणारी, त्याची शुभदावहिनी आठवली. नानी आठवली, दादा, शकुआत्या, सगळे-सगळे आठवले आणि न राहवून, गजानन त्या कॉटवर बसून लहान मुलासारखं रडायला लागला; पण काय उपयोग होता? इथं डोळे पुसणारं कुणीच नव्हतं. इथं चौकशी करणारं कुणीच नव्हतं. एकदा पोटभर रडून मन हलकं केल्यावर गजाननने निग्रहानं आपले डोळे पुसले. आता रडायचं नाही, त्यानं स्वत:ला बजावलं आणि तो शांतपणे कॉटवर पडून राहिला. रात्रीच्या प्रवासानं थकलेल्या, घराच्या आणि घरातल्यांच्या विरहामुळे मनातून दु:खी झालेल्या, 'मुंबई' नावाच्या या महानगरीत काहीतरी बनण्यासाठी आलेल्या गजाननला हलकीशी झोप लागली. त्याच्याही नकळत तो झोपी गेला.

कसल्याशा आवाजाने गजाननला जाग आली. डोळे उघडल्यावर प्रथम आपण कुठं आहोत, हेच त्याला कळेना. हळूहळू त्याला एक एक आठवायला लागलं. पूर्ण जाग आल्यावर त्यानं आवाजाच्या दिशेने डोळे वळवले. पलीकडच्या कॉटवरचा कुणीतरी माणूस आला होता. त्याला बघून गजानन उठून बसला. तो गजाननच्या जवळ येऊन म्हणाला, ''नमस्ते जी, मेरा नाम सुधीर है। मैं पंजाब से आया हूँ। आप?'' त्यानं आपली ओळख करून दिली. ''मेरा नाम गजानन है। कोकणसे आया हूँ।'' गजाननं आपली ओळख करून दिली. पंजाबहून आलेला तो सुधीर एका हॉटेलमध्ये नोकरीला होता. गेले सहा महिने तो इथं राहत होता. आपण फिल्ममध्ये काम करण्यासाठी इथे आलो आहोत, असं गजाननने सांगितल्यावर सुधीर मोठ्याने हसला. म्हणाला, ''चलो, करोंडो पागलों में और एक आ टपका।'' असं म्हणत, मोठ्याने हसत आपला टॉवेल उचलून तो खोलीच्या बाहेर गेला. गजाननला त्याच्या हसण्याचं नवल वाटलं; पण तरीही त्याला कारण कळलं नाही. 'हसला असेल उगीचच!' असा विचार करून त्यानं तिकडे दुर्लक्ष केलं. सुधीर अंघोळ करून आल्यावर त्याच्याजवळ त्याने जेवणाबद्दल चौकशी केली. थोड्याच अंतरावर एक खानावळ असून सुधीर तिथेच जेवायला जातो, असं त्याने सांगितलं. तेव्हा गजाननेही तिथेच जेवायला जायचं ठरवलं. जेवण साधारणच होतं. गजाननला पुन्हा शुभदावहिनीच्या हातच्या गरम-गरम रुचकर जेवणाची आठवण झाली; पण त्याने निग्रहाने ती आठवण झटकून टाकली. अशा रीतीने मुंबईत आल्यावर पहिल्या दिवशी गजाननने आपल्या जेवणा-खाण्याची, राहण्याची व्यवस्था लावून घेतली. उद्यापासून त्याला काम शोधायचं होतं. रात्री जेवण झाल्यावर तो आणि सुधीर गप्पा मारत बसलेले असताना, गजाननने त्याला सकाळच्या हसण्याचं कारण विचारलं. सुधीर म्हणाला, ''अरे गजानन, ही मुंबई म्हणजे मायानगरी आहे. इथं रोज हजारो मुलं-मुली देशाच्या कानाकोपऱ्यांतून, घरांतून दागिने आणि पैसे घेऊन सिनेमात काम करण्यासाठी पळून येतात. चित्रपटांत हीरो-हीरॉइन बनण्याचं स्वप्न उराशी घेऊन येतात. ही मुंबईनगरी सगळ्यांना आश्रय तर देते; पण त्यांची स्वप्नं पूर्ण करतेच असं नाही. त्या हजारो जिवांपैकी एखाद्यालाच नशीब साथ देतं आणि त्याला सिनेमात काम मिळतं. अर्थात, हीरोचं किंवा हीरॉइनचं मिळतं असं नाही; पण कुठंतरी पडद्यावर आपला चेहरा क्षणभरासाठी का होईना दिसला, यातच ते आनंद मानतात आणि आज ना उद्या कधीतरी आपल्याला मोठं काम मिळेल, कामासोबत नाव मिळेल, नावासोबत पैसा मिळेल. मग आपण श्रीमंत होऊ आणि सन्मानानं गावी परत जाऊ या एका आशेवर ती वेडी पोरं इथंच खितपत पडतात. मग मुंबईत राहणं ही त्यांच्या जगण्याची गरज बनते. काही शहाणी असतात, थोडेफार हात-पाय मारतात, वर्ष-दोन वर्षं मुंबईत राहतात आणि इथे आपलं काहीच होणार नाही

हे वेळीच लक्षात घेऊन पुन्हा गावाकडे परत जातात. असे रोज हजारो वेडे मुंबईत येतात. तूही मला त्यांतलाच एक वाटलास, म्हणून मी मघाशी हसलो. गैरसमज करून घेऊ नकोस. सहा एक महिने मुंबईत राहा. काहीतरी बनण्याचा जरूर प्रयत्न कर; पण सहा महिन्यांत काहीच नाही जमलं तर गावाकडे तुझ्या मायेच्या माणसांत परत जा आणि एक गोष्ट मात्र कर. तू पैसे आणले असशील तर निदान परतीच्या तिकिटापुरते पैसे कुठेतरी बाजूला ठेव आणि त्याला हात लावू नकोस. पडेल ते काम करून जगणारीही अनेक माणसं आहेत. तू चांगल्या घरचा आहेस म्हणून तुला मी हे सांगतो. म्हणजे काही नाही जमलं तर किमान तू गावाकडे परत तरी जाऊ शकशील!'' सुधीर अगदी पोटतिडिकीने बोलत होता. गजानन त्याचं बोलणं लक्षपूर्वक ऐकत होता. त्याला सुधीरच्या हसण्याचं कारणही कळलं होतं आणि मुंबईचं, या मायावी नगरीचं रूपही थोडंफार समजलं होतं. सुधीरच्या बोलण्यावरून आपण काय करायला हवं, सावध कसं राहायला हवं हे न कळण्याइतका गजानन मूर्ख नव्हता. सुधीरचं बोलणं त्याला व्यवस्थित पटलं. त्यावर विचार करतच तो झोपी गेला.

दुसऱ्या दिवशी सकाळी उठल्यावर सुधीरने त्याला सुचविलं की, त्याने दोन-तीन स्टुडिओजमध्ये जाऊन काही प्रयत्न करावेत. स्टुडिओमध्ये सतत शूटिंग सुरू असते. तिथल्या वॉचमनला चिरीमिरी देऊन आत प्रवेश करावा आणि कामाचे काही जमते का ते पाहावे. गजाननला ही कल्पना पसंत पडली. त्याने पटपट आवरलं. सुधीरकडून दोन-तीन स्टुडिओजचा पत्ता विचारून घेतला आणि तो बाहेर पडला. तीनही स्टुडिओजच्या दारांतून त्याला हात हलवत परत यावं लागलं. रात्री तो खोलीवर परतला आणि त्याने दिवसभराचा वृत्तान्त सुधीरला सांगितला. सुधीरने त्याला धीर दिला. उद्या पुन्हा प्रयत्न कर, असं सांगितलं. दुसऱ्या दिवशी गजाननने पुन्हा स्टुडिओच्या चकरा मारल्या; पण दुसऱ्या दिवशीही त्याची डाळ शिजली नाही. तिसऱ्या दिवशी तेच; चौथ्या दिवशी तर कहर झाला. हा मुलगा रोज रोज इथे येतो आणि आत सोडण्याची विनंती करतो, पैसे देऊ पाहतो; या गोष्टीमुळे वैतागलेल्या एका स्टुडिओच्या वॉचमनने त्याला स्टुडिओच्या दारातून सरळ धक्के मारून हाकलून दिलं. त्याने एवढ्या जोरात धक्का मारला की, गजानन धडपडत फूटपाथवरून पलीकडे रस्त्यावर जाऊन पडला. रस्ता वर्दळीचा होता. जोरात चाललेली एक रिक्षा करकचून ब्रेक लावत, गजाननच्या डोक्याजवळ येऊन थांबली. ''क्या मरने को आया है क्या रे साले? और मरने को मेरीच रिक्षा मिली क्या तुम्हे?'' अशी तणतण करत रिक्षावाला खाली उतरला. रस्त्यावर पडलेल्या गजाननच्या दंडाला धरत, रिक्षावाल्याने खाडकन त्याच्या कानाखाली वाजवली. गजानन पुन्हा हेलपाटला. त्याची कॉलर धरून पुन्हा रिक्षावाल्याने विचारलं, ''मरने आया है क्या बे यहाँ?''

गजाननचा अवतार अगदी केविलवाणा झाला होता. डोकं भिरभिरत होतं. डोळ्यांपुढे अंधेरी आली होती. "मैं-मैं यहाँ काम धुंडने आया था।" कसं-बसं अवसान आणून गजानन म्हणाला. "काम धुंडने आया है तो यहाँ क्या कर रहा है बे? किसी कंपनी में जा, फॅक्टरी में जा, हॉटेल में जा, दुकान में जा! इधर क्या करता है?" रिक्षावाल्यानं पुन्हा एकदा गजाननला गदागदा हलवत विचारलं. फूटपाथवर ढकललं आणि तो चालता झाला! धडपडत, कसातरी उठत गजानन कडेला फूटपाथवर आला आणि तिथंच खाली बसून राहिला. त्याचं सगळं अंग धुळीनं माखलं होतं. कपाळाला खोक पडली होती. त्यातून रक्त येत होतं. खाली पडल्यामुळे कोपरं-ढोपरं खरचटली होती. शर्ट फाटला होता, पँट फाटली होती. त्याला विलक्षण दम लागला होता. त्याचा ऊर धपापत होता. फूटपाथवर एका कडेला, पाण्याने भरलेले डोळे कुणाला दिसू नयेत म्हणून खाली मान घालून, आपल्या नशिबाला बोल लावत गजानन बसला होता. रात्रीचे आठ वाजत आले होते. रस्ता तर रहदारीने भरला होताच; पण फूटपाथवरून ये-जा करणाऱ्या माणसांची गर्दीही प्रचंड होती. गजाननची दीनवाणी अवस्था बघून येणाऱ्यांपैकी कित्येकांनी त्याच्यासमोर नाणी टाकली. ती नाणी गोळा करण्याची ताकदही गजाननमध्ये नव्हती हे एक आणि दुसरं म्हणजे हे लोक आपल्याला 'भिकारी' समजले याबद्दल त्याला प्रचंड दु:ख आणि अपमान वाटत होता. हळूहळू रस्त्यावरची वर्दळ कमी झाली. गजाननचा थकवाही कमी झाला; पण अजूनही त्याच्या अंगात उठण्याचं त्राण नव्हतं. रात्रीचे अकरा वाजून गेले असतील. गेले दोन-तीन तास गजानन तिथंच तसाच बसून होता. शरीराची हालचाल करणंही त्याला अवघड जात होतं. डोळ्यांतून घळाघळा वाहणारे अश्रू हेच त्याच्या जिवंतपणाचं लक्षण होतं. अशी त्याची अवस्था झाली होती. रस्त्यावरची वर्दळ कमी झाली. फूटपाथवरची वर्दळही कमी झाली. फूटपाथवरून चालणाऱ्या माणसांची गर्दी कमी झाली, तशी फूटपाथवर चहाचा ठेला मांडून बसलेल्या चहावाल्याचं गजाननकडे लक्ष गेलं. त्यानं त्याच्या चहाच्या पातेल्यातला उरलेला दोन कप चहा एका ग्लासमध्ये ओतला आणि तो गजाननच्या जवळ आला. त्याच्या खांद्यावर हात ठेवून त्यानं गजाननला सावध केलं. किलकिले डोळे उघडून गजाननने समोर पाहिलं. चहावाला त्याच्यासमोर चहाचा ग्लास धरून उभा होता. गजाननच्या अर्धस्फूट डोळ्यांत कृतज्ञता उमटली. थरथरत्या हातानं त्यानं चहाचा ग्लास घेतला, दिवसभर उकळलेला तो चहा त्यानं गटागटा पिऊन टाकला. तो चहा कळकट होता; तरीही तो चहा पोटात गेल्यावर गजाननला बरं वाटलं. चहाचा ग्लास परत देत पैसे देण्यासाठी त्यानं खिशात हात घातला; पण चहावाल्यानं त्याच्या खांद्यावर थोपटलं. हातानं 'नको' अशी खूण केली आणि तो आपल्या ठेल्याजवळ परत गेला. गजाननने शर्टाच्या बाहीने आपलं तोंड पुसलं. आता त्याला बरं वाटलं. थोडीशी

हालचाल करण्याइतकं बळ त्याच्या अंगात आलं होतं. त्यानं पॅन्टच्या खिशातून रुमाल काढून चेहरा पुसला. डोळे कोरडे केले. एवढ्याशा कृतीनंही त्याला बरं वाटलं. आता उठावं; खोलीवर जावं आणि उद्या रात्रीची गाडी पकडून सरळ गुहागरला आपल्या गावी घरी परत जावं, अशा निर्णयाप्रत तो आला. तोच उंच टाचेचे सँडल 'टॉक-टॉक' वाजवत, एक तरुणी फूटपाथवरून गडबडीने चालत त्याच्या समोरून गेली. आपल्यासमोरून जाणारे तिचे पाय तेवढे त्याला दिसले. ते छान गोरेगोरे आणि उघडे होते. तिनं बहुतेक गुडघ्यापर्यंतच ड्रेस घातला असावा. ती तरुणी भलतीच गडबडीत असावी. ती भराभरा चालत असताना, तिच्या पर्समधून टपकन काहीतरी गजाननच्या समोर पडलं. ती चक्क सोन्याची अंगठी होती आणि ती पडल्याचं तिच्या लक्षातही आलं नव्हतं. गजाननने ती अंगठी उचलली. तो कसातरी धडपडत उभा राहिला. चहाचा ठेलेवाला निघून गेला होता. रस्त्यावर बऱ्यापैकी शुकशुकाट होता. मधूनच एखादी गाडी सुरकन जात होती. गजानन धडपडत उभा राहिला. त्यानं एक पाऊल उचलून पुढे टाकलं. एक प्रचंड कळ त्याच्या मस्तकात गेली. निग्रहानं त्यानं दुसरं पाऊल टाकलं. ती मुलगी पुढे जात असलेली त्याला दिसली. "मॅडम...!" त्यानं जिवाच्या आकांतानं हाक मारली. ती तरुणी गरकन मागे वळली. हा माणूस कोण आणि आपल्याला का हाका मारतोय, असा प्रश्न तिला पडला असावा. गजाननचा अवतार बघून क्षणभर तिला भीतीही वाटली. पहिल्यांदा तिला वाटलं, हातवारे करून तो आपल्याकडे काहीतरी मदत मागतोय; पण नंतर तिच्या लक्षात आलं की, त्याच्या हातात काहीतरी वस्तू आहे आणि ती वस्तू आपली असल्याचं सांगून तो ती आपल्याला देऊ इच्छितोय. हे लक्षात आल्यानंतर ती दोन पावलं पुढे आली. गजाननं अंगठी धरलेला हात समोर केला. तो आपल्याला काहीतरी दाखवतोय हे बघून, ती आणखी चार पावलं पुढे आली. गजानन तोल सांभाळत कसातरी उभा होता. पहिल्यांदा तिला वाटलं, तो दारू प्यालेला असावा; पण त्याच्या डोक्याला पडलेली खोक, हाताच्या कोपरांतून वाहणारं रक्त बघून 'त्याला लागलं असावं' असं तिच्या लक्षात आलं. तोच, गजाननने हातातली अंगठी तिच्यासमोर धरली आणि अडखळत म्हणाला, "मॅडम, ही तुमची वस्तू तुमच्या पर्समधून खाली पडली." गजाननच्या हातात असलेली आपली अंगठी बघून तिचे डोळे विस्फारले. "हे भगवान मेरी अंगूठी?" ती अंगठी आपल्या हातात घेऊन ती चीत्कारली. गजाननच्या हातातून तिनं अंगठी जवळजवळ हिसकावून घेतली. ती अंगठी आपल्या मुठीत घट्ट धरून तिनं डोळ्याला लावली आणि गजाननकडे बघून म्हणाली, "दोस्त, ये अंगूठी तुम्हे कहाँ मिली? आज अगर ये अंगूठी गुम हो जाती तो शायद मेरी माँ मर जाती। इसी अंगूठी को बेच कर मैं माँ का ऑपरेशन करने जा रही थी! मुझे पता ही नही चला। अंगूठी कब गिर गई।

मुझे ये अंगूठी वापस दे कर तुमने मुझपर बहुत बडा एहसान किया है। लेकीन तुम तो जख्मी हो। चाहे तो मैं तुम्हे घर छोड सकती हूँ।'' तिचं बोलणं ऐकून गजाननला थोडं बरं वाटलं. ही आपल्याला आपल्या रूमवर सोडेल तर बरं होईल असंही त्याला वाटलं. तिला आपल्या खोलीचा पत्ता सांगावा या उद्देशानं तो काही बोलणार, तोच त्याच्या डोळ्यांसमोर अंधेरी आली आणि तो खाली कोसळला. त्या चहामुळे आलेलं आणि उसनं गोळा केलेलं त्याचं अवसान संपलं असावं. तो खाली पडला आणि चक्क बेशुद्ध झाला. ती तरुणी घाबरली. त्याला लागल्याचं तो जखमी असल्याचं तिच्या लक्षात आलं होतंच; पण तशा अवस्थेतही त्यानं आपल्याला इतकी बहुमोल मदत केली याचं तिला नवलही वाटलं आणि कौतुकही! बाकी काही करता आलं नाही, तरी निदान त्याला औषध-पाणी करावं, त्याच्या पोटाला दोन घास घालावेत आणि मग तो सांगेल तिथे त्याला पोहोचवून द्यावं अशा विचारांनी तिनं टॅक्सी थांबविली. टॅक्सीवाल्याच्या मदतीनं तिनं गजाननला टॅक्सीत घातलं. टॅक्सीवाल्याला आपल्या घराचा पत्ता सांगितला.

तिच्या घरासमोर टॅक्सी येऊन थांबली, तेव्हा पहाटेचे दोन वाजले होते. 'आपल्या दारुड्या बॉयफ्रेंडला उचलून ही तरुणी घरी घेऊन चाललीय अशी टॅक्सीवाल्याची समजूत झाली होती; त्यामुळे त्याने तिला काहीच विचारलं नाही. त्या तरुणीनेही त्याला सांगितलं नाही आणि तसं कारणही नव्हतं. चेंबूरच्या दोन-दोन खोल्या असलेल्या एका चाळीसमोर टॅक्सी थांबली. तिनं पटकन खाली उतरून खोलीचं कुलूप काढलं आणि पुन्हा टॅक्सीवाल्याला विनंती करून गजाननला आत खोलीत आणून झोपवलं. टॅक्सीवाल्याच्या बिलापेक्षा तिनं पन्नास रुपये जास्त दिले आणि ती आत गेली. टॅक्सी निघून गेली. तिनं आत येऊन दरवाजा लावला. लाइट लावला. आतल्या खोलीत स्वयंपाकघर असावं. तिनं आत जाऊन पाणी आणलं. गजाननच्या तोंडावर मारलं. गजानन शुद्धीवर आला. त्याने डोळे उघडले. इकडे-तिकडे पाहिलं. आपण कुठल्यातरी नवीन ठिकाणी आहोत, हे त्याच्या लक्षात आलं. त्यानं उठण्याचा प्रयत्न केला; पण त्याला ते जमलं नाही. तोच ती म्हणाली, ''अ हं! उठू नका; तुम्हाला खूप लागलंय. आपण आधी त्या जखमांचं ड्रेसिंग करू. मग बघू या!'' तिचं बोलणं ऐकून गजानन पुन्हा पडून राहिला. ती पुन्हा आतल्या खोलीत गेली. पाच मिनिटांनी बाहेर आली. तिच्या हातात ड्रेसिंगचं सामान होतं. तिनं गरम पाण्यात कापूस भिजवून गजाननच्या दोन्ही जखमा पुसून काढल्या. त्यांवर कसलंसं मलम आणि कापूस लावून वर चिकटपट्टी लावली. पुन्हा ती आत गेली. पाच मिनिटांनी बाहेर आली, तेव्हा तिच्या हातांत दोन ताटल्या होत्या. दोन्ही ताटल्यांत दोन-दोन पोळ्या, भाजी आणि पुलाव असे पदार्थ होते. तिनं आधार देऊन गजाननला उठवून बसवलं. एक ताटली त्याच्यासमोर ठेवली. खुर्ची ओढून, त्यावर बसून तिनं

दुसरी ताटली आपल्या हातात घेतली आणि खुणेनेच गजाननला जेवायला सांगितलं. पूर्ण सावध झालेल्या गजाननला भूक लागलीच होती. काही न बोलता, त्याने ती ताटली घेतली आणि बघता-बघता त्यातलं सगळं अन्न संपवलं. तिनं त्याच्यासमोर पाण्याची बाटली धरली. ती बाटली घेऊन तो गटागटा पाणी प्याला आणि त्याला प्रचंड हुशारी वाटायला लागली. गजानन तिला काही विचारणार, तोच तिनं हातानं त्याला थांबवलं आणि म्हणाली. ''माझं नाव मिली आणि मी आता एवढंच बोलू शकते. मी खूप दमले आहे. तुम्ही विश्रांती घ्या. मीपण निजते. आपण उरलेल्या विषयावर उद्या सकाळी बोलू.'' असं म्हणून त्याच खोलीमध्ये असलेल्या सोफ्यावर ती जाऊन झोपली आणि दुसऱ्या मिनिटाला तिला झोप लागलीसुद्धा! गजाननला आता चांगलीच हुशारी वाटत होती; पण थोडा थकवाही जाणवत होता; मात्र पोटात अन्न गेल्यामुळे आणि जखमेचा ठणका कमी झाल्यामुळे त्याच्या डोळ्यांवरही पेंग येऊ लागली होती. त्या तरुणीकडे एक नजर टाकून तो पुन्हा कॉटवर आडवा झाला. त्यालाही लगेचच झोप लागली. दुसऱ्या दिवशी उजाडणारा सूर्य गजाननच्या आयुष्यात काय काय नवनवीन घटना-प्रसंग घेऊन येणार होता हे तो एक सूर्य जाणे आणि दुसरा गुहागरचा व्याडेश्वर! आता या क्षणी तरी ती तरुणी सोफ्यावर गाढ निजली होती आणि पलंगावर गजानन शांत निजला होता, हे सत्य होतं.

सात

गजानन सकाळी उशिराच जागा झाला. डोळे उघडल्यावर त्याने सगळीकडे नजर फिरवली. काही क्षण 'आपण कुठे आहोत' हेच त्याला कळेना. नंतर मात्र त्याला एक-एक आठवू लागलं. रात्रीचे सगळे प्रसंग त्याच्या नजरेसमोरून जसेच्या तसे तरळून गेले. तो ताडकन उठून बसला. त्यानं खोलीभर नजर फिरवली. ती मुलगी – ती मुलगी कुठेच दिसत नव्हती. सोफा रिकामा होता. 'कुठं गेली असेल आणि कोण आहे ती? आपल्याला तिचं फक्त नाव माहीत आहे; पण ती काय करते, कुठं जाते, तिच्या घरी कोण कोण आहे याची आपल्याला काहीच माहिती नाही. तरी तिचे आपल्यावर खूप उपकार आहेत. तिनं काल आपल्याला घरी आणलं नसतं, तर कदाचित आपण तिथेच मेलो असतो. या एवढ्या मोठ्या शहरात ना आपलं कुणी नात्याचं - गोत्याचं ना ओळखीचं! कसा निभाव लागला असता आपला?' गजानन स्वतःच्या मनाशीच विचार करत होता. ती मुलगी तर कुठेच दिसत नव्हती. त्यानं बाहेर नजर टाकली. तळपणारं ऊन त्याला दिसलं. अकरा वाजत आले असावेत. आपण नक्की काय करावं? हे त्याला सुचेना, उठून शोधाशोध करून तोंड धुवावं? असंच पडून राहावं? निघून जावं की त्या मुलीची वाट बघावी? पडून राहायचं म्हटलं, तर किती वेळ पडून राहायचं? ती कुठं गेलीय कुणास ठाऊक? नोकरी-बिकरीला गेली असेल आणि संध्याकाळीच आली तर? ती घरात नसताना तिच्या घरात आपण शोधाशोध करणं, हेही त्याला पटेना. तिला न सांगता निघून जावं म्हटलं, तर तिनं आपल्यावर एवढे उपकार केले. तिला न

सांगता निघून जावं तर तेही मनाला पटेना. उठून शेजारी कुणालातरी विचारावं, तर कुणीच ओळखीचं नाही. गजानन असे उलटेसुलटे विचार करून काहीच न करता तसाच बसून राहिला. किती वेळ गेला कुणास ठाऊक? त्याची नजर सारखी दाराकडे जात होती. दारही बाहेरून बंद असावं. कारण आतून कडी लावलेली दिसत नव्हती. ही मुलगी आपण असे जखमी अवस्थेत तिला सापडलो याची खबर द्यायला पोलिसांत तर गेली नसेल? अर्थात, गेली असली तरी आपण काय गुन्हेगार नाही! आपल्या हातून कोणताच गुन्हा घडलेला नाही! मग पोलीस आपल्याला काय करतील? फारफार तर गावाकडे पाठवतील ते तर आपण जाणारच आहोत! गजाननचे विचार असे कुठेकुठे धावत होते. त्याच्या मनात विचारांचा नुसता गोंधळ उडाला होता. नुसता विचार करून त्याला थकवा आला आणि पुन्हा तो अंथरुणावर आडवा झाला. विचाराच्या गुंत्यानं असेल किंवा आदल्या दिवशीचा थकवा गेलेला नव्हता म्हणून गजाननला पुन्हा झोप लागली. किती वेळ तो निजला कुणास ठाऊक! दार उघडल्याच्या आवाजानं त्याला जाग आली. त्यानं डोळे किलकिले करून पाहिलं. मिली आली होती. तिच्या हातांत काहीतरी सामान होतं. ती आलेली बघताच, गजानन धडपडत उठून बसला. त्याला उठलेलं बघून मिली म्हणाली, ''काय पाहुणं, झोप झाली की नाही? ते जाऊ दे. आता कसं वाटतंय? जिवाला बरं वाटत असेल तर उठून तोंड धुवा आणि मी हे आणलं ते पोटाला खाऊन घ्या!'' तिनं 'खाऊन घ्या' म्हटल्यावर गजाननला स्वत:ला खूप भूक लागल्याचं लक्षात आलं. काही न बोलता मान हलवून तो उठला. कॉटवरून उतरून खाली मान घालून उभा राहिला. तोंड कुठे धुवायचं, नळ कुठे आहे, बाथरूम कुठे आहे, पाणी कुठलं घ्यायचं? त्याला काहीच माहिती नव्हतं आणि काहीच दिसतही नव्हतं. त्याची अडचण मिलीच्या लक्षात आली. तिनं त्याला नजरेनंच खूण केली. त्यानं तिकडे पाहिलं. कपाटासारखा दरवाजा असलेल्या ठिकाणी बाथरूम होतं. गजानन आत गेला. दोन्ही हातांची कोपरं शरीरापासून लांब केली तर दोन्ही बाजूंच्या भिंतींना टेकली असती. एवढीच त्या बाथरूमची लांबी, रुंदी होती. त्यातच पाश्चात्त्य पद्धतीचा कमोड होता. कोपऱ्यात एक बारकंसं बॅरेल पाणी भरून ठेवलं होतं. बॅरेलला अर्ध टोपण होतं. त्यावर पाणी घेण्यासाठी मग होता. एका नजरेत हे सगळं पाहून घेऊन गजाननने मग उचलला. एका भिंतीला छोटीशी खिडकी होती. त्या खिडकीत विको-वज्रदंतीची बाटली होती. त्यातली पावडर हातावर घेऊन गजाननने खसाखसा दात घासले. तोंडावर पाण्याचे हबके मारून तोंड धुतलं. त्याला खूप बरं वाटलं. बाथरूमचा दरवाजा सरकवून तो बाहेर आला. बाहेर येता क्षणीच त्याच्या नाकात चहाचा वास शिरला. चहाच्या त्या नुसत्या वासानंही त्याला तरतरी आली. तो बाथरूमच्या बाहेर आला. येऊन पुन्हा पलंगावर बसला. मिलीनं चहाने भरलेला

कप, दोन वडे आणि ब्रेडचे चार स्लाइस एका डिशमध्ये घालून त्याच्यासमोर ठेवले आणि नजरेनंच त्याला ते खायला सांगितले. गजाननला भूक तर लागलीच होती. मिलीनं केलेली खूण शिरोधार्य मानून त्याने खायला सुरुवात केली. मिलीनंही स्वत:साठी खायला घेतलं होतंच. खाऊन होईपर्यंत कोणीच काही बोललं नाही. ते दोन वडे, ब्रेडचे चार स्लाइस पोटात गेल्यावर गजाननला खूपच तरतरी वाटली. दोघांचंही खाऊन झालं. गजाननने आपली ताटली आणि कप उचलला; पुन्हा एकदा बाथरूममध्ये जाऊन, त्याने तो धुऊन आणला. त्याच्या एवढ्याशा कृतीनंही मिलीच्या चेहऱ्यावर हास्य उमटलं. तिचंही खाऊन झालं होतं. आपली डिशही तिने धुऊन आणली. गजानन आता सोफ्यावर बसला होता. एक प्लॅस्टिकची खुर्ची ओढून मिली त्याच्यासमोर बसली आणि तिनं विचारलं, "हं, आता बोल बॉस, तुझं नाव काय? तू कुठून आलास? आणि काल तू एवढा जखमी कसा झालास? तुला कोणी मारलं होतं? काही पोलिसांचं लफडंबिफडं नाही ना बॉस? असेल तर खरंखरं सांग! जे काही असेल ते खरंखरं सांग! मिलीला खोटं बोललेलं अजिबात आवडत नाही! जो भी सच है बता दो। गजाननने खाली घातलेली मान वर केली. एक क्षणभर त्यानं मिलीकडे पाहिलं आणि बोलायला सुरुवात केली. अगदी आपण कोकणातून घर सोडून आलो इथंपासून, ते स्टुडिओच्या वॉचमनने आपल्याला कसं मारलं इथंपर्यंतची सगळी कहाणी त्याने मिलीला ऐकवली. त्याचं सांगून संपल्यावर मिलीनं त्याच्याकडे असा एक कटाक्ष टाकला की, आपल्या या सगळ्या उद्योगाला ती मूर्खपणा समजते, असाच त्या कटाक्षाचा अर्थ होता. त्याचं सांगून संपल्यावर मिलीनं त्याला विचारलं, "अजूनही तुला चित्रपटात काम करायचं आहे का? इतकं सगळं झाल्यावरही तुला इथंच मुंबईत राहायचं का?" तिच्या या प्रश्नाला काय उत्तर द्यावं, हे गजाननला कळेना. काल रात्रीच्या प्रसंगानंतर खरं तर त्यानं सकाळी उठून गावाला जाण्याचा बेत केला होता; पण आता मिली भेटल्यावर त्याचा तो बेत बारगळू लागला. ती मुलगी असून मुंबईसारख्या या मायावी नगरीत एकटी राहते आणि आपण मात्र आपल्याला येऊन चार दिवस झाले नाहीत, तोच झालेल्या घटनेनं हार मानून, पळपुटेपणाने गावाकडे चाललो आहोत आणि अचानक त्याच्या मनानं निर्णय घेतला की, आणखी काही दिवस तरी आपण मुंबईतच राहायचं. अजून थोडा प्रयत्न करायचा. मिलीशी तर ओळख झालेली आहेच. तिच्या ओळखीनं आणखी कुठे काम होतंय का पाहायचं. हा निर्णय घेतल्यावर त्याला बरं वाटलं. एक प्रकारे हुशारी वाटली आणि त्यानं मिलीला उत्तर दिलं, "नाही मॅडम. काल मी असा विचार केला की, आपण गावाकडे परत जायचं; पण या मुंबईत तुम्ही एकट्या राहता हे बघितल्यावर मला माझ्या विचारांची लाज वाटली. मी गावाकडं निघून जाणं हा पळपुटेपणा ठरला असता; म्हणून मी तुमच्याकडून प्रेरणा घेतली आणि ठरवलं की,

आपण मुंबईतच आणखी काही दिवस राहून प्रयत्न करायचा; आपलं नशीब अजमावायचं!'' हे बोलत असताना गजाननच्या चेहऱ्यावर, त्याच्या डोळ्यांत आणि शब्दांत निश्चय उमटला. मिलीनं 'ठीक आहे' म्हणून मान हलवली आणि सांगितलं, ''अजून तुमची प्रकृती बरी नाही. आजचा एक दिवस तुम्ही इथे राहा. मी संध्याकाळी कामाला जाते. ते दुसऱ्या दिवशी सकाळी येते. मी एका हॉटेलमध्ये बारबालेचं काम करते. सात वाजल्यापासून हॉटेलमधला बार सुरू होतो. आम्ही आठजणी त्या बारमध्ये नोकरी करतो. गाणी म्हणून आणि डान्स करून बारमध्ये येणाऱ्या गिऱ्हाइकांचं मनोरंजन करणं हे आमचं काम आहे. त्यासाठी रात्रभर आम्हाला गावं, नाचावं लागतं. आम्ही आठजणी आलटून-पालटून काम करतो. चौघींची एक टीम आहे. पहिल्या चौघी दमल्या की, दुसऱ्या चौघी नाच-गाण्याची आघाडी सांभाळतात आणि पहिल्या चौघी विश्रांती घेतात. त्या दमल्या की, पुन्हा पहिल्या चौघी डान्स फ्लोअरवर येतात. यासाठी बारमालक आम्हाला भरपूर पगार देतात. मला माहिती आहे की, माझ्या या माहितीमुळे तुमच्या प्रतिष्ठितपणाला कदाचित धक्का बसेल. कारण मी करत असलेल्या नोकरीला प्रतिष्ठा नाही. समाज आमच्याकडे चांगल्या नजरेनं पाहत नाही. वाईट नजरेनंच पाहतो; पण निदान मला तर त्याची पर्वा नाही. मला माझ्या आईवर उपचार करायचे आहेत आणि त्यासाठी मला पैसा पाहिजे आहे. माझं शिक्षण बारावीच्या पुढे झालं नाही; त्यामुळे मला चांगल्या ठिकाणी नोकरी मिळणं शक्य नाही आणि पुढेही नोकरी केली, तरी स्त्रीकडे पाहण्याची पुरुषांची नजर सगळीकडे सारखीच असते. मग तसं असेल, तर बारमध्ये नोकरी काय वाईट आहे?'' मिली तिच्याबद्दल माहिती सांगत होती आणि तिच्या प्रत्येक वाक्यागणिक गजाननच्या 'सुसंस्कृत' मनाला खरोखरच धक्के बसत होते; पण जेव्हा त्यानं तिचं संपूर्ण बोलणं ऐकलं तेव्हा मात्र तिनं केलेलं समर्थन त्याला पटलं आणि त्याच मन:स्थितीत तो पटकन बोलून गेला, ''बारमध्ये असली म्हणून काय झालं, शेवटी नोकरी ती नोकरीच आहे!'' गजाननचं हे बोलणं ऐकून मिलीच्या चेहऱ्यावर समाधान पसरलं. आपल्यासमोर बसलेला हा तरुण जरी कोकणातून आला असला, तरीसुद्धा त्याचे विचार आजच्या काळाच्या पुढे आहेत, हे तिच्या लक्षात आलं. तिनं घड्याळाकडं बघितलं आणि थोडं स्वत:शी - थोडं गजाननला उद्देशून म्हणाली, ''अरे बापरे! तीन वाजले का? मी तुमच्यासाठी डाळ-भाताचा कुकर लावून जाते. त्याशिवाय तुम्हाला काही हवं असेल तर करून घ्या. मला आता आवरलं पाहिजे. साडेचार वाजता मला बाहेर पडावं लागतं, तेव्हा कुठे सहापर्यंत मी हॉटेलवर पोहोचू शकते. मी आवरून बाहेर पडते. तुम्ही अंघोळ करून घ्या, वरण-भात खा. फ्रीजवर कॉम्बिफ्लेमच्या गोळ्या आहेत, त्यातली एक गोळी घ्या आणि पडून राहा. मी कालच्यासारखी पहाटे परत येईन. शिवाय आज मला जरा लवकर निघायला हवं.

कारण अंगठी विकून तिचे आलेले पैसे मला आईच्या उपचारांसाठी गावाकडे पाठवायचे आहेत. मी दर महिन्याला बचत करून ही अंगठी बनवली होती. काल ती हरवलीच असती. तुम्ही ती मला परत देऊन माझ्यावर उपकार केलेत. तुमच्या जागी दुसरा कोणी असता, तर त्यानं अंगठी परत केली नसती आणि मला आईवर उपचार करता आले नसते. तिला कॅन्सर झाला आहे. तिच्यावर चांगल्यात चांगले उपचार व्हावेत म्हणून मी धडपडते. कुणास ठाऊक, देव यश देईल की नाही? असो! तुम्ही आराम करा. उद्या सकाळी तुम्हाला चांगलं बरं वाटलं की, तुम्ही तुमच्या खोलीवर जा! मी आता आवरायला लागते.'' असं म्हणत दोरीवर टाकलेला टॉवेल घेऊन मिली बाथरूममध्ये गेली. तिच्या धडपडीचा, तिने सांगितलेल्या तिच्या जीवनाबद्दलचा विचार करत गजानन पलंगावर बसला होता. आज एका नवीन जीवनाशी जणू त्याची ओळख झाली. गजाननला मनातल्या मनात मिलीचं, तिच्या धडपडीचं कौतुक वाटलं. 'व्याडेश्वरा, तिच्या धडपडीला यश दे रे बाबा,' असं म्हणत गजाननने व्याडेश्वराला मनोमन साकडं घातलं. क्षणभर खोलीत शांतता पसरली. तोच 'धाड-धाड' असा खोलीचा दरवाजा बडवल्याचा आणि 'खाड-खाड' असा कडी आपटल्याचा आवाज आला. गजानन दचकला. प्रथम त्याला कळेना की, काय वाजतंय! मग लक्षात आलं की, याच खोलीचा दरवाजा वाजतोय. एकदा त्याला वाटलं, मिलीला हाक मारावी आणि सांगावं की, कोणीतरी आलं आहे; पण आतून नळाचा आवाज येत होता त्यावरून मिली अंघोळ करत असावी असा त्याने अंदाज केला आणि अशा वेळी तिला हाक मारणं त्याच्या मनाला पटेना. काय करावं हे न सुचून, तो क्षणभर तसाच उभा राहिला; पण आता दार आणखी जोरात वाजायला लागलं. मग मात्र त्याने पुढे होऊन दरवाजा उघडला. दारात चार तरुण उभे होते. चौघांचेही डोळे तारवटलेले दिसत होते. त्यांचे चेहरेच असे होते की, ते गुंड आहेत हे सांगण्यासाठी कुणा ज्योतिष्याची गरज नव्हती. काळ्या रंगाची, फाटक्या अंगाची; पण चेहऱ्यावर मस्तवालपणाचे भाव असलेली ती चार तरुण पोरं समोर बघताच गजाननच्या कपाळाची शिर फुगली. यांच्याशी सभ्यपणानं बोलणं मूर्खपणाचं आहे हे त्याच्या लक्षात आलं. या लोकांचं मिलीकडे काय काम हेही त्याला कळेना; पण यांना 'आत घ्यायचं नाही' असं त्यानं मनाशी ठरवलं. दोन दारांपैकी एकच दरवाजा उघडून आतलं काही दिसणार नाही अशा बेताने तो आडवा उभा राहिला आणि त्याने जरबेच्या आवाजात विचारलं, 'कोण तुम्ही? काय पाहिजे?' मिलीला धमकी देण्यासाठी आणि तिला बॉसकडे नेण्याबद्दल धमकावण्यासाठी आलेले ते चौघेजण दारात गजाननला पाहताच चमकले. त्यातच गजानन गोरा, घारा, कमावलेल्या शरीराचा, भरीत भर म्हणून कपाळाच्या जखमेवर बांधलेली पट्टी आणि चेहऱ्यावर जखमांचे व्रण, अशा अवतारात समोर उभा राहिलेला बघून ते गुंड

काहीसे चपापले; पण आपण घाबरलेलो नाही हे दाखवण्यासाठी त्यांतला एकजण उसनं अवसान आणून म्हणाला, "मिलीबाई किधर है? उनको मिलने का है। हमारे बॉसने उनको बुलाया है। बुलावो मिली बाई को, हम उनको लेने आये है।" त्याच्या स्वरातला उद्दामपणा, मिलीचं नाव घेताना दर्शवलेली तुच्छता आणि बॉसनं बोलावलं आहे हे सांगताना डोळ्यांत उतरलेला हावरट भाव गजाननने पाहता क्षणीच ओळखला. यांच्यापासून आणि यांच्या बॉसपासून मिलीला काहीतरी धोका आहे हे त्याच्या लक्षात आलं आणि त्यानं एकदम वेगळाच पवित्रा घेतला. त्या गुंडांपेक्षा वरचढ आवाज काढून गजानन म्हणाला, "कौन मिलीबाई? इधर कोई मिली-बिली रहती नही। मेरे आने से पहले रहती होगी। तीन दिन पहले ही मैंने ये खोली भाडेपे ली है। अब इधर मैं रहता हूँ। माझी खोली आहे ही. पुन्हा जर इथं असल्या चौकशा करायला आणि धमक्या द्यायला आलात तर एकेकाचे दात पाडून हातात देईन. चला, निघा इथून!" गजाननची धमकीची भाषा ऐकल्यावर मात्र त्या चौघांची 'त-त-प-प' झाली. मिलीबाई खरंच इथं राहत नसावी, याची त्यांना खात्री पटली आणि "माफ करना भाई!" असं म्हणत त्यांनी तिथून काढता पाय घेतला. ते दिसेनासे होईपर्यंत गजानन त्यांच्याकडे बघत दारातच उभा राहिला. ते दिसेनासे होताच त्यानं आत येऊन दरवाजा लावला आणि मागे वळला, तोच समोर भीतीनं थरथर कापत असलेली मिली त्याला दिसली. तिचा चेहरा पांढराफटक पडला होता. सगळं शरीर थरथरत कापत होतं. डोळे पाण्याने भरलेले होते. तिच्या तोंडातून शब्द फुटत नव्हता. कोणत्याही क्षणी ती कोसळली असती, अशी तिची अवस्था होती. गजाननच्या ते लक्षात आलं. त्यानं चटकन बाजूची खुर्ची तिच्याजवळ ओढून ठेवली. मिली कशीबशी खुर्चीत बसली. गजाननने टेबलावरच्या बाटलीतून ग्लासमध्ये पाणी ओतून तिला दिलं. थरथरत्या हातांत तो ग्लास घेऊन मिलीनं ते पाणी एका घोटात संपवलं. तिची भीती जराशी कमी झाली. गजाननला काही सांगण्यासाठी तिनं तोंड उघडलं, तोच गजानन म्हणाला, "मिली मॅडम, तुम्ही काहीही बोलू नका. मी तुम्हाला काहीही विचारणार नाही. आज तुम्हाला आईच्या उपचारासाठी पैसे पाठवायचे आहेत आणि मग नोकरीला जायचं आहे. तुम्हाला उशीर होईल. तुम्ही पटकन तयार व्हा! तुम्हाला चालत असेल तर मी तुमच्याबरोबर हॉटेलपर्यंत येतो. मला तुम्ही परतीचा बस नंबर सांगा. मी त्या बसनं परत येईन. फारतर पुन्हा रात्री तुम्हाला मी आणायला येईन. ती माणसं कोण होती? इथे का आली होती? याविषयी आपण उद्या बोलू. तुम्ही आवरा, मी बाहेर थांबतो!" असं म्हणून गजानन खोलीच्या बाहेर गेलासुद्धा! तो गेला, त्या दिशेकडे मिली बघतच राहिली. त्यानं तिला एका शब्दानंही विचारलं नाही किंवा ती घाबरलेली आहे याचा गैरफायदा घेतला नाही. उलट तिला धीर देऊन, तिला सोडायला येण्याचं आश्वासन देऊन,

आईच्या औषधं उपचारासाठी पैसे पाठवायचे आहेत याचं महत्त्व ओळखून तो वागला होता. त्याच्या सुसंस्कृत मनाचं आणि प्रगल्भ विचारांचं मिलीला कौतुक वाटलं. भीतीचे विचार मनातून झटकून तिनं भराभरा आपलं आवरलं. कपडे बदलले आणि दरवाजा उघडला. दाराकडे पाठ करून गजानन उभा होता. ''जाऊ या आपण?'' तिनं हळूच विचारलं. गजाननने मागे वळून मान डोलवली आणि किंचित अंतर राखून तो तिच्यासोबत निघाला.

हॉटेल मूनलाइटच्या दारात त्याने तिला सोडलं आणि तो पुन्हा तिने सांगितल्याप्रमाणे, तिनं सांगितलेल्या नंबरची बस पकडून खोलीवर परतला. तिला हॉटेलवर सोडून परततानाचा, निरोप घेतानाचा तिचा चेहरा राहून-राहून त्याच्या नजरेसमोर येत होता. तिच्या नजरेत होता विश्वास, होती किंचित अपराधीपणाची भावना आणि सर्वांत महत्त्वाचं म्हणजे आभाराची भावना! तिला सोडून गजानन घरी परतला. कुकर झालेलाच होता. इकडे-तिकडे धुंडाळून त्यानं तेल-तिखट-मीठ-मसाल्याचा डबा शोधला, त्या वरणाची झकास आमटी केली. त्यानं मस्त गरम आमटी-भात खाऊन घेतला आणि मिलीसाठी झाकून ठेवला. फ्रीजवरची औषधाची गोळी घेऊन त्यानं पलंगावर ताणून दिलं, तेव्हा रात्रीचे आठ वाजले होते. एक वाजता त्याला पुन्हा उठून मिलीला आणायला जायचं होतं. पाच तास तो मस्त झोपणार होता. फ्रीजवर असलेल्या गजराच्या घड्याळात त्यानं एकचा गजर लावला आणि तो झोपी गेला.

बरोबर दोनच्या ठोक्याला गजानन मूनलाइट हॉटेलच्या दारात होता. मिली आवरून बाहेर आली. त्याला बघून झालेला आनंद तिच्या चेहऱ्यावर लपत नव्हता. दोघेही घरी आले. गजाननने तिला आमटी-भात खाऊन घ्यायला सांगितला आणि इतर काहीही न बोलता, तो पलंगावर जाऊन निजला. मिलीला वाटलं, दुपारी घडलेल्या प्रसंगावर तो आता काहीतरी विचारेल; पण त्यानं आताही काही विचारलं नाही, तेव्हा निमूटपणे आमटी-भात खाऊन सोफ्यावर जाऊन निजण्याशिवाय तिच्याजवळ गत्यंतर राहिलं नाही. दुसऱ्या दिवशी सकाळी मिली उठली. तेव्हा खोलीत चहाचा वास दरवळत होता. मिलीने उठून पाहिलं. गजानन दोन मग्जमध्ये चहा भरून तिच्याकडेच येत होता. चहाचा एक मग तिच्या हातात देऊन गजानन खुर्चीवर बसला. ''थँक्स'' मिली पुटपुटली. ''इट्स ओके!'' म्हणत, गजाननने चहाचा कप ओठाला लावला. चहा संपेपर्यंत कुणीच काही बोललं नाही. मिलीला मात्र चोरट्यासारखं झालं होतं. गजानन आपल्याला काहीतरी विचारेल आणि मग आपण सगळं सांगू असं म्हणून ती वाट बघत होती; पण गजाननं तिला काही विचारायचं जाणीवपूर्वक टाळलं. ते तिचं खासगी आयुष्य आहे आणि त्याबद्दल आपण विचारलेलं कदाचित तिला आवडणार नाही; तेव्हा आपण काही न विचारलेलंच बरं असा विचार करून गजानन गप्प बसला. त्याच्या या गप्प बसण्याचा मिलीला

त्रास व्हायला लागला आणि तिनं ठरवलं की, आता आपणच सांगून टाकावं आणि तिनं थेट विषयालाच हात घातला! "गजानन, कालच्या त्या प्रसंगाबद्दल तुम्हाला नवल वाटलं असेल आणि माझ्याबद्दल काही विचित्र शंका आली असेल. मी बारमध्ये नाचते हे आधीच तुम्हाला सांगितलं आहे. खरं तर मी जगाची पर्वा न करणारी मुलगी आहे. एका दृष्टीनं विचार केला तर त्यातलं तुम्हाला काहीही सांगायला मी बांधील नाही; पण तुम्ही माझ्यासाठी जे काही केलंत, त्याबद्दल कृतज्ञता म्हणून मला तुम्हाला सारं सांगावंसं वाटतंय. मी गोव्याचा; म्हापसा येथे राहणारी. माझी आई तिच्या लहानपणी मेळ्यात काम करायची. ती गायची खूप छान आणि नाचायचीही खूप छान, असं म्हणतात. कदाचित, तिचा तोच वारसा माझ्याकडे आला असावा. आईच्या या नाच-गाण्यावर खूश होऊन माझा बाप तिच्या मागे लागला. दोघांचं प्रेम जमलं आणि दोघांनी लग्न केलं. माझ्या आईला एकूण तीन मुलं झाली. मी मोठी, माझ्या पाठची एक बहीण आणि एक धाकटा भाऊ; पण ती दोघंही जन्मत:च वारली. दरम्यान, आईचं मेळ्यातलं काम बंद झालं. म्हणून मेळेही बंद झाले आणि आईची कमाई बंद झाली. तसं बापाला दारू प्यायला पैसे कमी पडायला लागले. मग त्यांची भांडणं व्हायला लागली. मारामारी तर रोजचीच! दारू पिऊन झोकांड्या खात रस्त्यावरून चाललेल्या बापाला एक दिवस एका ट्रकनं उडवलं. पोलीस केस झाली. ट्रकमालकानं नुकसानभरपाई म्हणून मोठी रक्कम माझ्या आईला दिली. त्याच रकमेतून काही भांडी-कुंडी घेऊन आईनं खानावळ सुरू केली. आता बाप मेला होता; त्यामुळे खानावळीतून मिळणाऱ्या पैशाला दारूचे पाय फुटत नव्हते. मग त्या पैशातून आईने माझ्या शाळा-कॉलेजचा खर्च केला. मी दहावीची परीक्षा फर्स्ट क्लासमध्ये पास झाले. अकरावीही उत्तम मार्कांनी पास झाले; पण मी बारावीत असताना आईला कॅन्सर झाल्याचं कळून आलं. मग घरातल्या सगळ्या कामाचा भार माझ्यावर पडला आणि माझं कॉलेज बंद झालं. आईला कॅन्सर झाल्याचं कळताच खानावळीचे मेंबरही कमी झाले. कमाईही कमी झाली. साठवलेले सगळे पैसे संपले. मी नोकरी शोधायचा प्रयत्न केला; पण बारावी नापास अशा मला कोण नोकरी देणार? त्यातच माझं तरुण वय आणि देखणं रूप. नोकरी देण्यापेक्षा लोकांनी माझा गैरफायदा घेण्याचाच जास्त प्रयत्न केला. मी त्यांना बधत नाही म्हटल्यावर, त्यांनी माझी बदनामी करायला सुरुवात केली. आता मला गोव्यात नोकरी मिळणं दुरापास्तच होतं. दरम्यान, मुंबईतल्या मूनलाइट हॉटेलमध्ये 'बारबाला' म्हणून काम करणारी माझी शाळेतली मैत्रीण सेला गोव्यात आली असताना मला भेटली. मी माझी सगळी परिस्थिती तिला सांगितल्यावर, तिने मला त्याच हॉटेलमध्ये 'बारबाला' म्हणून नोकरी करशील का, असं विचारलं. माझ्याजवळ दुसरा पर्यायच नव्हता. मी तत्काळ होकार दिला आणि तिच्यासोबत मुंबईला आले

आणि मूनलाइटमध्ये 'बारबाला' म्हणून नोकरी धरली. नाचाचं अंग मुळात मला होतंच; त्यामुळे ही नोकरी करणं मला फारसं जड गेलं नाही. गेले वर्षभर मी त्या हॉटेलमध्ये नोकरी करते आहे. सुरुवातीचे काही दिवस मी सेलाच्या खोलीवर राहिले; पण तिनं तिच्या बॉयफ्रेंडशी लग्न करायचं ठरवल्यावर मी ही खोली बघितली आणि इथं राहायला आले. आमच्या हॉटेलचा मालक शरद शेट्टी खूप चांगला, सज्जन आणि कुटुंबवत्सल गृहस्थ आहे. त्याच्या हॉटेलमध्ये काम करणाऱ्या माझ्यासारख्या मुलींना त्याचं प्रचंड संरक्षण आहे. लोकांच्या वाईट नजरांपासून आम्हाला वाचवण्याचा तो सतत प्रयत्न करतो; पण काही वेळा त्याचाही नाइलाज होतो.

कालचं हे प्रकरण तसंच आहे. आमच्या बारमध्ये नेहमी येणारं एक गिऱ्हाईक आहे. रुद्र आप्पाराव असं त्याचं नाव आहे. कुख्यात गुंड आहे. माझ्यासाठी अगदी वेडा झालाय. त्यानं दोन-चार वेळा मला पैसे देऊन खरीदण्याचा प्रयत्नही केला. त्यानं हॉटेलमालकाला पैसे देऊ केले. धमक्या दिल्या; तरीही तो बधत नाही म्हटल्यावर त्यानं माझ्या घराचा पत्ता शोधला आणि सतत आपले गुंड पाठवून मला धमकावत असतो. त्याचे गुंड रात्री-अपरात्री येऊन मला उचलून नेतील या भीतीनं बार बंद झाल्यावरसुद्धा मी तिथंच राहते आणि सकाळी घरी येते. क्वचित काही महत्त्वाचं काम सकाळी लवकर करायचं असलं, तरंच मी रात्री घरी परत येते. त्या दिवशी रात्रीसुद्धा अंगठी विकून मला आईच्या औषधासाठी पैसे पाठवायचे होते. त्यासाठी सकाळी लवकर बाहेर पडावं लागणार होतं; म्हणूनच मी घरी आले आणि तुमची माझी गाठ पडली. दिवसा मी घरी असते, हे त्या गुंडाना माहीत आहे. दिवसाढवळ्या ते फार काही करू शकणार नाहीत. मुंबई सोडून मला म्हापशाला माझ्या आईकडे जायचं आहे; पण आईच्या ऑपरेशनचे पैसे पुरे करण्यासाठी मला इथे राहावं लागतं. एकदा ते पैसे जमा झाले की, मी आईचं ऑपरेशन करून घेईन आणि मी तिथंच राहीन, अशी माझी कहाणी आहे. आई बरी झाली म्हणजे आम्ही दोघी मिळून पुन्हा खानावळ सुरू करू म्हणजे मग खर्चाचा प्रश्न सुटेल. काल तुम्ही त्यांना धमकी देऊन मी इथे राहत नाही असं सांगून परत पाठवलं. कदाचित ते आता पुन्हा येणारही नाहीत किंवा माहीत नाही. दुसरंच काहीतरी करतील. काय घडेल हे मी सांगू शकत नाही. गजानन, या जगात तुमच्यासारखे चांगले पुरुष असतात यावर मी कधीच विश्वास ठेवला नसता. तुम्ही भेटला आणि माझ्यासाठी जे काही केलं, त्यावरून जगात चांगुलपणाही असतो, यावर माझा विश्वास बसला. असो. अशी माझी दुर्दैवी कहाणी आहे; पण तुमची सहानुभूती मिळावी, तुमची दया मिळवावी म्हणून मी हे सगळं तुम्हाला सांगितलं नाही. तुमच्या मनात माझ्याबद्दल गैरसमज राहू नये, असं मला वाटलं. का वाटलं, कोण जाणे? पण असं वाटलं आणि म्हणून मी माझी सगळी कहाणी तुम्हाला सांगितली. मी सांगितलं, त्यातलं

अक्षरन्‌अक्षर सत्य आहे.'' असं म्हणून आणि एवढं बोलून मिली गप्प बसली. खाली मान घालून बसली. क्षणभर त्या खोलीत शांतता पसरली. काही न बोलता गजानन उठला. त्यानं पुन्हा चहा ठेवला. मिलीच्या हातात कप दिला आणि म्हणाला, ''मिली मॅडम, तुमच्या त्यागाचं, धाडसाचं आणि धडपडीचं मला कौतुक वाटतं. तुम्ही तुमचं ध्येय निश्चित लवकर गाठाल असं मी खात्रीपूर्वक सांगू शकतो. मी आता माझं ध्येय गाठण्यासाठी काही प्रयत्न करावे म्हणतो. त्यासाठी मला आधी खोलीवर गेलं पाहिजे. तिथं माझं सामान आहे आणि शिवाय तिथं राहणारा माझा रूमपार्टनर सुधीर हासुद्धा माझ्यासाठी दोन-चार ठिकाणी शब्द टाकणार आहे. मी दोन दिवस तिकडं गेलो नाही; त्यामुळे तोही काळजी करत असेल. तुम्ही आता विश्रांती घ्या. ते गुंड आणखी काही दिवस तरी इकडे येणार नाही. काही लागलंच तर मला फोन करा. तुमची माझी भेट झाली, त्याच दिवशी मी मोबाईल घेऊन त्यात सिमकार्ड टाकलं आहे. चोवीस तासांनी ते सुरू होणार आहे, ते आता सुरू झालं असेल. हा माझा नंबर तुमच्याजवळ ठेवा!'' असं म्हणत गजानननं तिथल्या एका कागदावर आपला नंबर लिहून तो कागद मिलीकडे दिला. मिलीनं तो कागद पर्समध्ये जपून ठेवला. तिचा निरोप घेऊन गजानन तिथून बाहेर पडला. तो जात असताना क्षणभर मिलीच्या हृदयात कालवाकालव झाली. अर्थात, कारण नसताना तो तरी इथं किती वेळ थांबणार होता?

गजानन तिथून बाहेर पडला, ते थेट खोलीवर आला. त्याला बघून सुधीरनं कपाळावर हात मारून घेतला व म्हणाला, ''अरे गृहस्था, कुठे आहेस तू? दोन दिवस झाले. तुझा पत्ता नाही. आज पोलिसांत रिपोर्ट करणार होतो. ही मुंबई आहे बाबा! इथं दर सेकंदाला पन्नास माणसं मरतात काही अपघातात मरतात, काही मारली जातात. मी काय समजायचं?'' सुधीरचं हे बोलणं ऐकून गजाननला हसू आलं. तो म्हणाला. ''नाही बाबा. मी कुठल्याही अपघातात सापडलो नव्हतो; पण एका विलक्षण परिस्थितीत सापडलो होतो. बस, तुला सगळं सांगतो.'' असं म्हणून गजाननने सुधीरला दोन दिवसांत घडलेल्या सगळ्या घटना सांगितल्या. ते सगळं ऐकून सुधीरही थक्क झाला आणि एवढंच म्हणाला, ''हे फक्त मुंबईतच घडू शकतं.'' गजाननेही मान डोलवली. खरंच होतं ते! गजाननला मुंबईत येऊन दहाच दिवस झाले होते; पण या मुंबईने त्याला काय काय रंग दाखवले होते. सुधीर आपलं आवरून नोकरीसाठी बाहेर पडला. गजानननं विश्रांती घेण्याचं ठरवलं आणि त्यानं अंथरुणावर पाठ टेकली. दुसऱ्या दिवसापासून पुन्हा त्याच्या स्टुडिओच्या चकरा सुरू झाल्या. पंधरा-वीस दिवस होऊन गेले. गजाननचं अजून कुठेच काम होत नव्हतं. कित्येकांनी आश्वासन दिलं, शब्द दिला. काम करून देतो म्हणून सांगून त्याच्याकडून दोन-पाच हजार उकळले आणि पुन्हा कधी तोंड दाखवलं नाही; तर

कित्येकांनी सरळ 'काम होणार नाही' म्हणून सांगितलं आणि हाकलून दिलं. जसजसे दिवस जात होते, तसतसा गजानन निराश होत होता. त्याचं काम तर कुठेही होतच नव्हतं; पण जवळचे पैसेही संपत आले होते. आता सगळे पैसे संपून गेले आणि तोपर्यंत कुठंच काम मिळालं नाही तर काय करायचं हा मोठा कठीण प्रश्न त्याच्यासमोर उभा होता. या पंधरा-वीस दिवसांत मिलीचाही फोन नव्हता. अशा मन:स्थितीत गजानन रूमवर परतला. रात्रीचे दहा वाजून गेले होते. चार घास पोटात ढकलून गजानन कॉटवर आडवा झाला. बऱ्याच वेळाने त्याला झोप लागली. सकाळी त्याला जाग आली, तेव्हा त्याचा मोबाईल वाजत होता. त्यानं बघितलं; मिलीचा फोन होता. चटकन उठून बसत त्यानं फोन उचलला. फोनवर मिलीचा आवाज घाबरल्यासारखा होता. त्यानं विचारलं, "मिली मॅडम, काय झालं?" मिली पलीकडून घाबरत म्हणाली, "गजानन, मला खूप भीती वाटते. गेले तीन-चार दिवस कोणीतरी माझा पाठलाग करतंय अशी शंका येत होती; पण काल खात्री झाली. काल बार बंद झाल्यावर मी बाहेर पडायच्या तयारीत होते तोच ते चार गुंड मला हॉटेलच्या समोर उभे असलेले दिसले. ते माझीच वाट बघत होते. म्हणून मी घरी गेलेच नाही. आताही मी हॉटेलवरच थांबलेली आहे. मला एकटीला बाहेर पडायची भीती वाटते. खरंतर तुमच्यावर माझा काहीच अधिकार नाही; पण विश्वास मात्र आहे. तेव्हा प्लीज, मला हॉटेलवर न्यायला याल का? मी इथेच थांबते." मिलीनं सांगितलेली हकिगत ऐकून गजाननला तिची काळजी वाटू लागली. काही नाही म्हटलं, तरी जखमी अवस्थेत गजाननला तो कोण, कुठला; याची चौकशी न करता तिने त्याच्यावर उपचार केले होते. त्याला जेवायला-खायला घातलं होतं. गजानन चटकन उठला. कसंबसं आवरून तो त्वरेनं बाहेर पडला. अर्ध्या तासातच तो मिलीच्या हॉटेलवर पोहोचला. मिली त्याची वाटच बघत होती. तो आलेला पाहताच तिनं धावत जाऊन त्याचा हात धरला आणि ती म्हणाली, "गजानन, तुम्ही आलात. आताही ते गुंड बाहेर उभे आहेत." गजाननने काही न बोलता, तिच्या हातावर थोपटलं आणि तिला घेऊन तो बाहेर पडला. ते गुंड बाहेर कुठेच दिसले नाहीत. कदाचित, गजाननला बघून ते निघून गेले असतील. मिलीला घेऊन गजानन तिच्या खोलीवर आला. आपण आपल्या खोलीवर सुखरूप पोहोचलो आहोत आणि गजानन आपल्या सोबत आहे. यामुळे सुरक्षित वाटल्याने मिली रिलॅक्स झाली. तिनं गॅस पेटवून चहाचं आधण ठेवलं. दुसऱ्या गॅसवर कांदेपोहे बनवले आणि दोन डिशेसमध्ये पोहे, दोन मग्जमध्ये चहा घेऊन ती बाहेरच्या खोलीत आली. गजाननला मग आणि डिश देऊन ती सोफ्यावर बसली आणि कृतज्ञतेनं म्हणाली, "गजानन, तुमचे आभार कसे आणि कितीदा मानावेत हेच मला कळत नाही. या पंधरा दिवसांत जेव्हा-जेव्हा मी काही अडचणीत सापडले किंवा माझ्यावर काही संकटं आली, त्या

प्रत्येक वेळी तुम्ही मला मदत केली आणि देवासारखे धावून आलात आणि त्याच विश्वासावर मी आज तुम्हाला फोन केला आणि तुम्ही माझ्या मदतीला आलात. कोणत्या शब्दांत तुमचे आभार मानावे हेच मला समजत नाही. असो. तुमचं कुठे काम झालं का? कोणी प्रोड्युसर-डायरेक्टर भेटले का? काही काम मिळालं का?'' मिलीनं आपुलकीनं विचारलं. ''नाही मिली मॅडम, माझं कुठेही काम झालं नाही. आता जवळचे पैसेही संपत आलेत. एकदा ते पैसे संपले की, पुढे काय करायचं हा प्रश्न माझ्यासमोर उभा आहे. मी गावाकडे जाऊ शकेन; पण काहीतरी बनल्याशिवाय मला गावाकडे जायचं नाही आणि मुंबईत राहायचं म्हटलं तर हातात पैसा नाही आणि काम नाही म्हटल्यावर ते शक्य नाही. मी गोंधळून गेलो आहे. काय करावं काही सुचत नाही.'' गजाननने मोकळेपणाने मिलीसमोर आपली व्यथा मांडली. मिली क्षणभर गप्प बसली. बोलू की नको असा संभ्रम तिला पडला असावा, असं तिच्या चेहऱ्यावरून दिसत होतं; पण तिने धीर एकवटला आणि म्हणाली, ''गजानन, मी तुम्हाला काही सुचवू का? तुम्हाला राग तर येणार नाही ना? दुसरं म्हणजे यात माझा स्वार्थ आहे; पण तो थोडासा. माझ्या स्वार्थापेक्षा मुंबईत तुमचा निभाव लागणं महत्त्वाचं आहे. तेव्हा मी सांगते, त्याबद्दल राग मानू नका. आमच्या मूनलाइट हॉटेलमध्ये फ्लोअर मॅनेजरची एक जागा रिकामी आहे. आमचा आधीचा फ्लोअर मॅनेजर दुसरी चांगली नोकरी मिळाली म्हणून बंगलोरला गेला. दोनच दिवस झाले. अजून त्या जागेवर कोणी घेतलेलं नाही. तुम्ही म्हणत असाल तर आमच्या मालकाकडे तुमच्यासाठी विचारू का? पंधरा हजार रुपये पगार मिळेल; यात माझा स्वार्थ एवढाच की, तुम्ही माझ्यासोबत असलात की, मला सुरक्षित वाटतं. मी तुमचा अपमान करते आहे असं समजू नका; पण विचार करा.'' मिलीचं सांगणं संपलं आणि ती रिकाम्या डिशेस घेऊन आत गेली. मिली बोलत असताना गजानन तिचं निरीक्षण करत होता. दिसायला ती सुंदर होतीच; पण बारमध्ये काम करत असूनदेखील तिने घरंदाजपणा सोडला नव्हता. तिच्या बोलण्यामध्येसुद्धा एक प्रकारे सभ्यपणा आणि जिव्हाळा होता. तिचं वागणं कुठेही किंचितही छचोर नव्हतं. त्याच्याकडचे पैसे तर आता संपलेच होते. महिना भरल्यानं रूम तर सोडावी लागणार होती. राहायचं कुठं हा प्रश्न होताच; पण त्याचबरोबर जेवणा-खाण्याचं काय; खरंतर चहाचेसुद्धा वांदे होते. असा सगळा विचार केला, तर मिलीनं सांगितलेली ऑफर विचारात घेण्यासारखी होती. वाईट तर नक्कीच नव्हती. हातात अजिबात काही नसण्यापेक्षा ते खूपच बरं होतं. हा सगळा विचार गजाननं केला आणि त्यानं मिलीला हो म्हणायचं ठरवलं. ती बाहेर आल्यावर त्यानं तिला तसं सांगितलं आणि आपण होकार दिल्यावर मिलीचा उजळलेला चेहरा बघून त्याला बरं वाटलं.

आठ

मूनलाइट हॉटेलमध्ये 'फ्लोअर मॅनेजर'ची नोकरी धरून गजाननला सहा महिने झाले. त्यानं मालकाचा विश्वास तर संपादन केलाच; पण त्याचबरोबर मिलीचं प्रेमही संपादन केलं. तरीही मुंबईतलं श्रीमंत राहणीमान आणि खर्च यांमुळे दोघांचा पगार कसाबसाच पुरत होता. कधीकधी गजाननला वाटायचं, आपण गावाकडून इथं येऊन काय मिळवलं? आपलं ऐसपैस प्रशस्त घर सोडून ही चाळीतली दहा बाय वीसची खोली, त्यात निम्मं स्वयंपाकघर आणि उरलेल्या जागेत संडास-बाथरूम आणि छोटा हॉल; पण त्यातल्या त्यात मिलीचं प्रेम हीच काय ती दिलासा देणारी एक बाब होती. दिवस असेच चालले होते. अधूनमधून गजाननला गावाकडची आठवण यायची. कधीकधी तर त्याला 'आत्ता उठावं आणि गावाकडे जावं' असं वाटत होतं; पण कोणत्याच दृष्टीनं ते शक्य नव्हतं. एक तर त्याला रजा मिळाली नसती. कारण मालकाचा त्याच्यावर संपूर्ण विश्वास असल्यामुळे त्यानं हॉटेल मूनलाइटची जबाबदारी सर्वस्वी गजाननवर सोपविली होती. त्यानं सोपविलेली जबाबदारी गजानन इमाने-इतबारे पार पाडत होता. त्याच्या लाघवी बोलण्यानं आणि सभ्य वागण्यानं त्यानं सगळ्यांची मनं तर जिंकून घेतली होतीच; पण तिथं काम करणाऱ्या मिलीसोबतच्या इतर बारबालांनाही गजाननचा मोठा आधार वाटत असे. कायद्याचं काटेकोर पालन करून, पोलिसांशी चांगले संबंध ठेवून गजाननची नोकरी सुखेनैव चालली होती. मिली आणि तो एकमेकांवर जिवापाड प्रेम करत होते; पण संस्कारी मनाच्या

गजाननंनं कसलीही मर्यादा ओलांडली नव्हती. गजानन सतत सोबत असल्यामुळे मिलीला त्रास देणारे ते गुंडही आताशा येत नव्हते. गावाकडच्या आठवणी सोडल्या, तर एकंदर सगळं सुशेगात चाललं होतं; पण अशातच एक दिवस त्यात मिठाचा खडा पडला आणि सारं काही विसकटलं. झालं ते असं, की, मूनलाइटमध्ये नाच करणाऱ्या मुलींपैकी झिनत नावाच्या मुलीवर एक तरुण फिदा झाला आणि तो सतत तिला बाहेर घेऊन जाण्यासाठी गजाननकडे परवानगी मागू लागला. हॉटेलच्या नियमांमध्ये तर हे बसतच नव्हतं; पण झिनतलाही त्याच्याबरोबर जायचं नव्हतं; त्यामुळे गजानन सतत त्याची मागणी धुडकावून लावत होता. तो मुलगा कोण, कुठला, कुणाचा याची काहीच माहिती नसलेला गजानन हॉटेलच्या नियमांवर बोट ठेवून होता; पण इथंच गजाननचं चुकलं. तो मुलगा मुंबईचे महापौर जयचंद ओसवाल यांचा पुतण्या होता. कोणत्याच प्रकारानं गजानन बधत नाही हे बघितल्यावर, संतापलेल्या त्या मुलानं चार गुंड घेऊन हॉटेलवर आणि विषेशत: गजाननवर हल्ला चढवला. हॉटेलच्या टेबल-खुर्च्यांची, दिव्यांची तोडफोड केल्यानंतर त्या गुंडांनी आपला मोर्चा लेडीज रूमकडे वळविला, जिथं नाचणाऱ्या मुली घाबरून लपून बसल्या होत्या. गुंडांचे दोन-चार फटके खाऊन त्यांच्या भीतीने एवढा वेळ एका बाजूला उभा असलेला गजानन ते गुंड मुलींच्या खोलीकडे वळलेले बघून बेभानपणे मुलींच्या मदतीला धावला आणि बाजीप्रभूच्या आवेशात त्याने तो दरवाजा अडवून धरला. एका गुंडाच्या हातातली हॉकीस्टिक हिसकावून घेऊन समोर येणाऱ्या प्रत्येक गुंडाला त्या स्टिकचा प्रसाद दिला आणि त्या मुलींना वाचवलं. पुढील धोका ओळखून आत लपलेल्या मुलींपैकी एकीने पोलिसांना फोन लावला. पोलीस वेळेवर आले आणि त्यांनी गुंडांना धरलं. त्यांच्यासोबत त्यांना चिथावणी देणारा महापौर जयचंद ओसवालचा पुतण्या समीर ओसवालसुद्धा घटनेच्या ठिकाणी पकडला गेला. गजाननलाही भरपूर लागलं होतं. पोलिसांनी त्याला दवाखान्यात ॲडमिट केलं. पोलिसांनी मुलींचीही जबानी घेतली. गजाननचीही साक्ष घेतली आणि त्याशिवाय हॉटेलच्या सीसीटीव्ही कॅमेऱ्यामध्ये सर्व काही रेकॉर्ड झालं; हे सगळे पुरावे महत्त्वाचे ठरले. इतके पुरावे बघितल्यानंतर, आपली प्रतिमा डागाळली जाऊ नये म्हणून महापौर जयचंद ओसवाल यांनी या प्रकरणातून अंग काढून घेतलं आणि समीर ओसवालला शिक्षा करण्याचा मार्ग मोकळा झाला. या सगळ्या घटनेची साद्यंत हकिगत वर्तमानपत्रांतून गजाननच्या फोटोसह छापून आली. ज्यांची समाज हेटाळणी करतो, त्या बारबालांना स्वत:चा जीव धोक्यात घालून वाचवणाऱ्या गजाननचं सगळीकडे कौतुक झालं. पंधरा-वीस दिवसांतच गजानन बरा झाला. समीर ओसवालचं महापौरांशी असलेलं नातं लक्षात घेऊन

पोलिसांनी फास्टट्रॅक कोर्टात हा खटला चालवला. या खटल्यामध्ये गजाननची साक्ष, त्या मुलींची साक्ष आणि सीसीटीव्ही कॅमऱ्यामधलं चित्रण फार महत्त्वाचं ठरलं आणि कोर्टानं समीर ओसवालला सहा वर्षांची शिक्षा सुनावली. घटना घडल्यापासून तीन महिन्यांत ही केस संपली; पण झालं असं की, त्या गुंडाने केलेल्या मोठ्या नुकसानीमुळे मूनलाइट बार बंद पडला. तो पुन्हा चालू झालाच नाही. ती घटना घडल्यापासून गजाननही खूपच उदास राहायला लागला. पावलोपावली धोक्यानं भरलेलं मुंबईचं हे जीवन त्याला आता नकोसं वाटायला लागलं. त्याच्या मनाला गावाकडे जाण्याची ओढ लागून राहिली आणि बाकी काही नाही तरी त्यानं काहीतरी चांगलं नक्कीच करून दाखवलं होतं. चित्रपटामध्ये 'हीरो' बनायला आलेला गजानन चित्रपटातली खोटी मारामारी करून हीरो बनण्याऐवजी, चांगल्या गोष्टीसाठी खरी मारामारी करून प्रत्यक्षात 'हीरो' बनला होता. घटना घडल्यापासून ते समीरला शिक्षा होईपर्यंत रोज वर्तमानपत्रात या घटनेबद्दल, गजाननबद्दल, त्यानं केलेल्या पराक्रमाबद्दल, बारमध्ये नाचणाऱ्या मुलींचा जीव वाचवल्याबद्दल काहीना काहीतरी छापून येत होतं. बऱ्याचदा फोटोसह, तर टीव्ही न्यूजच्या अनेक चॅनेल्सवर गजाननचा हा पराक्रम सतत दाखविला जात होता. केस संपली. समीर ओसवालला शिक्षा झाली. गजाननच्या जखमाही बऱ्या झाल्या. मूनलाइट बारही बंद पडला आणि या सगळ्यांचा परिणाम म्हणून की काय, एका विवक्षित क्षणी गजाननने गावाकडे परतण्याचा निर्णय घेतला आणि तोही मिलीला सोबत घेऊन! त्याचा तो निर्णय ऐकून मिली सुरुवातीला थोडीशी धास्तावली; पण गेले आठ-दहा महिने गजाननने केलेलं त्याच्या घराचं, घरातल्या लोकांचं आणि विशेषत: शुभदावहिनीचं वर्णन ऐकून 'आपल्यालाही गजाननचं घर स्वीकारेल' अशी आशा तिच्या मनात निर्माण झाली. तीही आता या धकाधकीच्या, धावपळीच्या जीवनाला आणि अनैतिकतेकडे झुकणाऱ्या नोकरीला कंटाळली होती. या आठ-दहा महिन्यांत गजाननचा उमदा स्वभाव आणि त्याच्यावरचे संस्कार तिने जवळून पारखले होते. त्यातच चार महिन्यांपूर्वी तिच्या आईच्या गंभीर आजारपणात, अखेरच्या क्षणी व आईचा मृत्यू झाल्यावरही गजाननने तिला दिलेला आधार तिच्या दृष्टीने सर्वांत मोलाचा होता; त्यामुळे या सगळ्यांचा विचार करून, तिनं गजाननबरोबर कोकणात जाण्याचा निर्णय घेतला. त्याच्या घरच्यांनी आपल्याला स्वीकारलं तर आपण तिथं आनंदानं राहूच; पण नाही स्वीकारलं, तर त्याच्या घरी मोलकरीण म्हणून काम करू आणि एका कोपऱ्यात पडून राहू, असा तिनं मनाशी निर्धार केला आणि गजाननबरोबर कोकणात जायला ती सिद्ध झाली.

घेलाशेटकडे असलेले पंचवीस हजार रुपये घेऊन गजानन मुंबईला निघून गेला

ही बातमी विद्याधर आणि शुभदानं कितीही हळुवारपणे नानींच्या कानावर घातली तरी त्या बातमीचा धक्का बसून नानीनं अंथरूण धरलं, गोड बोलणारा, लाघवी वागणारा, नानी रागवायच्या तरी सिनेमातले प्रसंग सादर करून नानीला हसवणारा गजानन तसा नानींचा खूप लाडका होता. त्याच्या सिनेमातल्या नकला करण्याने घर कसं हसत-बोलत राहायचं. गजानन निघून गेला आणि घरातलं जणू चैतन्य हरवलं. विद्याधरच्या डॉक्टरकीचा पंचक्रोशीत बोलबाला झाल्यामुळे त्याच्या दवाखान्यात दिवसभर गर्दी असायची. प्रभावती आणि सरस्वती तर काय – लग्न होऊन सासरी गेल्या होत्या. भाग्यश्री, अरविंद यांची दिवसभर शाळा असायची, तर भक्त निवासाचा व्याप वाढल्यामुळे शुभदालाही वेळ नसायचा. सकाळी पहिलं काम आवरून, सगळ्यांचा नाष्टा-पाणी करून ती भक्त निवासात जायची. तिच्या सोबत विवेकही जायचा. शुभदा गेल्यावर शालन स्वयंपाकाला यायची. तिच्याशी गप्पा मारणं, एवढाच काय तो नानींना विरंगुळा! कारण नाना कधी विद्याधरच्या दवाखान्यात त्याच्या मदतीला तर कधी शुभदाबरोबर भक्त निवासात तिच्या मदतीला जायचे; त्यामुळे तर त्यांना गजाननची फारच आठवण येई. त्यातच आता शकूआत्याही नव्हत्या. सात-आठ महिने उलटून गेले होते. गजाननचा काही पत्ता नव्हता. ना त्याचं पत्र आलं होतं, ना फोन आला होता, ना त्याला कुणी पाहिलं होतं. मुंबईला जातो म्हणून चिठ्ठी लिहून ठेवून गेलेला गजानन मुंबईतच होता की आणखी कुठे होता कोण जाणे? पण त्याचा काही पत्ता लागत नव्हता, एवढं खरं! त्यामुळे त्याच्याबद्दलच्या विचारानं नानींना दिवस अगदी खायला येई. संध्याकाळ झाली, दिवेलागण झाली की, जरा बरं वाटे. विद्याधर दवाखान्यातून घरी येई. नानाही त्याच्यासोबत असत. यात्रेकरूंच्या रात्रीच्या जेवणाची व्यवस्था लावून शुभदाही घरी येई. तिच्यासोबत विवेक असे. हळूहळू सगळं घर भरून जाई. आई आली म्हणून भाग्यश्री, अरविंद गलका करत. शाळेतून आल्यावर वाटी भरून ठेवलेला खाऊ खाऊन दोघे पुळणीवर खेळायला जात आणि तेही दिवेलागणीला घरी परत येत. मग सगळं घर भरून जाई. विवेक, अरविंद आणि भाग्यश्री यांची पळापळी, लपाछपी सुरू होई. विद्याधरचं मुलांना रागावणं, शुभदाचं विद्याधरला लटकं रागावणं, सगळ्यांचं नानींजवळ तक्रार करणं या सगळ्यांत मग गजाननचं दु:ख विरून जाई. त्यातच नाना टीव्ही लावत. संध्याकाळच्या बातम्या बघितल्याशिवाय नाना पानावर यायचे नाहीत. मग सगळीच बातम्या बघायला बसत. एक दिवस मात्र बातमी बघता-बघता सगळ्यांच्या आनंदाला आणि आश्चर्याला पारावार राहिला नाही. कारण त्या बातमीत चक्क गजानन दाखवत होते आणि त्यानं केलेला पराक्रमही! गजाननबद्दल सांगितली जाणारी बातमी, टीव्हीवरून दाखविण्यात येणारा त्याचा पराक्रम, त्याची मुलाखत, मुंबई शहरानं केलेलं त्याचं कौतुक, पोलीस खात्यानं

दिलेली शाबासकी हे सगळं बघून सगळ्यांचाच ऊर भरून आला. सगळ्यांची मनं आनंदानं भरून गेली; पण या आनंदालाही एक दु:खाची आणि किंचित अपमानाची किनार होती. कारण त्या बातमीवरून असं कळलं होतं की, गजानन मुंबईमध्ये एका बारमध्ये नोकरी करत होता आणि त्यानं जो पराक्रम केला होता, तो दुसरा-तिसरा काही नसून बारमध्ये नाचणाऱ्या मुलींना वाचवण्याचा पराक्रम केला होता. ही थोडीशी जरी अपमानाची झालर असली, तरी गजाननचं धैर्य, साहस, शौर्य, समयसूचकता, माणुसकी, गुंडांशी लढण्याची हिंमत आणि त्या मुलींना वाचवण्यासाठी त्यानं केलेली धडपड या सगळ्या गोष्टींचं सगळ्यांनी भरभरून कौतुक केलं होतं. त्यातच पकडला गेलेला तो गुंड महापौरांचा पुतण्या होता; त्यामुळे त्याच्या या कामगिरीला आणखी वजन आलं होतं. एक बारीकशी खंत सोडली, तर गजाननविषयीच्या अभिमानाने सगळ्यांचा ऊर भरून आला आणि त्याचबरोबर गजानन सुखरूप आहे, तो मुंबईत आहे आणि सुरक्षित आहे, हेही समजलं होतं; त्यामुळे आनंद द्विगुणित झाला होता. आता कुठूनतरी, कसातरी गजाननशी संपर्क होणं गरजेचं होतं. नव्हे, संपर्क व्हायला हवाच होता. म्हणजे त्याला भेटता आलं असतं, त्याचं कौतुक करता आलं असतं आणि बारमध्ये नोकरी करत असल्याबद्दल थोडंसं रागावताही आलं असतं; पण त्यासाठी गजानन घरी यायला हवा होता.

कोकणात घरी परत जाण्याबद्दल गजानन आणि मिलीचं एकमत झालं होतं आणि चार दिवसांनी खोलीतल्या सामानाची बांधाबांध करून, खोली रिकामी करून कायमचं कोकणात जायचं, असा दोघांनी बेत योजला; पण मुंबई नगरीलाच त्यांनी आणखी चार दिवस इथं राहणं पसंत नसावं. त्या दिवशी रात्री मिली पलंगावर आणि गजानन सोफ्यावर असे झोपले होते. कसा कोण जाणे, खिडकीचा दरवाजा थोडासा उघडा राहिला होता. कसल्यातरी 'खसखस' आवाजानं दोघांनाही जाग आली. दोघंही अंथरुणावर उठून बसणार, तोच त्या उघड्या असलेल्या खिडकीतून चार-पाच सुरे सणसणत आले आणि बंद असलेल्या बाथरूमच्या दारात घुसले. पहिला सुरा येता क्षणीच धोका ओळखून, मिलीला हाताला धरून; तिला घेऊन गजानन पलंगाखाली दडून बसला. तीन-चार सुरे बाथरूमच्या दारात घुसले, दोन चाकू पलंगावरच्या गादीत रुतले आणि एक चाकू सोफ्याच्या पाठीत घुसला. आपण केवळ नशिबानेच वाचलो या भावनेने भेदरलेले ते दोघेजण रात्र संपेपर्यंत पलंगाखालीच बसून राहिले आणि बाहेर लख्ख उजाडल्याचं दिसल्यावर, वर्दळ चालू झाल्याचं लक्षात आल्यावर कसलाही विचार न करता, दोघांनी आपल्या बॅगा उचलल्या आणि कुर्ला एस.टी. स्टँड गाठलं. सकाळचे सात वाजले होते. साडेसातला चिपळूणला गाडी असल्याचं कळल्यावर गजाननने दोघांची तिकिटं काढली. स्टँडवरच त्यांनी चहा घेतला. वडा-पाव खाल्ला आणि गाडी लागल्याबरोबर दोघेजण गाडीत जाऊन

बसले. गाडी भरली, सुटली आणि दोघांनी सुटकेचा नि:श्वास टाकला. मुंबई मायावी नगरीचे विलक्षण अनुभव घेऊन गजानन पुन्हा आपल्या घरी, आपल्या उबदार घरट्याकडे परत चालला होता. तर म्हापशाहून भीत-भीत पोटासाठी मुंबईला आलेली आणि मुंबईच्या मायावीपणाला सरावलेली मिली फक्त आणि फक्त गजाननवर विश्वास ठेवून एका नवीन गावात, एका नवीन घरात, एका नवीन जगात, नवीन माणसांत चालली होती. दोघांच्या डोळ्यांत अश्रू होते. गजाननच्या डोळ्यांतल्या अश्रूंत होत्या, गुहागरच्या आठवणी तर मिलीच्या डोळ्यांतल्या अश्रूंत होता, मुंबईचा विरह आणि भविष्याची चिंता. टीव्हीवर आलेल्या बातम्या, पेपरांतून आलेल्या बातम्या हे जसं गजाननच्या घरच्यांनी बघितलं होतं, तसंच ते गुहागरमध्ये सगळ्यांनीच पाहिलं, वाचलं होतं; त्यामुळे नानांच्या घरी ओळखीच्या लोकांची रीघ लागली होती. भेटायला येणारे लोक गजाननचं तोंडभरून कौतुक तर करत होतेच; पण त्या कौतुकाला तो हॉटेलमध्ये नोकरी करतो, याबद्दल हेटाळणीचीही झालर होती. अर्थात, लोकांनी विचारलेल्या कुठल्याही प्रश्नांची उत्तरं नाना किंवा घरातल्या कोणाकडेच नव्हती. कारण गजानन कुठे आहे हे आतापर्यंत कुणालाही माहीत नव्हतं किंवा तो मुंबईत असला तरी तो तिथं काय करतो हेही कुणाला माहीत नव्हतं. गजानन कुठे आणि काय करत होता याबद्दल गावातल्या लोकांप्रमाणेच नानांच्या घरचेही अनभिज्ञ होते. त्यांनाही आताच कळत होतं की, गजानन मुंबईतच राहतो आहे आणि एका हॉटेलमध्ये काम करतो आहे; त्यामुळे गावातल्या लोकांनी विचारलेल्या प्रश्नांना उत्तर देणं त्यांनाही अवघड जात होतं; पण निदान तो सुखरूप आहे हे तरी समजलं होतं आणि नुसतं एवढचं नव्हे, तर तेथे राहून त्यांना चांगला पराक्रम केल्याचंही समजलं होतं. शत्रूवरही दया दाखवून त्याला जीवनदान देणाऱ्याच्या संस्कारांतलं नानांच घराणं होतं; त्यामुळे आपल्या मुलानं कुणाचातरी जीव वाचवला – मग तो बारबालांचा का असेना, शेवटी त्याही 'माणूस'च होत्या ना? एक नव्हे – दोन नव्हे; सहा-सात मुलींचा जीव गजाननं वाचवला होता. त्याच्या या एका पराक्रमाबद्दल नाना-नानींनी त्याला कधीच माफ केलं होतं; पण तरीसुद्धा काही गोष्टींचा जाब त्याला विचारायचाच होता आणि त्यासाठी गजानन येथे यायलाच हवा होता. टीव्हीवरच्या आणि वृत्तपत्रांतल्या बातम्या बघितल्या आणि ऐकल्यापासून तर नानांच्या घरामध्ये गजाननशिवाय दुसरा विषय नव्हता. प्रभावती आणि सरस्वती दोघींनी तर फोनवर फोन करून विद्याधरला आणि शुभदाला भंडावून सोडलं होतं. गजाननचा पत्ता कळला का? त्या पेपरवाल्यांना, टीव्हीवाल्यांना तुम्ही विचारायचं नाही का? त्यांनी पत्ता सांगायला नकार दिला म्हणजे काय? का नकार दिला? तुम्ही त्यांचे आई-वडील, भाऊ-भावजय असल्याचं तुम्ही सांगितलं नाही का? गजाननने काही संपर्क साधण्याचा काही प्रयत्न केला का? एक ना दोन – हजार प्रश्न त्या

दोघींनी विद्याधर आणि शुभदाला विचारले; पण त्यांच्या एकाही प्रश्नांचं उत्तर या दोघांकडेही नव्हतंच. ना गजाननचा फोननंबर होता ना त्याचा पत्ता; त्यामुळे त्याच्याशी संपर्क करणंसुद्धा अवघड झालं होतं. मग त्याच्याशी बोलणं, त्याला बोलावणं, घरी परत ये म्हणून सांगणं ही तर फार लांबची गोष्ट होती. आता तो आपणहून कधी येईल किंवा आपणहून कधीतरी संपर्क साधेल तेव्हाच हे सगळं बोलणं, सांगणं शक्य होतं. हा विचार मनात ठेवून विद्याधर आणि शुभदा पुन्हा आपापल्या कामात व्यग्र झाले; पण नाना-नानी मात्र गजाननची डोळ्यांत प्राण आणून वाट बघत होते. गजानन कधी येतो, या विचारानं त्याच्या वाटेकडे डोळे लावून बसले. या दहा महिन्यांत आपल्या कल्पकतेने आणि हुशारीने शुभदाने बरीच मोठी मजल मारली होती. सरस्वतीच्या लग्नाच्या दरम्यान दुसऱ्या भक्त निवासाचं काम सुरू झालं होतं. ते काम संपवून तिसऱ्या भक्त निवासाचं काम सहा-सात महिन्यांतच पूर्ण करून शुभदानं तीन भक्त निवास सुरू केले. तीन भक्त निवासांत मिळून साठ खोल्या होत्या आणि या साठ खोल्यांत मिळून एकशे वीस लोकांची राहण्याची व्यवस्था होती. त्यातल्या एका भक्त निवासात असलेल्या खोल्या उच्चभ्रू, श्रीमंत लोकांसाठी होत्या. त्यांचं भाडंही जास्त होतं. विषेशत: मुंबई, पुण्यासारख्या ठिकाणांहून किंवा महाराष्ट्राबाहेरून येणाऱ्या भक्तांसाठी या खोल्या बांधलेल्या होत्या. प्रत्येक भक्त निवासात एक व्यवस्थापक आणि त्याच्याशिवाय प्रत्येक मजल्यावर दोन असे चार कर्मचारी अशी स्वतंत्र व्यवस्था केलेली होती. दिवाळी, नाताळ आणि मे महिना या तीन सुट्ट्यांच्या वेळी तीनही भक्त निवासांतील सगळ्या खोल्या भरलेल्या असायच्या. पंधरा जून ते पंधरा जुलै हा झिम्म पावसाचा मोसम सोडला, तर एरवीही दीर विवेक आणि घरगडी गणा आणि त्याची बायको शालन या तिघांच्या मदतीने आपला एक अधू पाय सांभाळत शुभदा या तीनही भक्त निवासांची चोख व्यवस्था पाहायची. तिथे आलेल्या एकाही यात्रेकरूला कसलाही त्रास होऊ नये, कसलीही तोशीस पडू नये आणि त्याला कसल्याही तक्रारीला जागा राहू नये, याबद्दल ती अत्यंत दक्ष असायची. कधीकधी नानाही तिच्यासोबत असत. अलीकडे नानांचे गुडघे दुखायला लागल्यावर आपल्या वडिलांना विनायकबुवांनाही तिने आपल्या मदतीला तिकडे बोलावून घेतलं. विनायकबुवा तसे तब्येतीनं तुडतुडीत होते; त्यामुळे शुभदाला त्यांची खूप मदत होऊ लागली. तिचं कामही बरंच हलकं झालं. तरीसुद्धा तिला गजाननची प्रतीक्षा होती आणि आता त्याच्याबद्दलची बातमी समजल्यानंतर तर 'गजानन नक्की परत येईल' अशी कुठंतरी तिच्या मनाला खात्री वाटत होती. विश्वास वाटत होता. ती लग्न करून त्या घरात आल्यापासून गजाननने तिच्यावर खूप माया केली होती. प्रभावतीसारखा त्याने कधीच तिचा दु:स्वास केला नव्हता. उलट, कधीकधी ती दु:खी असली तर, एखाद्या टेन्शनखाली असली तर काहीतरी

गमती-जमतीचं बोलून, फिल्मी डायलॉग ऐकवून तो तिला हसविण्याचा प्रयत्न करत असे; त्यामुळेही असेल कदाचित; पण तिला गजाननबद्दल माया वाटायची. एक छोटीशी चिठ्ठी ठेवून तो जेव्हा मुंबईला निघून गेला, तेव्हा शुभदाला खूपच वाईट वाटलं होतं. आपली माया त्याला सांभाळू शकली नाही, असंही तिला कित्येक दिवस वाटत राहिलं. आपला हा दीर स्वभावानं किंचित भोळा असला, तरी तो प्रेमळ तर आहेच; पण पुढे नक्की काहीतरी चांगलंच करून दाखवेल, असा तिला पूर्ण विश्वास होता आणि तिचा हा विश्वास गजाननने सार्थ ठरविला होता. आता फक्त त्याच्या येण्याची प्रतीक्षा होती. तो आला की, एखादी चांगली मुलगी बघून शुभदा त्याचं लग्न लावून देणार होती आणि मग एक भक्त निवास त्याच्याकडे सोपवून ती निर्धास्त राहणार होती. राहता राहिला विवेकचा प्रश्न. गजानन आला की, शुभदाला विवेककडे लक्ष देता येणार होतं; नव्हे ते द्यायलाच हवं होतं. त्याचं सध्या बाहेर काय चाललं आहे ते शुभदाला कळत नव्हतं; पण काहीतरी चाललं होतं, हे निश्चित! कारण संध्याकाळी जेवण झाल्यानंतर सगळ्या भक्त निवासात एक फेरी मारण्याचा शुभदाचा रिवाज होता. तेव्हा तिच्यासोबत रोजच विवेक जायचा. काही सुधारणा, प्रवाशांची काही मागणी असेल तर विवेक आणि गणा तिच्यासोबत असायचे. ज्याद्वारे ती काम पूर्ण करायची; पण गेले दोन-तीन महिने, आठवड्यातला एखादा दिवस तिच्यासोबत येण्याच्या कामाला विवेकची दांडी असायची. दहा मिनिटांत मित्राकडे जाऊन येतो असं सांगून विवेक तिथून सटकायचा तो रात्री बऱ्याच उशिरा घरी यायचा. दोन-तीन वेळा तिने विवेकला याबद्दल छेडलंही; पण 'काही नाही गं वहिनी पाय मोकळे करायला समुद्रावर गेलो होतो.' असंच काहीतरी उडवाउडवीचं उत्तर देऊन तो विषय टाळत असे. शुभदाच्या ते लक्षात आलं होतं; त्यामुळे आज ना उद्या त्याच्या या वागण्याची काहीतरी तड लावावी लागणार होती आणि त्यासाठीही शुभदा गजाननची वाट बघत होती.

एके दिवशी रात्री बारा वाजून गेल्यानंतर अंगणात लावलेलं बांबूचं फाटक कुणीतरी वाजवतंय असा आवाज आला. घरातली सगळीच निजली होती; पण बांबू सरकवल्याचा आवाज आल्यावर पडवीत झोपलेले गणा आणि शालन दोघे उठले. दरवाजाची कडी काढली आणि दारात पायरीवर उभं राहून अंगणाच्या फाटकाजवळ कोण उभे आहे याचा अंदाज घेऊ लागले. खरोखरच अंगणाच्या पलीकडे असलेल्या फाटकाजवळ कोणीतरी उभं होतं. सुरुवातीला एकच व्यक्ती दिसत होती व नंतर दोन व्यक्ती तिथे उभ्या आहेत असं दिसल्यावर शालननं वळचणीला खोचलेला सराटा हातात घेतला आणि दरडावून विचारलं, "कोण हाय ते? कोण उभं हाय तिथं?" खरं तर त्या व्यक्तीनं लाघवी भाषेत उत्तर दिलं. "अग शालन, असं काय करतेस मी-मी गजानन! अगं मी गजानन! तुझा गजाभाऊ!" त्या व्यक्तीच्या

तोंडातून 'तुझा गजाभाऊ' हे शब्द ऐकताच शालनने हातांतला सराटा खाली टाकला आणि ती अंगणातून पडवीकडे धावत सुटली ते ओरडतच. "वहिनी, वहिनी... नानी... नाना... विद्याभाऊ, जरा बघा तरी कोण आलंय ते? वहिनी... अहो आपलं गजाभाऊ आलेत! बाहेर या लवकर! आपलं गजाभाऊ आलेत." शुभदाच्या कानावर शालनने मारलेल्या हाका पडल्या आणि गडबडीने, जवळजवळ एका पायावर लंगडी घालतच शुभदा दाराशी आली. शालनच्या हाका जशा शुभदानं ऐकल्या होत्या, तशाच नाना-नानींनी आणि विद्याधरनंही ऐकल्या होत्या. शुभदाच्या पाठोपाठ ते सगळेजण उठून दाराजवळ आले. अंगणाच्या कडेला असलेल्या आडव्या लावलेल्या बांबूच्या पलीकडे खरोखरच गजानन उभा होता. विद्याधर गडबडीने पुढे झाला. त्याने बांबू एका कडेला सरकवला आणि तिथेच उभा राहून गजाननला मिठी मारली. काही क्षण तसेच गेले; दोघांही भावांच्या डोळ्यांतून अश्रूंच्या धारा वाहत होत्या. गजाननच्या हाताला धरून विद्याधर त्याला दाराजवळ घेऊन आला. एक क्षणभर नाना-नानींकडे नजर टाकून गजानन त्यांच्या पायाशी वाकला; पण त्याला पुरतं वाकू न देताच, नाना-नानींनी त्याला मिठी मारली आणि गजानन एखाद्या लहान बाळासारखा त्यांच्या मिठीत शिरून हुंदक्यांवर हुंदके देऊन रडू लागला. नानींनाही हुंदका आवरेना. गजाननला हृदयाशी कवटाळून त्याही रडायला लागल्या. स्थितप्रज्ञ म्हणून प्रसिद्ध असलेल्या नानांच्या डोळ्यांतही पाणी भरलं. बाजूला उभी असलेली शुभदा हुंदका आवरायचा प्रयत्न करत हे दृश्य डोळे भरून पाहत होती. नाना-नानींना भेटून झाल्यानंतर गजानन शुभदाजवळ गेला. तिच्या पायांजवळ बसून त्यानं तिच्या कमरेला मिठी मारली आणि तो रडायला लागला. काही न बोलता, शुभदा त्याच्या केसांतून हात फिरवत राहिली. काही क्षण असेच गेले आणि गजाननला आठवलं, आपल्यासोबत 'मिली' आली आहे. डोळे पुसून तो पुन्हा अंगणात आला. मिलीचा हात धरून त्यानं तिला दाराजवळ आणलं. त्याचा हात धरून मिली दारापर्यंत आली खरं; पण तिला मनातून अतिशय भीती वाटत होती. गजाननच्या घरच्या लोकांनी फक्त त्यालाच घरात घेतलं आणि आपल्याला बाहेरच्या बाहेर हाकलून दिलं तर आपण कुठं जायचं? काय करायचं? कसं करायचं? हा विचार तिच्या मनात वादळासारखा घुसला. गजाननसोबत ती खाली मान घालून उभी राहिली. गजानन परत आला आहे. तो सुखरूप आहे, व्यवस्थित आहे; पण एकटा नाही तर त्याच्यासोबत एक तरुण मुलगी बघून आश्चर्यात पडलेल्या आपल्या घरच्या लोकांना गजानन म्हणाला, "नाना-नानी, ही मिली! माझी होणारी बायको, तुमची होणारी सून आणि तुम्हाला न सांगता मुंबईला गेलेला गजानन जिच्यामुळे तुम्हाला जिवंत व धडधाकट दिसतोय तीच ही मिली. ती भेटली नसती तर मुंबईच्या रस्त्यावर गजानन कधीच मरून पडला असता." गजानन मिलीकडे वळला आणि

तिला म्हणाला, ''मिली हे माझे आई-वडील आणि हे माझे दादा- वहिनी, माझे दुसरे आई-वडील!'' मिलीला काय वाटलं कोण जाणे – तिनं त्या चौघांनाही पायांवर डोकं ठेवून नमस्कार केला. तिला तसा नमस्कार करताना पाहून, अभावितपणे शुभदा म्हणाली, ''अगं, अगं, नुसते हात टेकून नमस्कार केलास तरी चालेल!'' पण मिलीनं त्यावर जे उत्तर दिलं, ते तिच्या मनाच्या सुसंस्कृतपणाची साक्ष देणारं होतं. मिली म्हणाली, ''गजाननसारख्या देववृत्तीच्या माणसाला ज्यांनी जन्माला घातलं आणि ज्यांनी त्याच्यावर संस्कार केले, ती सगळीच माणसं माझ्यासाठी साक्षात परमेश्वरासारखी आहेत आणि आपण देवाच्या पायांवर डोकं ठेवूनच नमस्कार करतो ना; मग मीही तेच केलं!'' तोवर चांगलं उजाडलं होतं. सगळ्यांचे बोलण्याचे आवाज ऐकून विवेकलाही जाग आली. सगळ्यांना शोधत तो दारापाशी आला आणि दारात गजाननला पाहिल्यानंतर 'गजाभाऊ!' असं म्हणत त्यानं वरच्या पायरीवरून गजाननच्या अंगावर उडीच मारली. गजाननेही विवेकला जवळपास मिठीत झेललं आणि दोघं भाऊ एकमेकांना उचलून नाचू लागले. नाचता-नाचता दोघांच्याही डोळ्यांतून अश्रूंच्या धारा वाहत होत्या. दोघांच्या भावनांचा आवेग ओसरला आणि विवेकच्या लक्षात आलं की, गजाननच्या मागे कुणीतरी मुलगी आहे. त्याने गजाननकडे प्रश्नार्थक नजरेने पाहिलं तेव्हा गजाननने हळूच सांगितलं, ''ही मिली, तुझी होणारी वहिनी!'' गजाननचं बोलणं ऐकून नाना-नानींना जसा बसला होता, तसाच विवेकलाही धक्का बसला. काय बोलावं ते कुणालाच सुचत नव्हतं. यातून पहिल्यांदा सावरली ती शुभदा! गजानन आणि मिलीकडे एक नजर टाकून ती नानींना म्हणाली, ''नानी, आपण आधी आत जाऊ या. पहाटे-पहाटे आपण सगळे दरवाजात उभे आहोत; रस्त्यावर तुरळक वर्दळ सुरू झाली आहे. येणारे-जाणारे आपल्याकडे विचित्र नजरेने पाहत आहेत, तेव्हा आपण आधी आत जाऊ.'' शुभदाचं बोलणं संपतंय, तोच रस्त्यावरून जाणाऱ्या बबन गोंधळेकरने आवाज दिलाच, ''काय नानानु? पाव्हणं इलो की काय?'' मग मात्र शुभदाच्या बोलण्यात किती तथ्य होतं, ते सगळ्यांच्या लक्षात आलं आणि सगळे आत आले. अवघडून व संकोचून उभ्या असलेल्या मिलीला शुभदानं हाताला धरून आत आणलं. सामान एका बाजूला ठेवून गजानन भिंतीला टेकून उभा राहिला. त्याची मान खाली होती; पण अधूनमधून वर जाणारी नजर खूप काही बोलण्यास उत्सुक आहे, हे स्पष्ट दिसत होतं. ते ओळखूनच शुभदा म्हणाली, ''भावजी, आता काही बोलू नका! काही सांगूही नका! लांबच्या प्रवासातून आला आहात. हात-पाय तोंड धुऊन चहा घ्या आणि मग काय ते सांगा. तुम्हाला जे काही सांगायचं आहे ते ऐकण्यास आम्ही सगळेच उत्सुक आहोत!'' शुभदाचं ते बोलणं ऐकून गजानन आणि मिलीला हायसं वाटलं. प्रवासाच्या थकव्यामुळे आणि घरातल्या सगळ्या लोकांना सांगण्याचं

धाडस येण्यासाठी त्यांना चहाची अत्यंत आवश्यकता होती. शिवाय, मध्ये थोडा वेळ जाऊन अवसान गोळा करता आलं असतं. धीर गोळा करता आला असता आणि सगळं कसं सांगायचं त्याबद्दलही काही ठरवताही आलं असतं; त्यामुळेच शुभदावहिनीने सांगितलेली सूचना पडत्या फळाची आज्ञा मानून गजानन बाथरूमकडे वळला. मिली संकोचून तिथे तशीच उभी होती. शुभदाने तिलाही गजाननच्या पाठोपाठ जाण्यास सुचविलं. ते दोघेही गेल्यानंतर नानी एकदमच म्हणाल्या, ''काय म्हणावं या गजाला? एक तर आधी घाणेरड्या हॉटेलमध्ये नोकरी करून आपल्या कुळाला बट्टा लावला. त्यातच आता ही कोण मुलगी बरोबर घेऊन आला आहे? कुठल्या जातीची, धर्माची आहे? कोणत्या कुळातली आहे? आणि हीसुद्धा जर त्याला त्या हॉटेलमध्येच भेटली असेल तर हीपण तिथंच काम करणारी आणि तसलंच काम करणारी असणार! म्हणजे मग साठ्यांच्या कुळाच्या बदनामीचा झेंडा पार मुंबईपर्यंत पोहोचला असं म्हणावं लागेल! देवा, लवकर डोळे मिट रे बाबा! अजून आणखी काय काय बघायचं शिल्लक आहे ते तुलाच माहिती! पण आता या जीवात घराण्याची आणखी बदनामी बघायची ताकद राहिलेली नाही!'' असं म्हणून नानीने डोळ्यांना पदर लावला. नानींच्या या बोलण्याने सगळेजण अस्वस्थ झाले. सगळं वातावरण गढूळ झालं. कुणालाच काय बोलावं ते सुचेना. नाना डोकं धरून बसले. विद्याधर पाठीशी हात बांधून येरझारा घालू लागला. तर विवेक एका कोपऱ्यात खाली मान घालून बसला. दोन दिवसांपूर्वी वर्तमानपत्रांत आलेल्या गजाननच्या पराक्रमाची बातमी वाचून, त्याला शाबासकी देण्यासाठी, त्याचं कौतुक करण्यासाठी आणि त्याच्यावर थोडंसं रागावण्यासाठी गजाननच्या येण्याची अगदी आतुरतेने वाट बघणारं नानांचं घर गजानन एका तरुण मुलीला सोबत घेऊन आला आहे म्हटल्यावर, अवसान गळल्यासारखं खचून गेलं. काय होणार होतं पुढे?

वातावरण गंभीर झालं होतं. स्वयंपाकघरात चहा ठेवायला गेलेली शुभदा चहाचे कप घेऊन बाहेर आली तेव्हा तिला एकदम धक्काच बसला. ती काहीच बोलली नाही. मुकाटपणे तिने चहाचा कप सगळ्यांच्या हातात दिला. आता या क्षणी गजानन आणि मिलीइतकीच घरातल्या सगळ्यांनाच चहाची गरज होती. सगळ्यांचा चहा पिऊन झाला. शुभदानं कप आत नेऊन ठेवले. ती पुन्हा बाहेर आली. सोप्यावरच्या खांबाला टेकून गजानन बसला होता. तर मिली त्याच्याशेजारी उभी होती. इतकी माणसं असूनही तिथं एक नि:शब्द शांतता पसरली होती. या शांततेला छेदलं विद्याधरनं. त्यानं सरळसरळ विषयालाच हात घातला. म्हणाला, ''गजानन, 'मी मुंबईला जातो' अशी चिठ्ठी ठेवून घर सोडून तू निघून गेलास, त्याला जवळजवळ वर्ष होत आलं. या वर्षभरात तू आमच्याशी कसलाही संपर्क साधला नाहीस किंवा चार ओळींची चिठ्ठीही पाठविली नाहीस. इथून मुंबईला

गेलेल्यांपैकी कुणाच्या नजरेलाही पडला नाहीस. तू जिवंत आहेस की तुझं काही बरं-वाईट झालं याबद्दलही आम्हाला काही कळलं नाही आणि अचानक परवा तीन-चार दिवसांपूर्वी हॉटेलमध्ये नाच करून गिऱ्हाइकांचे मनोरंजन करणाऱ्या काही मुलींना तू गुंडांपासून वाचवलंस, असा तू केलेला पराक्रम टीव्हीवर दाखवला गेला आणि वर्तमानपत्रांतही छापून आला, तेव्हा आम्हाला कळलं की, तू जिवंत आहेस आणि हे कळून दोन दिवस होतात न होतात, तोच तू आज मध्यरात्री घराच्या दारात 'दत्त' म्हणून उभा राहिलास आणि तेही या मुलीला घेऊन! ही मुलगी कोण, कुठली? आणि तुझी हिची भेट कुठं, कशी झाली आणि गेले दहा-अकरा महिने तू मुंबईत काय करत होतास? हे सगळं सगळं खरं खरं सांग! आता सांगताना काहीही खोटं बोलू नकोस, कसलीही लपवाछपवी करू नकोस. तुझं संगळं सांगून झालं की, आपण सर्वांनुमते योग्य तो निर्णय घेऊच; पण आता सगळं खरं सांग!'' विद्याधरच्या स्वभावाप्रमाणे, त्याने रोखठोकपणे गजाननला विचारलं.

आपण आता मुंबई सोडून येण्याचा निर्णय घेतलेलाच आहे आणि आता कायम इथंच राहायचं असंही ठरवून आलो आहोत; त्यामुळे सगळं काही खरंखरं सांगणं योग्य ठरेल, हे गजाननच्या लक्षात आलं. या खरं सांगण्यात जसं त्याची नोकरी, त्याचा पगार आणि सर्वांत महत्त्वाचं म्हणजे त्याचं आणि मिलीचं एकमेकांसोबत राहणं आणि त्यांची भेट, मिलीचं तिच्या कुळासंबंधी असलेलं सत्य, तिचा खरा भूतकाळ हे सगळं सांगणं गरजेचं होतं. गजाननने एक वेळ नजर उचलून शुभदावहिनीकडे पाहिलं. तिच्या नजरेत त्याला आश्वासन दिसलं, दिलासा दिसला; त्यानं गजाननला थोडा धीर आला आणि त्यानं बोलायला सुरुवात केली. अगदी पार आपण घेलाशेटकडचे कडधान्याचे पैसे घेतल्यापासून ते काल रात्री त्यांच्यावर सुरा हल्ला होईपर्यंतची सगळी सगळी हकिगत, तीसुद्धा पूर्ण साद्यंत हकिगत एकही शब्द न लपवता, एकाही शब्दाचा फेरफार न करता त्यानं सांगितली. या सांगण्यामध्ये कोणतीही लपवाछपवी नव्हती किंवा आपण जे केलं ते कसं बरोबर आहे हे घरच्यांना पटवून देण्याचा अभिनिवेशही त्यात नव्हता. आपली हकिगत सांगत असताना, आपण फूटपाथवर जखमी अवस्थेत पडलेलो असताना या अनोळखी असलेल्या मिलीनं आपल्याला कसं वाचवलं, पूर्ण अनोळखी असूनही केवळ माणुसकीच्या नात्याने तिनं आपली कशी सेवा केली, आपल्यावर कसे उपचार केले, तिच्यावर गुंडांनी कसा हल्ला केला आणि योगायोगानं आपल्यामुळे ती कशी वाचली, मग आपल्याजवळचे पैसे कसे संपले, आपल्याला कोणत्याही सिनेमात कसलंही काम मिळालं नाही आणि पैसे संपले; म्हणून मग केवळ जगण्यासाठी मिली काम करत असलेल्या हॉटेलमध्ये आपण कशी नोकरी धरली, मालकाचा विश्वास कसा

संपादन केला आणि त्याच वेळी समीर ओसवालचं प्रकरण कसं घडलं आणि त्या मुलींना आपण कसं वाचवलं, हे सगळं तर त्याने सांगितलंच; पण त्याच बरोबर मिलीची जातकुळी, तिचा भूतकाळ, तिची आई, मुंबईत ती करत असलेलं काम, ते करण्यामागचा तिचा उद्देश हेही सगळं त्यानं सांगितलं आणि या आठ-दहा महिन्यांत आपण आणि मिली दोघांनी एकमेकांचा विश्वास कसा संपादन केला आणि कोणत्याही मर्यादेचं उल्लंघन न करता, आपण एकमेकांच्या आधाराने कसे राहिलो, हे सगळं गजाननने अत्यंत सविस्तरपणे सांगितलं, कोणताही बारीकसारीक तपशील न वगळता, सगळं सांगून झाल्यानंतर गजानन क्षणभर थांबला. नानींच्या जवळ जाऊन उभा राहिला. खाली बसून त्यानं नानींच्या पायावर हात ठेवले आणि म्हणाला, "नानी, नाना, विद्यादादा, शुभदावहिनी, मी आता हे जे सांगितलं, त्यातलं अक्षरन्‌अक्षर सत्य आहे. नानींच्या पायाची शपथ घेऊन मी सांगतो, यातला एक शब्दही खोटा नाही." एवढं बोलून, क्षणभर नानींच्या नजरेला नजर देऊन तो उठला. मिलीच्या शेजारी जाऊन उभा राहिला आणि म्हणाला, "नाना-नानी, विद्यादादा, शुभदावहिनी, मी तुमच्या सर्वांचा अपराधी आहे. या घराचा अपराधी आहे. नव्हे, मी गुन्हेगारच आहे. तुम्हा सर्वांना दु:खात लोटून, तुमच्या कुणाच्याही मनाची पर्वा न करता मी फक्त माझाच विचार करून घर सोडून निघून गेलो. तुम्ही मला क्षमा करा असं म्हणण्याचाही मला अधिकार नाही; पण कळप सोडून रस्ता चुकलेलं वासरू परत घरी आलं तर आपण त्याला गोठ्यात घेतोच ना? माझं तसंच झालंय, असं समजा आणि तुमच्या पायांजवळ मला आणि मिलीला जागा द्या. मला माफ करा असं म्हणण्यासाठी तरी निदान तुम्ही मला आहात; पण मिलीला आता कुणीच नाही. तीन-चार महिन्यांपूर्वीच तिची आई वारली आणि ती अनाथ झाली. आता तिला माझ्याशिवाय कुणीच नाही. आधार दिलात तर आम्हा दोघांना द्या. जवळ केलंत, तर आम्हा दोघांना करा आणि दूर लोटलंत, तर आम्हा दोघांनाही दूर लोटा. माझ्या विश्वासावर, माझ्यासोबत ती इथं आली आहे. आता जे काही होईल, ते आम्हा दोघांचं होईल. तुम्हाला जो काही निर्णय घ्यायचाय तो आम्हा दोघांच्या बाबतीत घ्या! अशी मी तुम्हा सगळ्यांना हात जोडून विनंती करतो!" गजाननने बोलणं संपवलं. त्याच्या डोळ्यांतून घळाघळा अश्रू वाहत होते. मिलीलाही हुंदका आवरेना. तो आवरण्याच्या प्रयत्नात तिचं सगळं अंग गदगदत होतं तर गजाननची सर्व हकिगत ऐकून सगळ्यांचेच डोळे पाणावले होते. किती वेळ गेला कुणास ठाऊक – सकाळ झाली असावी. रस्त्यावर लोकांचा पायरव ऐकायला येत होता. त्या आवाजानं शुभदा सावध झाली. विद्याधरकडे एक नजर टाकून, नजरेनं त्याची परवानगी घेऊन ती म्हणाली, "गजाननभावजी, चित्रपटापेक्षाही विलक्षण अशी तुमची हकिगत आहे. हे जरी खरं असलं तरी तुमच्याबाबत निर्णय घेण्यासाठी

आम्हाला विचार करायला दोन दिवसांचा अवधी द्या. तोपर्यंत एक गोष्ट करा, तुम्ही किंवा मिली दोघंही या दोन दिवसांत घराबाहेर पडू नका. हे दोन दिवस मिली माझ्यासोबत माझ्या खोलीत राहील. घरातल्या सगळ्या माणसांच्या विचारानेच आपण काय तो निर्णय घेऊ; पण आता एकच सांगते, तुम्ही घरी परत आला आहात. आपल्या माणसांत परत आला आहात, सुरक्षित आहात. निश्चिंत राहा!''

एवढं बोलून शुभदाने तो विषय संपवला आणि नानींना घेऊन ती आत गेली.

नऊ

तो दिवस तसा टेन्शनखालीच गेला. घरात कुणी कुणाशी फारसं बोललं नाही. गजानन आणि मिली, सरस्वती व प्रभावतीच्या खोलीत बसून होती. ते दोघंही एकमेकांशी बोलत नव्हते. दोघांच्याही मनात वेगवेगळ्या विचारांचा गोंधळ माजला होता. 'घरातली माणसं काय निर्णय घेतील? कोणता निर्णय घेतील? आपल्याला स्वीकारतील का? माफ करतील का? की पुन्हा आपल्या नशिबात निराधार होणंच आहे?' एक ना दोन असे अनेक प्रश्न दोघांच्याही मनात उभे राहत होते; पण आता तरी त्यांतल्या एकाही प्रश्नाचं त्यांच्याजवळ उत्तर नव्हतं. शुभदानं शालनच्या हातून गरम-गरम उपिटाने भरलेल्या डिशेस आणि चहा या दोघांसाठी खोलीतच पाठविला. ते बघून पुन्हा एकदा दोघांच्या मनात शंकेची पाल चुकचुकली. कदाचित, आपल्याला घरात ठेवून घेणार नसतील म्हणून हे खाणं असं खोलीत पाठवलं असावं, असा विचार त्या दोघांच्या मनात आला; पण ते विचारू शकत नव्हते किंवा त्याचं कारणही विचारू शकत नव्हते. मध्येच पुन्हा शालन खोलीत आली आणि दोघांना म्हणाली, ''शुभदावहिनीने अंघोळ करून घ्यायला सांगितली आहे!'' मिलीला काहीच माहीत नव्हतं. गजाननने तिला मानेनेच सोबत चलण्याची खूण केली आणि तिला बाथरूम, गॅस गिझरचा नळ, गरम पाणी, गार पाणी, साबण सारं काही दाखवलं. गुहागरसारख्या खेडेगाव असलेल्या लहानशा गावात गजाननचं घर, ऐसपैस प्रशस्त; पण सगळ्या आधुनिक सुखसोई असलेलं आणि बाथरूमसुद्धा चांगलं मोठं, लांब-रुंद, चकचकीत टाइल्स बसविलेल्या हे सगळं बघून मिलीला

मनात कुठंतरी बरं वाटलं. छोट्याशा गावात राहून या लोकांचं राहणीमान आधुनिक होतं. त्यांची मानसिकताही आधुनिक असेल, तर घरातली मंडळी नक्कीच या दोघांना स्वीकारणार होती. बादली भरून वाहून चालली होती. तसा मिलीनं मनातला विचार झटकला आणि तिनं अंघोळीला सुरुवात केली. गेले दोन दिवस मनाला आणि शरीराला प्रचंड थकवा आला होता. एक प्रकारची निराशेची मरगळ आली होती. गरम पाण्याने निदान शरीराचा थकवा तरी कमी होत होता. चांगलं बादली-दीड बादली कडक पाणी अंगावर घेतल्यानंतर मिलीला खरोखरच ताजतवानं वाटू लागलं. अंघोळ करून ती बाथरूमच्या बाहेर आली. त्या मोठ्या बाथरूममध्येच कपडे बदलण्यासाठी आणखी एक लहानशी खोली होती. तिथं जाऊन मिलीने साडी नेसली. खरं तर मुंबईच्या राहणीमानाप्रमाणे आणि तिच्या नोकरीच्या वातावरणाप्रमाणे, तिच्याकडे टी-शर्ट पॅन्ट्स, स्कर्ट्स, मिनी स्कर्ट्स असेच कपडे जास्त होते. तर साड्या अगदी मोजक्याच – दोन-चार होत्या. त्यासुद्धा आईच्या, तिच्या आजारपणात तिनं मिलीला दिलेल्या! हौस म्हणून मिलीनं त्यावर मॅचिंग ब्लाउजेस शिवून घेतले होते. आज इथे तेच उपयोगाला आले होते. साडी नेसून मिली बाहेर आली. त्याच वेळी गजाननला काही विचारण्यासाठी शुभदा खोलीत आली. साडी नेसलेल्या, रंगानं उजळ असणाऱ्या, नाक-डोळे रेखीव असणाऱ्या मिलीचं रूप शुभदा पाहातच राहिली. खरंच पोर नक्षत्रासारखी होती. अगदी गजाननभावजींना शोभणारी, भावजींच्यावर तिचं अतिशय प्रेमही दिसत होतं. काहीतरी करून नाना-नानींची आणि विद्याधरची समजूत घालायला हवी होती. त्यांनी मान्य केलं आणि सर्व स्वीकारलं तर आपण तिला सगळं शिकवू. तशी ही पोर संस्कारांतली दिसते. मघाशी नमस्कार करण्यावरूनच लक्षात आलं. बघू या!'' साडी नेसलेल्या मिलीला बघून शुभदाच्या मनात क्षणात हे सारे विचार येऊन गेले. दुपारच्या जेवणाची वेळ झाली तेव्हा मात्र शुभदाने त्या दोघांना सगळ्यांसोबत जेवायला बसण्यासाठी बोलावलं. स्वयंपाकघरात पाय टाकताना मिलीचं मन कचरलं. आपण स्वयंपाकघरात आलेलं नानींना चालेल की नाही ही शंका तिच्या मनात भीती उत्पन्न करून गेली. शुभदाने चतुराईने नाना-नानींची जेवणं आधीच उरकून घेतली होती; त्यामुळे जेवणाच्या टेबलावर विद्याधर, विवेक, गजानन, मिली आणि शुभदा, एवढेच होते. पहिलं सगळं शुभदाने वाढून घेतलं आणि सगळ्यांना पानांवर बसायला सांगितलं. मिली संकोचून तशीच एका बाजूला उभी होती. मिलीला उद्देशून शुभदा म्हणाली, “हे बघ मिली, तुम्हा दोघांच्या बाबतीतला निर्णय जेव्हा ठरेल तेव्हा ठरेल आणि काय ठरायचा तेही ठरेल; पण आता या वेळेला तू आमची पाहुणी आहेस, तेव्हा तुझं आदरातिथ्य करणं हे आमचं कर्तव्य आणि आमच्या घराण्याची रीत आहे; तरी कसलाही संकोच न करता जेवायला बैस आणि पोटभर जेव!'' शुभदाच्या स्वरात एक वेगळीच माया,

दिलासा, आधार आणि आश्वासन होतं. खुर्चीवर बसलेल्या गजाननकडे एक नजर टाकून मिली रिकाम्या खुर्चीवर बसली. शुभदाही तिच्या शेजारच्या खुर्चीवर बसली. जेवताना कुणीच बोलत नव्हतं; पण शुभदा अधूनमधून काहीतरी बोलून, विचारून वातावरण सर्वसामान्य ठेवण्याचा प्रयत्न करत होती. जेवणं झाली. गजानन आणि मिली पुन्हा खोलीत जाऊन बसली आणि विद्याधरला सोबत घेऊन शुभदा नाना-नानींच्या खोलीत आली. या वेळी खरं तर नाना-नानी झोपलेले असायचे; पण घरात उद्भवलेल्या या प्रश्नांमुळे दोघेही जागेच होते. शुभदा आणि विद्याधर खोलीत आल्याचं बघितल्यावर नाना पलंगावर उठून बसले. शुभदाने नानींना हाताला धरून उठवलं आणि टेकून बसवलं. डोळ्यांतलं पाणी टिपत नानींनी लगेचच विषय काढला. ''शुभदा, पोरी काय करायचं गं आपण आता? हा तिढा कसा सोडवायचा? त्या पोरीला स्वीकारावं तर ती कोण, कुठली, कुठल्या जातीची, धर्माची, गोत्राची हे आपल्याला माहीत नाही. शिवाय, तेही एकवेळ मान्य केलं असतं; पण ती त्या तसल्या हॉटेलमध्ये नाचणारी मुलगी. तिचं चारित्र्य कसं असेल कोण जाणे? आणि अशी हॉटेलमध्ये नाचणारी मुलगी आपण 'सून' म्हणून करून घेतली तर सगळं गाव आपल्या तोंडात शेण घालेल. शिवाय, साठ्यांच्या कुळाला बट्टा लागेल तो वेगळाच! बदनामीला तोंड द्यावं लागेल आणि असं झालं तर मी काही जगणार नाही.'' असं म्हणून नानींनी पुन्हा डोळ्यांना पदर लावला. त्यांच्या या बोलण्यानं कुणालाच काय बोलावं हे सुचेना; पण शुभदानं मनाशी ठरवलं होतं की, या पेचप्रसंगातून चांगला मार्गच काढायचा. तिनं एकवार पदर ठीक केला आणि बोलायला सुरुवात केली, ''नाना-नानी, मी आधीच तुमची क्षमा मागते. कारण मी थोडासा वेगळा विचार मांडणार आहे. नानी, तुम्ही म्हणता ती शक्यता सर्वार्थानं खरी आहे; पण तसं घडू नये आणि या सगळ्यांतून एक सुवर्णमध्य निघावा असा विचार मी मांडणार आहे. नानी, गजाननभावजी हॉटेलमध्ये कामाला, नोकरीला होते हे जगजाहीर झालं आहे; पण मिली त्या हॉटेलमध्ये नोकरीला होती, ही गोष्ट फक्त आपल्याला माहीत आहे. कारण हॉटेलमध्ये त्या वेळी जो प्रकार घडला त्या दिवशी मिली तेथे नव्हती; त्यामुळे टीव्हीच्या शूटिंगमध्ये आणि वर्तमानपत्रांतल्या बातम्यांमध्ये मिलीचं नाव आणि फोटो आलेला नाही. तिनं मुंबईत रस्त्यावर जखमी अवस्थेत पडलेल्या आपल्या गजाननभावजींचा जीव वाचवला आहे. गजाननभावजींवर तिचं अत्यंत प्रेम आहे आणि केवळ त्यांच्यावर विश्वास ठेवून आणि त्यांनी आपल्याबद्दल सांगितलेल्या माहितीवर विश्वास ठेवून ती एकटी, अनाथ मुलगी आपल्याकडे आश्रयासाठी आली आहे आणि त्यांच्या सांगण्यावरून तरी, जरी ती हॉटेलमध्ये काम करीत असली, तरीसुद्धा ती एक निर्मळ, चारित्र्याने स्वच्छ असलेली सुसंस्कारशील मुलगी आहे असे वाटते. कालपासून मी तिला पाहते आहे, त्यावरून तरी निदान

ती छचोर वाटत नाही. आपण तिला झिडकारलं तर गजाननभावजींनासुद्धा झिडकारल्यासारखं होईल. तेव्हा जे काही आपल्याला करायचं ते अतिशय विचारपूर्वक आणि आपल्या इभ्रतीला, गावातल्या पत-प्रतिष्ठेला साजेल असंच करावं लागेल. माझा हा विचार तुम्हाला सर्वांना पटला असेल तर हे सगळं कसं घडवून आणायचं याबद्दलही माझ्या मनात एक योजना आहे. तुम्हाला हा विचार पटला असेल आणि तुमची परवानगी असेल तर ती योजना मी तुम्हाला सांगते!'' शुभदाचं बोलणं अत्यंत विचारपूर्वक, मुद्देसूद आणि स्पष्ट होतं. तिच्या बोलण्यात प्रचंड आत्मविश्वास होता आणि तो शब्दोशब्दी जाणवत होता. तिच्या बोलण्यावरून तिने मनात काहीतरी योजना निश्चित केली आहे, हे कळून येत होतं. नाना-नानींनी क्षणभर विचार केला; पण तेवढ्या वेळातही त्यांना शुभदाचं आतापर्यंतचं सारं कर्तृत्व लख्खपणे आठवलं. तिच्या योजना कशा बिनचूक असतात आणि त्याची अंमलबजावणी ती किती काटेकोरपणे करते आणि त्या कशा निर्धोकपणे पार पडतात, याचा अनुभव त्यांनी प्रभावती आणि सरस्वतीच्या लग्नावेळी घेतला होता. प्रभावतीचं ठरत नसलेलं लग्न वय वाढल्यानंतरही शुभदानं सहज ठरवलं आणि सरस्वतीनं लग्नानंतर एके दिवशी नानीला आपल्या हातून घडू पाहणारी बबन बागणेबद्दलची चूक सांगितल्यावर नानींच्या मनात शुभदाबद्दल असलेल्या कौतुकात पडलेली भर, एकापाठोपाठ एक असे तिने उभे केलेले भक्त निवास आणि ती त्यांची करत असलेली नीटस देखभाल हे तिचं सारं कर्तृत्व त्या दोघांनाही आठवलं आणि आताही तिनं जी काही योजना आखली असेल, ती तशीच निर्धोक असणार, नक्की यशस्वी होणारी असणार याबद्दल त्या एका क्षणाने त्यांना विश्वास दिला आणि दुसऱ्या क्षणाला नाना-नानींनी शुभदाला सांगितलं, ''शुभदा, तू जे काही करशील ते या घराच्या कल्याणाचं आणि घराण्याची प्रतिष्ठा राखणारंच असणार आहे याबद्दल आम्हाला खात्री आहे; तेव्हा या संकटातून आपल्या घराला सोडविण्यासाठी तू काय करशील ते आम्हाला मान्य आहे.'' नाना-नानींचं बोलणं ऐकून शुभदाच्या चेहऱ्यावर एक समाधानाची, अपेक्षापूर्तीची रेषा उमटली आणि प्रसन्न चेहऱ्यानं पूर्ण विश्वासानं तिनं उत्तराच्या अपेक्षेनं विद्याधरकडे पाहिलं. त्याच्या चेहऱ्यावर चिंता दिसत होती. ती बघून शुभदानं विचारलं, ''काय झालं? काही प्रॉब्लेम आहे का? तुमचा माझ्यावर विश्वास नाही का?'' तिचा प्रश्न ऐकून विद्याधरने नकारार्थी मान हलवली आणि म्हणाला, ''शुभा, प्रश्न तुझ्यावरच्या विश्वासाचा नाही. प्रश्न आहे गावातल्या आपल्या प्रतिष्ठेचा! जराशी जरी शंका आली किंवा ही माहिती गावात कुणाला कळली तर आपल्या घराण्याच्या अब्रूची लक्तरं वेशीवर टांगली जातील, हे लक्षात घे. आतापर्यंत आपण मिळवलेलं नाव, पत, प्रतिष्ठा या सगळ्यांचा एका क्षणात नाश होईल आणि शिवाय, आपल्या माथ्यावर जन्मभर बदनामीचा बट्टा

लागेल तो वेगळाच! प्रभावती, सरू या दोघींच्या वेळची गोष्ट वेगळी होती. एक तर त्या दोघी आपल्या घरातल्याच होत्या; त्यामुळे कोणतीही गोष्ट घडली, तरी घराच्या चार भिंतींपुरतीच मर्यादित राहिली; पण इथे तसं नाही आणि होणारही नाही. कारण मुंबईच्या त्या हॉटेलमध्ये ही मिली उघडपणे नाचत होती आणि मुंबईच्या मोठ्या हॉटेलमध्ये आपल्या गावातलं, आपल्या परिचयाचं कुणी गेलंच नसेल असं नाही किंवा आपल्या भक्त निवासात येणाऱ्या मुंबईच्या पर्यटकांपैकी कुणीही मिलीला कदाचित ओळखू शकेल आणि एकदा का कुणालाही तिची ओळख पटली, आठवली तर त्या गोष्टीचा बोभाटा व्हायला वेळ लागणार नाही; म्हणूनच मी असं म्हणतो आहे.'' विद्याधरचं बोलणं नाना-नानींना तर पटलंच; पण शुभदालाही ते पटलं. त्याचं बोलणं रास्तच होतं. काही क्षण शुभदाही विचारात पडली; पण मग अचानक 'पुण्याहून चार दिवसांसाठी माहेरी आलेल्या सरस्वतीच्या रंगरूपात झालेला आमूलाग्र बदल आणि सरस्वतीनं 'मेकओव्हर' हे त्याचं सांगितलेलं कारण' हे सगळं तिला आठवलं आणि शुभदाला आपली योजना पूर्णपणे यशस्वी होणार असल्याची आताच खात्री वाटू लागली. तिचे डोळे चमकले. चेहरा उजळला. अत्यंत आत्मविश्वासाने तिने त्या तिघांनाही सांगितलं, ''नाना-नानी आणि विद्याधर तुम्ही जी शंका काढली ती रास्त आहे. योग्य आहे, अत्यंत बरोबर आहे; पण त्या शंकेलाही नामोहरम करणारी एक योजना माझ्याजवळ आहे. एकदा मी त्या योजनेबद्दल माझ्या मनाची खात्री करून घेते आणि मग तुम्हाला ती योजना सांगते!'' असे म्हणून शुभदाने तो विषय तेथे थांबविला. आता तिला त्या योजनेवर विचार करायचा होता आणि ती योजना पूर्ण निर्धोक करून मगच अंमलबजावणी करायची होती.

तो संबंध दिवस शुभदानं आपल्या योजनेबद्दल साधक-बाधक विचार केला आणि ती एका निर्णयाप्रत आली. रात्रीची जेवणं झाल्यानंतर तिनं आपल्या खोलीत गजानन, मिली आणि विद्याधर यांना बोलावून घेतलं. नाना-नानींना मात्र मुद्दामच बोलावलं नाही. कारण इतकी सगळी गुंतागुंतीची योजना त्यांना पेलवली नसती. तिघेही आल्यानंतर शुभदानं त्या तिघांना आपली योजना सांगितली. सगळं सांगून झाल्यानंतर मिलीला आणि गजाननला सांगितलं, ''गजाननभावजी, मिली व तुमचं दोघांचं एकमेकांवर प्रेम आहे. मुंबईच्या त्या अनोळखी शहरात तू भावजींचा जीव वाचवलास. एकत्र राहत असूनही तुम्ही सहा ते आठ महिने संस्कार विसरला नाहीत आणि आता तुला गजाननभावजींशिवाय कुणाचाही आधार नाही. या सगळ्या गोष्टींचा विचार करून आम्ही ही योजना आखली आहे. ही योजना तुम्हाला मान्य असेल तरच तुमचं लग्न होऊ शकतं आणि तरच तुम्हा दोघांना लग्नानंतरसुद्धा इथे राहता येईल. जर ही योजना तुम्हाला मान्य नसेल तर तुम्ही पुन्हा मुंबईला जाऊ

शकता. आम्ही कुणीही तुम्हाला अडवणार नाही; पण त्याचबरोबर तुमच्याशी आमचे संबंध चांगले राहतील याची मी खात्री देऊ शकत नाही आणि जर या योजनेसाठी तुम्ही तयार असाल तर तुम्हाला ही योजना पार पाडण्यासाठी संपूर्ण सहकार्य करावं लागेल. हे सगळं तुम्हाला मान्य आहे का?'' शुभदानं विचारलं. शुभदा जेव्हा योजना सांगत होती, तेव्हा गजाजन आणि मिली दोघेजण ही योजना लक्षपूर्वक ऐकत होतेच; पण विद्याधरसुद्धा शुभदाकडे कौतुकभरल्या नजरेनं बघत ती योजना ऐकत होता. त्याला शुभदाच्या योजनेचं, तिच्या आत्मविश्वासाचं, तिने लक्षात घेतलेल्या बारीक-सारीक धोक्यांचं, तिच्या विचार करण्याच्या पद्धतीचं कौतुक वाटत होतं. तिने सांगितलेली संपूर्ण योजना ऐकल्यानंतर तिची ही योजना शंभर टक्के यशस्वी होणार आणि ती निर्धोकपणे पार पडणार, याबद्दल त्याला पूर्ण विश्वास वाटला. त्याबद्दल तिला शाबासकी देण्यासाठी विद्याधर काही बोलणार तोच मिली म्हणाली, ''शुभदाताई, मला छान संसार करायचा आहे. माझं गजाननवर अतिशय प्रेम आहे आणि त्याच्याशिवाय मला कुणाचाच आधार नाही. मला त्याच्याशी लग्न करायचं आहे. तुम्ही सांगितलं त्या पद्धतीने केल्यावर हे सगळं घडणार असेल तर या योजनेला माझी संपूर्ण सहमती आहे आणि त्यासाठी तुम्हाला माझं संपूर्ण सहकार्य राहील. मला या घरी 'सून' म्हणून यायला मिळणार असेल तर त्यासाठी काहीही करायची, कोणतंही दिव्य करायची माझी तयारी आहे.'' मिलीनं आपल्या मनातले विचार स्पष्टपणे मांडले. तेही शुभदाला आवडलं; स्वच्छ मनाचं आणि स्वच्छ विचारांचंच ते एक प्रतीक होतं. आता गजानन काय म्हणतो या विचाराने शुभदाने गजाननकडे पाहिलं तर काहीही न बोलता तो उठला आणि त्याने शुभदाचे पाय धरले आणि म्हणाला, ''वहिनी, माझं अवघं आयुष्य आता मी तुझ्या पदरात टाकतो आहे. ते घडवायचं की बिघडवायचं हे तूच ठरव. तू सांगशील ते करायला मी तयार आहे. तू म्हणशील ते ऐकायला मी तयार आहे. तू माझं कल्याणच करशील यावर माझा शंभर टक्के विश्वास आहे. ही योजना पार पाडण्यासाठी तू सांगशील ते करायला मी तयार आहे.'' गजाननचं बोलणं संपलं. अजून तो शुभदाच्या पायांपाशी बसला होता. तोच मिलीही तिथे येऊन बसली आणि शुभदाला म्हणाली, ''ताई, माझी फार काही अपेक्षा नाही. या घरात मोलकरीण म्हणून ठेवून घेऊन तुमच्या पायाजवळ मला जागा दिलीत तरी मी आनंदाने राहीन; पण मला तुम्ही लाथाडू नका. मला एक चांगलं आयुष्य जगायचं आहे. ती संधी तुम्ही मला द्या. मी माझं सर्वस्व पणाला लावेन आणि या घराण्याच्या आणि तुम्हा सर्वांच्या प्रतिष्ठेला कधीही धक्का लावणार नाही!'' गजानन आणि मिलीच्या डोळ्यांतून अश्रूंच्या धारा वाहत होत्या. शुभदाही रडत होती आणि विद्याधरचे डोळेही भरून आले. शुभदानं दोघांनाही खांद्याला धरून उठवलं. आपल्याजवळ घेतलं.

कितीतरी वेळ गजानन आणि मिली तिच्या मिठीत स्फुंदत होते. विद्याधर भरल्या डोळ्यांनी हे दृश्य पाहत होता.

दुसऱ्याच दिवशी शुभदा पहाटेच्या गाडीने मिलीला घेऊन साताऱ्याला गेली. जातानासुद्धा तिने मिलीच्या चेहऱ्यात आणि पेहरावात बदल केला होता. एरवी मोकळ्या असणाऱ्या तिच्या केसांचा अंबाडा घातला होता. साडी नेसून, दोन्ही खांद्यांवरून पदर घेऊन, कपाळावर मोठं कुंकू लावून, शुभदाबरोबर पहाटेच्या अंधूक प्रकाशात मिली गाडीत बसली, तेव्हा ही मुंबईच्या एका बारमध्ये नाचणारी मुलगी आहे यावर सांगूनही कुणाचा विश्वास बसला नसता. गाडी सुटल्यानंतर बऱ्यापैकी उजाडल्यावर शुभदाने प्रभावतीला फोन केला. तसा तिने आपण येणार असल्याचा फोन तिला रात्रीच केला होता. आता तिनं आपण पहाटेच्या गाडीने निघाल्याचं कळवलं. सकाळी अकराच्या दरम्यान दोघी साताऱ्यात प्रभावतीच्या घरी पोहोचल्या. पुष्पा आणि प्रभावती दोघीही त्यांची वाटच बघत होत्या. धाकटी बहीण येणार म्हणून पुष्पाला तर वहिनी येणार म्हणून प्रभावतीला अतिशय आनंद झाला होता. त्यातच सहा-आठ महिने बेपत्ता असलेल्या गजाननचा मुंबईतला पराक्रमही प्रभावतीच्या घरातल्या सगळ्यांनी टीव्हीवर पाहिला होता; पेपरात वाचला होता. आपला हरवलेला भाऊ सापडला आणि त्याने असं मोठं काम केलं याचा प्रभाला अतिशय आनंद झाला होता; त्यामुळे साहजिकच माहेरचं कुणीतरी कधी येऊन भेटेल आणि आपण त्यांच्याशी हे सगळं कधी बोलू असं प्रभाला झालं होतं आणि आता शुभदावहिनी येते म्हटल्यावर, तिने काय-काय बेत आखले होते. शुभदा आली. तिच्यासोबत आणखी एक तरुण मुलगी बघून पुष्पाला आणि प्रभाला आश्चर्य वाटलं; पण असेल तिच्या सोबतीसाठी कुणीतरी आलेली, असा प्रभानं विचार केला. चहा-पाणी झालं, जेवणं झाली. पुष्पाचा नवरा संजय आणि प्रभाचा नवरा विजय दोघेही सकाळीच डबा घेऊन ऑफिसमध्ये जात असत; त्यामुळे ते दोघे एकदम संध्याकाळीच येणार होते. याचा फायदा घेऊन शुभदानं त्या दोघींजवळ आपली योजना सांगितली. सगळ्यांत पहिल्यांदा मिलीने गजाननचा जीव कसा वाचवला, ते सांगितलं. मुंबईसारख्या त्या अनोळखी शहरात संपूर्ण अनोळखी असलेल्या गजाननला तिनं कसा आधार दिला, ते सांगितलं; त्यामुळे साहजिकच दोघींच्या मनात मिलीबद्दल एक सॉफ्ट कॉर्नर तयार झाला. मिली दिसायला सुंदर तर होतीच; पण त्याचबरोबर तिचं मनही तितकंच सुंदर आहे हा विश्वास शुभदानं आपल्या बोलण्यातून त्या दोघींना दिला. त्यानंतर मिलीबद्दलची सगळी माहिती तिने त्या दोघींना सांगितली. अगदी तिच्या भूतकाळापासून ते तिच्या हॉटेलमध्ये काम करण्यापर्यंत तसेच तिची आणि गजाननची भेट, तिनं गजाननची घेतलेली काळजी, त्या दोघांचं सहवासातून उमललेलं प्रेम आणि त्या प्रेमातही त्यांनी बाळगलेला संयम, मिलीचं अनाथ असणं

या सगळ्या-सगळ्या गोष्टी शुभदानं पुष्पा आणि प्रभावतीला सांगितल्या. हे सगळं सांगून झाल्यानंतर आपल्यापुढची समस्याही तिनं सांगितली 'गावात असलेलं साठे घराण्याचं नाव, पत-प्रतिष्ठा हे सगळं तर कायम राहिलं पाहिजे आणि याला कुठंही धक्का न लावता, मिली गजाननची बायको आणि नाना साठ्यांची सून म्हणून सन्मानानं घरात आली पाहिजे. हे दोन्हीही घडण्यासाठी मी तुम्हा सगळ्यांची मदत मागायला इथे आले आहे.' हेही शुभदानं त्या दोघींना सांगितलं. शुभदा आणि मिली घरी आल्यापासून त्या दोघीजणी मिलीचं शालीन वागणं, तिचा विनम्र स्वभाव, तिचं अदबीनं बोलणं याचा अनुभव घेत होत्याच. तिचं सुंदर दिसणंही या दोघींना आवडलं होतं; पण शुभदानं सांगितलेली समस्या ऐकल्यावर आणि ती आपली मदत मागायला आली आहे हे कळल्यावर, ही समस्या सोडवण्यात आपण तिला काय मदत करू शकतो, असा दोघींनाही प्रश्न पडला. प्रभावतीनं तो विचारलादेखील. म्हणाली, ''वहिनी, तू सांगितलेलं सगळं आमच्या लक्षात आलं! मिली कुणालाही आवडेल अशीच आहे. तिचं निर्मळ वागणं, तिच्यावरचे संस्कार हे सांगतातच आणि तिच्या मनाप्रमाणे तिचं शरीरही तितकंच निर्मळ असेल याबद्दलही काही शंका नाही; पण तरीही तू म्हणतेस, ती गोष्ट घडणार कशी? कारण हॉटेलमध्ये नाचणाऱ्या मुलींना वाचवण्याचा गजाननं केलेला पराक्रम जगजाहीर झाला आहे आणि ज्याअर्थी ती मुलगी त्याच्यासोबत आली आहे त्याअर्थी तीसुद्धा त्या हॉटेलमध्ये तेच काम करत असणार हे सांगायला कुणा ज्योतिष्याची गरज नाही आणि जर लोकांना हे माहीत झालं तर आपल्या घराण्याची कीर्ती, पत-प्रतिष्ठा कशी सांभाळली जाणार? शिवाय सर्वांत महत्त्वाचं म्हणजे ते सांभाळण्यासाठी तू आमची मदत हवी आहे असं म्हणतेस; पण आम्ही तुला या बाबतीत काय, आणि कशी मदत करणार? मिली आपल्या घराण्यात सून म्हणून शोभावी अशीच आहे; पण तिचा भूतकाळ कसा पुसला जाणार? आपण कितीही उदात्त विचारानं, चांगल्या उद्देशानं हे करीत असलो तरी लोकांची तोंड कोण धरणार? आणि त्या बाबतीत आम्ही तुला मदत करायची ठरवली तरी त्यालाही काही मर्यादा आहेत. मी स्पष्ट बोलते त्याचा राग मानू नकोस! पण त्या मर्यादांच्या पलीकडे जाऊन आम्ही काही करू शकणार नाही!'' प्रभानं आपलं म्हणणं स्पष्टपणे शुभदासमोर मांडलं. शुभदाला हे पटलं; पण आपली योजना कार्यान्वित करण्यासाठी या दोघींना फार काही करावं लागणार नाही, हेही ती जाणून होती; त्यामुळे तिनं प्रभावतीच्या बोलण्याचा राग तर मानला नाहीच; पण उलट मिलीविषयीचे तिचे विचार समजल्यावर शुभदाला आनंदच झाला. कारण प्रभाचं मत मिलीविषयी चांगलं होणं हा तिच्या योजनेचा पहिला टप्पा होता आणि त्यात तिला यश आलं होतं. म्हणूनच प्रभाच्या बोलण्याचा कसलाही राग न मानता शुभदा म्हणाली, ''प्रभावन्स, पुष्पाताई, तुमच्या मर्यादांच्या पलीकडे जाऊन तुम्ही

काही करावं अशी माझी अपेक्षाही नाही आणि तुम्हाला ते करावंही लागणार नाही. शिवाय, आपण जे काही करणार आहोत त्याची माहिती पुष्पाताई - तुझे मिस्टर संजयभावजी आणि आमचे जावई विजय यांना सांगून त्यांचं संपूर्ण सहकार्य असेल, तरच करायचं आहे अन्यथा नाही आणि तुम्हा दोघींचा माझ्यावर विश्वास असेल तर संध्याकाळी ते दोघेजण आल्यानंतरच मी माझी योजना सर्वांसमक्ष सांगेन!'' शुभदाचं हे बोलणं ऐकून त्या दोघींच्याही मनावरचं ओझं उतरलं. आपल्या घरातल्या माणसांना कळू न देता काही करावं लागलं असतं तर ते एक प्रकारचं टेन्शन होतं; पण आता शुभदानंच 'सर्वांच्या समक्ष योजना सांगेन आणि सर्वांची संमती असेल तरच ती अमलात आणली जाईल' असं सांगितल्यावर पुष्पा आणि प्रभावती दोघीही रिलॅक्स झाल्या. मग त्या तिघींच्या गप्पा खूप रंगल्या. प्रभाला एक छोटं बाळ होतं. बाळंतपणाला ती माहेरी येऊन गेल्यानंतर बाळ लहान असल्यानं तिचं कोकणात येणं काहीसं कमी झालं होतं. तिचं बाळंतपणही शभुदानं अतिशय मायेनं केलं होतं. तिघीजणी आत गप्पा मारत बसल्या होत्या आणि बाहेर मिलीचं त्या बाळाशी अगदी सूत जमलं होतं. कुणाकडेही न जाणारं ते सात-आठ महिन्यांचं बाळ, मिलीबरोबर अगदी जुनी ओळख असावी, असं खेळत होतं. बाळाच्या हसण्याचा आणि मिलीचा त्याच्याशी बोबडे बोलण्याचा आवाज आतपर्यंत ऐकायला येत होता आणि जसजसा वेळ जाईल, तसतसं पुष्पाचं आणि प्रभाचं मिलीबद्दल अधिकाधिक चांगलं मत बनत होतं.

संध्याकाळचे सात वाजले. संजय घरी आले. पाठोपाठ प्रभावतीचा नवरा विजयही आला. शुभदावहिनींना भेटून दोघांनाही अतिशय आनंद झाला. दोघांनीही मिलीला पाहिलं आणि 'ही कोण' म्हणून विचारलंही; पण त्या वेळी शेजारची मुलगी आहे; सोबतीसाठी घेऊन आले, असं सांगून शुभानं वेळ मारून नेली. हसतखेळत जेवणं झाली. एकीकडे सख्खी बहीण आणि एकीकडे पुतण्याच्या बायकोची भावजय अशी दोन्हीही नाती सांभाळत पुष्पानं स्वयंपाकाचा खास मेनू केला होता आणि विशेष म्हणजे, हा स्वयंपाक करताना तिला मिलीची खूपच मदत झाली होती. जेवणं आटोपली. प्रभाची परवानगी घेऊन, बाळाला घेऊन त्याला झोपवण्यासाठी मिली अंगणातल्या झोपाळ्यावर जाऊन बसली. पुष्पाला तिच्या या चाणाक्षपणाचं कौतुक वाटलं. जेवण झाल्यानंतर सगळे हॉलमध्ये आले तेव्हा प्रभावतीनंच विषय काढला. म्हणाली, ''काका, वहिनी काही काम घेऊन आपल्याला भेटायला आली आहे!'' प्रभावतीने विषय काढण्याचीच शुभदा वाट बघत होती. एकदा विषयाला सुरुवात झाल्यावर तिने पुन्हा एकदा सगळी इत्थंभूत हकिगत संजयभावजी आणि विजय यांना सांगितली. ती सांगत असताना तिने कसलाही आडपडदा, कसलीही लपवाछपवी केली नाही. सगळी हकिगत सांगून झाल्यानंतर आपल्या इथे येण्याचा

उद्देशही सांगितला. शुभदानं सांगितलेलं प्रत्येक वाक्य खरं होतं आणि ते तिच्या हृदयापासून आलेलं होतं. याबद्दल कुणाला किंचितही शंका नव्हती. शुभदाचं सगळं बोलणं ऐकल्यानंतर पुष्पाचे मिस्टर संजय म्हणाले, "शुभदा, तुझा उद्देश अत्यंत स्वच्छ आहे. तुझा हेतूही अतिशय चांगला आहे आणि यात कुणाचंच अकल्याण नाही; त्यामुळे तू म्हणशील ती मदत करायला घरातले आम्ही सगळे तयार आहोत असा कुटुंबप्रमुख या नात्याने मी तुला शब्द देतो. आता तू तुझी योजना सांग!"

पुष्पाच्या नवऱ्याच्या या बोलण्याने शुभदाला हुरूप आला आणि तिने आपली योजना सांगितली. योजना अशी होती– 'मिलीला दोन-तीन दिवस इथे ठेवून घेऊन, तिला ब्युटी पार्लरमध्ये नेऊन प्रभानं तिचा संपूर्ण मेकओव्हर करून आणायचा. यानंतर तिचं मिली हे नाव बदलून ही मुलगी प्रभाचा नवरा विजय याच्या आईच्या म्हणजेच प्रभाच्या सासूच्या लांबच्या नात्यातली आहे आणि गजाननसाठी तिचं स्थळ पाहण्यासाठी पुष्पा आणि तिच्याघरची माणसं तिला घेऊन गुहागरला येतील आणि घरच्यांना ती पसंत पडून दुसऱ्या दिवशीच तिचं गजाननशी लग्न लावलं जाईल आणि त्या लग्नात गावातली काही प्रतिष्ठित माणसं बोलावली जातील. मिलीचे आई-वडील लहानपणीच वारल्यामुळे पुष्पा आणि तिचा नवरा मिलीचं कन्यादान करतील आणि साठ्यांच्या घरात मिलीचा 'सून' म्हणून वाजतगाजत प्रवेश होईल. तत्पूर्वी आदल्या दिवशी हे सगळे मिलीला तिकडे घेऊन आल्यानंतर गावातील चार प्रतिष्ठित माणसं बोलावून गजाननच्या लग्नाची बोलणी करायची म्हणजे दुसऱ्या दिवशी गजानन आणि मिलीचं लग्न लावणं सयुक्तिक ठरेल.' अशी सगळी योजना शुभदाने आखली आणि या योजनेमध्ये मिलीचे नातेवाईक ही भूमिका संजय आणि पुष्पाला वठवायची होती. शुभदाची ही योजना ऐकून संजय, विजय दोघांनीही यासंबंधात काही शंका विचारल्या. अगदी मिली कुणाची कोण हे सांगण्यातसुद्धा सगळ्यांची एकवाक्यता असली पाहिजे, इथपासून ते मिलीचं नवीन नाव काय ठेवायचं इथपर्यंत, सगळ्या गोष्टींची चर्चा झाली आणि शेवटी शुभदानं सांगितलेली ही योजना सगळ्यांना पसंत पडून अत्यंत काटेकोरपणे अमलात आणायची असं सर्वानुमते ठरलं आणि शुभदानं आनंदानं डोळे मिटले. प्रभाकडची माणसं चांगली होतीच. पुरोगामी विचारांची होती आणि महत्त्वाचं म्हणजे ते शुभदाच्या बहिणीचं - पुष्पाचं घर होतं; त्यामुळे आपण आपला विचार इथे सांगितला तर आपल्या योजनेला इथं नक्की पाठिंबा मिळेल, याबाबत शुभदालाही विश्वास होता. तिचा तो विश्वास सार्थ ठरला होता. प्रभाच्या घरच्यांनी तिच्या योजनेला संपूर्ण पाठिंबा देऊन, त्यात आणखी काही सुधारणा सुचवून; त्यातल्या त्रुटी दूर करून शुभदाची ही योजना पूर्णपणे निर्धोक बनवली. सगळं बोलणं झाल्यानंतर प्रभानं मिलीला आत बोलावलं. आपल्या भवितव्याबद्दलचा निर्णय घेण्यासाठी हे सगळे इथे जमले होते;

त्यामुळे आता आपल्याला काय ऐकायला मिळेल या विचाराने मिलीच्या छातीत धडधडायला लागलं. प्रभाचं बाळ कधीच झोपलं होतं. त्याला पाळण्यात ठेवून आपल्या भवितव्याचा विचार करत मिली बाहेर बसली होती. आतून बोलावणं आलं म्हटल्यावर धडधडत्या हृदयानं ती उठली आणि आत गेली. आत जाताक्षणी सगळ्यांच्या नजरा तिच्यावर रोखल्या गेल्या. मिली संकोचून दाराजवळ उभी राहिली. तिच्या चेहऱ्यावर भीती स्पष्ट दिसत होती. तिला तशी घाबरलेली बघून पुष्पानं तिला प्रेमानं हाक मारली. "ये बाळ, इकडे ये! बस इथं अशी!" पुष्पाच्या आवाजातली माया मिलीला जाणवली. ती पुढे होऊन तिच्या शेजारी जाऊन बसली. प्रभानं तिला विचारलं, "मिली, तुझं खरं नाव मिलीच आहे का? की तुझं खरं नाव काही वेगळं आहे?" क्षणभर मिलीनं नजर उचलून सगळ्यांकडे पाहिलं. सगळेजण तिच्या उत्तराची वाट बघत होते. खाली मान घालून मिलीनं बोलायला सुरुवात केली. "नाही! माझं मिली हे खरं नाव नाही. ते टोपणनाव आहे. माझं खरं नाव 'ऊर्मिला.' माझी आई मला 'मिला' या नावाने हाक मारायची. मुंबईत गेल्यावर मिलाचं मिली झालं आणि मग तेच नाव प्रचलित झालं." मिलीचं हे बोलणं ऐकून शुभदा म्हणाली, "तर मग काम आणखी सोपं झालं! तुला ऊर्मिला या नावाची सवय आहेच तेव्हा आपण तुझं ऊर्मिला हेच नाव कायम ठेवू. इथून पुढे आम्ही तुला मिलीऐवजी 'ऊर्मिला' असंच म्हणू आणि आता तुला ते ऐकण्याची सवय लावून घेतली पाहिजे. आता सर्वांनुमते तुझ्या आणि गजाननभावजींबद्दल निर्णय झाला असून तुला साठ्यांची सून करून घेण्याचं आम्ही नक्की केलं आहे." शुभदाचं हे वाक्य ऐकल्यावर मिलीच्या डोळ्यांत पाणी आलं आणि शेजारी बसलेल्या पुष्पाच्या खांद्यावर मान ठेवून ती हुंदके देऊन रडू लागली. तिच्या प्रत्येक हुंदक्यातून तिच्या मनातली घालमेल, भीती, संकोच, भवितव्याबद्दल चिंता, अनाथ असल्याचं दुःख, गजाननवरचं प्रेम, पुढे काय होईल ही शंका हे सगळं स्पष्टपणे जाणवत होतं. तिचं ते रडणं बघून तिथं बसलेल्या सगळ्यांचे डोळे भरून आले. पुष्पा कितीतरी वेळ तिच्या पाठीवरून मायेनं हात फिरवत राहिली. मिलीच्या रडण्याचा आवेग ओसरला, तसं डोळे पुसून ती पुन्हा नीट सावरून बसली. तिला शांत झालेलं बघून शुभदा पुढे म्हणाली, "ऊर्मिला, हे सगळं कसं जमवून आणायचं हे आम्ही ठरविलं आहे; पण हे निर्धोकपणे पार पाडायचं असेल तर आमची प्रत्येक सूचना तू नीट ऐकली पाहिजेस आणि पाळली पाहिजेस. कारण मुंबईचं वातावरण वेगळं आणि गुहागरचं वेगळं आहे. तसं एकूण तुझं वागणं चागलं आहेच; पण तुझ्या काही सवयी तुला बदलाव्या लागतील उदा.- गजाननभावजींना एकेरी नावाने हाक मारणं किंवा जिन्स, पॅन्ट, टी-शर्ट, स्कर्ट्स असले कपडे घालणं हे सगळं बदलून तुला साध्यासुध्या गृहिणीच्या भूमिकेत जगावं लागणार आहे. आपल्या घरातल्या लोकांना मिळतो,

तसा मान-सन्मान, पत-प्रतिष्ठा तुलाही मिळेल; पण त्याला गालबोट लागेल असं कसलंही वर्तन तुझ्याकडून घडता कामा नये! नाही तर या सगळ्यावर पाणी पडेल. आता आमचं जे ठरलंय, ते सगळं प्रभावन्स तुला सांगतीलच. आता दोन दिवस तू इथंच राहायचंस. मी उद्या पहाटेच्या गाडीनं गुहागरला परत जाते आणि तिथे जाऊन सगळी तयारी करते आणि इथं काय काय ठरलं आहे, त्याची सर्वांना कल्पना देते. तू इथं निश्चिंतपणे राहा. हे माझ्या म्हणजे आता पर्यायाने तुझ्याही नणंदेचं घर आहे. दोन दिवसांनी हे सगळेजण तुला घेऊन गुहागरला येतील. आता तू तुझ्या भविष्याची आणि आयुष्याची चिंता करू नकोस. आपल्याला कुणी नाही असंही वाटून घेऊ नकोस. आता तू आमची आहेस आणि आम्ही सगळे तुझे!'' शुभदाचं बोलणं ऐकून मिलीला पुन्हा भरून आलं. शुभदाच्या गळ्यात पडून ती पुन्हा रडली. तिच्या पाठीवर थोपटून शुभदानं तिची समजूत घातली आणि म्हणाली,''ऊर्मिला, आजपासून नव्हे, आता या क्षणापासून तुला मीही मिली म्हणणार नाही. तुला 'उर्मिला' या नावाची सवय करून घ्यावी लागेल. कारण तुझं मिली हे नाव कायमचं पुसलं गेलं असं समज आणि साठ्यांची सून शोभण्यासाठी स्वत:ला तयार कर!'' असं म्हणून शुभदाने तिचे डोळे पुसले आणि त्यानंतर सगळे निजायला गेले. शुभदाला लगेचच झोप लागली. कारण समोर उभा असलेला एक मोठा प्रश्न, एक मोठी समस्या अत्यंत यशस्वीपणे सुटली होती. तिनं आखलेली योजना खरोखरच विलक्षण यशस्वी झाली होती. आता ती पार पाडण्यासाठी केवळ दोन दिवसांचा अवधी होता; पण मिलीला मात्र कितीतरी वेळ झोप आली नाही. गेल्या सहा-आठ महिन्यांत घडलेल्या चित्र-विचित्र घटना आणि त्यामुळे तिच्या आयुष्याला मिळालेली विलक्षण कलाटणी – यांचाच ती विचार करत होती. या पुढच्या आयुष्यात सुखाचे किरण दिसत होते. आता फक्त त्याचाच विचार करायचा होता आणि खरोखरच, त्या सुखाच्या कवडशांचा विचार करता-करता मिलीला झोप लागली; पण कितीतरी वेळाने!

दुसऱ्या दिवशी पहाटेच्या गाडीने शुभदा गुहागरला परत गेली. परतल्यावर तिने प्रभाच्या घरी घडलेली सगळी हकिगत नाना-नानींना सांगितली. शुभदाने ठरवल्याप्रमाणेच सगळं घडलं आहे, घडत आहे हे बघितल्यावर पुढचं सगळं तिच्या योजनेप्रमाणे घडणार, याची त्यांना खात्री पटली आणि त्यांच्याही मनावरचं ओझं थोडं कमी झालं. त्यानंतरचे तीन दिवस फार गडबडीत गेले. दुसऱ्या दिवशी सकाळी शुभदा केतकरभटजींच्या घरी गेली आणि तिने प्रभावतीच्या सासूच्या नात्यातली एक मुलगी गजाननला सांगून आल्याचं, आम्हाला सगळ्यांना ती मुलगी पसंत असल्याचं आणि उद्या ती मंडळी घर बघायला येणार असल्याचं सांगून आली. याचबरोबर त्यांना सर्व काही पसंत पडल्यास दुसऱ्या दिवशीच लग्नाचा मुहूर्त आहे – तो साधून घरातच अक्षता टाकून

घ्यायच्या आहेत, हे सांगायला ती विसरली नाही. तेवढ्या एका दिवसात तिने सगळं घर बऱ्यापैकी आवरून घेतलं. शालन, गणा आणि गणाचा दहा वर्षांचा मुलगा संतू हे तिघेही तिच्या मदतीला होतेच. ठरल्याप्रमाणे तिसऱ्या दिवशी पुष्पा, तिचा नवरा संजय, प्रभावती, तिचा नवरा विजय, त्याच्या ऑफिसमधले आणखी दोघेजण, ऊर्मिलाला घेऊन गुहागरला आले. सगळे गाडीतून उतरल्यावर अगदी शेवटी मिली उतरली आणि दाराशी आलेली शुभदा, नाना-नानी आणि गजानन सर्वजण पाहतच राहिले. मिलीचा संपूर्ण कायापालट झाला होता. मुंबईत वावरणारी मिली आणि समोर गाडीतून उतरणारी मिली यांमध्ये जमीन-अस्मानाचा फरक झाला होता. गाडीतून उतरलेली, केस व्यवस्थित विंचरून बांधलेली, जरीकाठी रेशमी साडी नेसलेली, दोन्ही खांद्यांवरून पदर घेतलेली, कपाळावर छानशी चंद्रकोर लावलेली आणि मेक-अपचा मागमूसही नसलेली मिली खरोखरच एखाद्या घरंदाज ब्राह्मण कुटुंबातली शालीन मुलगी वाटत होती. सगळी मंडळी आत आली. मिलीनं वाकून नमस्कारही केला. प्रभावतीच्या सासरकडची मंडळी नाना-नानींना भेटली. प्रभा 'आई' म्हणून नानींच्या गळ्यात पडली. तिचं छोटं बाळ नानींच्या मांडीवर हक्कानं बसलं. शुभदानं शालनला चहाचं बघायला सांगितलं. चहा आला. सगळ्यांचा चहा पिऊन होतोय न होतोय तोच बाहेरून ''नानी, शुभदावहिनी'' अशा हाका ऐकू आल्या आणि अचानक नानी म्हणाली, 'अगं बाई, सरू आली वाटतं?' नानींचा अंदाज बरोबर होता. आपल्या नवऱ्याला घेऊन सरू आली होती. तिनं आल्या-आल्या शुभदावहिनीला मिठीच मारली, तोच ''सरस्वती, अगं गाडीचा आवाज कसा आला नाही?'' असं नानांनी आश्चर्याने विचारलं. ''नाही नाना, गाडी जरा लांबच लावली!'' असं विश्वनाथ – सरस्वतीचा नवरा म्हणाला. प्रभावतीने सरूला परस्पर आमंत्रण दिलं होतं. साठ्यांच्या घरात आनंद पसरला होता. त्या दिवशी संध्याकाळपासून रीतसर लग्नाच्या कार्यक्रमाला सुरुवात झाली. केतकरभटजी संध्याकाळी सहा वाजताच येऊन हजर राहिले आणि त्यांची गडबड सुरू झाली; त्यामुळे घरातलं वातावरण आणखी रंगलं. श्रीमंतपूजन, वाङ्निश्चय झाला आणि दुसऱ्या दिवशी सकाळी 'दहा वाजून पस्तीस मिनिटे' या मुहूर्तावर गजानन आणि मिलीचं – अंहं! ऊर्मिलाचं लग्न लागलं. गावातली खूपशी प्रतिष्ठित मंडळी लग्नाला हजर होती. ''गजाननला खूप छान बायको मिळाली, नानांची दुसरी सून खूप सुंदर आहे' अशा पद्धतीची शाबासकीही सगळ्यांनी दिली. लग्न झालं. ऊर्मिला साठ्यांच्या घराण्याची 'विधिवत' सून झाली. शुभदानं आखलेली योजना कमालीची यशस्वी झाली होती. कुणाला कसलाही संशय आला नाही. गजाननचं प्रेम, साठ्यांच्या घराची गावातली इभ्रत आणि पत-प्रतिष्ठा हे दोन्हीही अबाधित राखून, शुभदानं मिलीचं पोरकेपणही संपविलं होतं. विवाहसमारंभ पार पडला. जेवणावळ झाली. गावातली मंडळी वधू-

वरांना आशीर्वाद देत आणि कौतुक करत आपापल्या घरी गेली. गजानन आणि ऊर्मिला विवेकला सोबत घेऊन व्याडेश्वराच्या दर्शनाला गेले. खोलीत पुष्पा, प्रभा, संजय, विजय, सरस्वती, विश्वनाथ सगळे बसले होते. विद्याधर आणि शुभदा त्या खोलीत गेले. शुभदाने पुढे होऊन पुष्पाचे हात धरले आणि म्हणाली, ''पुष्पाताई, प्रभावन्स, तुम्ही जे केलंत त्याला खरोखर तोड नाही. तुमच्या मदतीशिवाय ही योजना सफल होणं शक्यच नव्हतं!'' हे बोलत असताना शुभदाच्या डोळ्यांत अश्रू होते. पुष्पानं तिच्या खांद्यावर थोपटलं तर प्रभा म्हणाली, ''वहिनी, तू आमच्यासाठी, माझ्यासाठी या घरासाठी जे काही केलंस, त्या मानानं हे काहीच नाही आणि मी केलं ते कुणासाठी? माझ्या माहेरच्या माणसांसाठीच ना? मग त्यात विशेष काय? हे माझं कर्तव्यच होतं.'' असं म्हणत आपल्या डोळ्यांतून वाहणारं पाणी पुसण्याची कोणतीही तसदी न घेता, प्रभावतीनं शुभदाला मिठी मारली. तोच संजय म्हणाले, ''कुणी काहीही म्हणा! पण शुभदावहिनींनी आखलेली योजना अफलातून होती.'' त्याच्या या वाक्याला सगळ्यांनीच ''बरोबर आहेऽऽ बरोबर आहे!'' असं म्हणत दाद दिली आणि या सर्वांवर कडी केली, ती विद्याधरने! तो म्हणाला, ''मी जरी डॉक्टर असलो तरीही इथे जमलेल्या सर्व पाहुण्यांसमोर मी मोकळेपणाने असं जाहीर करतो की, माझी बायको शुभदा माझ्यापेक्षाही खूप हुशार आहे आणि मी शरीराचा डॉक्टर असलो तरी ती मनाची डॉक्टर आहे!'' त्याच्या या वाक्यावर सगळ्यांनी जोरजोरात टाळ्या वाजविल्या. विद्याधरने अचानक केलेल्या या कौतुकामुळे शुभदा संकोचून आत गेली. तोच देवाच्या दर्शनाला गेलेलं जोडपं परत आलं; पण त्यांच्यासोबत विवेक नव्हता. शुभदाने गजाननला विवेकच्या बाबतीत विचारलं, तेव्हा 'तुम्ही पुढे व्हा! माझं एक महत्त्वाचं काम आहे, ते करून मी येतो! मला यायला उशीर होईल, असं घरी सांग!' असा निरोप माझ्याजवळ देऊन विवेक कुठंतरी गेला!'' असं गजाननने शुभदाला सांगितलं. बाकी कुणाला ते फारसं खटकलं नाही; पण शुभदाला मात्र ते चांगलंच खटकलं. 'विवेकभावजी रोज रात्री कुठं जातात? कशासाठी जातात? कोणत्या कामाला जातात? याचा एकदा छडा लावलाच पाहिजे!' असा तिनं मनाशी निश्चय केला आणि चेहऱ्यावर काहीही न दाखवता, सगळेजण नव्या जोडप्याची चेष्टामस्करी करत होते, त्यात ती सामील झाली.

दहा

गजानन आणि ऊर्मिलाचं लग्न निर्विघ्नपणे पार पडलं आणि शुभदाला हायसं वाटलं. मंगळसूत्र घालण्याचा विधी झाल्यानंतर ऊर्मिलाचा उजळलेला चेहरा बघून शुभदाला जो काही आनंद झाला, जे काही समाधान वाटलं त्याची तुलना कशाशीच होणार नव्हती. आपल्या दिराच्या आयुष्यासोबतच आणखी एक आयुष्य चांगल्या पद्धतीनं मार्गी लावण्याचं एक वेगळं समाधान शुभदाला लाभलं होतं. सुरुवातीला काहीशा नाखूश असलेल्या नानी, ऊर्मिलाचा घरातला शालीन वावर बघून समाधान पावल्या. 'हॉटेलमध्ये काम करणारी मुलगी' अशी तिच्याबद्दल त्यांच्या मनात असलेली अढी तिच्या लाघवी स्वभावाने, नम्र बोलण्या-वागण्याने आणि कामसूपणाने पार पुसली गेली आणि 'आपल्याला या घराने मानसन्मान दिला, पत-प्रतिष्ठा दिली, एक 'चांगलं' घर दिलं. चांगली माणसं दिली; मुंबईत असलेलं आपलं हाड-हुडुतचं आयुष्य संपून एक चांगलं मानाचं, घरंदाजपणाचं, सुवासिनीचं नवीन आयुष्य सुरू झालं;' त्यामुळे ऊर्मिलाला झालेला आनंद तिच्या प्रत्येक हालचालीतून, तिच्या प्रत्येक शब्दातून, तिच्या प्रत्येक कामातून जाणवत होता. लग्नाला २५/३० दिवस होऊन गेले. घरातल्या दैनंदिन कामकाजाला सुरुवात झाली आणि एक दिवस सकाळी चहा, नाष्टा करण्यासाठी सगळेजण टेबलाजवळ एकत्र जमले असताना शुभदानं सांगितलं, "गजाननभावजी-ऊर्मिला, आता तुमच्यावर थोडीशी जबाबदारी टाकायची आहे. दोन नंबरच्या भक्त निवासाचं सगळं कामकाज उद्यापासून तुम्ही दोघांनी सांभाळायचं आहे. दुपारची जेवणं झाली की, त्या भक्त निवासाचं रजिस्टर,

त्याच्या हिशेबाची वही, त्यातल्या सुधारणा, प्रवाशांनी केलेल्या सूचना, तिथं काम करणाऱ्या कर्मचाऱ्यांची यादी, त्यांचा खर्च, त्यांचा पगार, कुणाकुणाच्या अंगावर असलेले उसने पैसे, इतर साधनसामग्री आणि रोजमेळ हे सर्व काही मी तुम्हाला समजावून सांगते आणि तुमच्या ताब्यात देते. आता उद्यापासून हे सगळं नीटपणानं तुम्ही दोघांनी सांभाळायचं आहे.'' शुभदाची सूचना ऐकून गजानन आणि ऊर्मिलाचा चेहरा उजळला खरा; पण दुसऱ्या क्षणाला गजाननच्या चेहऱ्यावरचं हसू मावळलं. तो काहीतरी बोलणार, तोच नाना म्हणाले, ''शुभदाच्या या बोलण्याला पूरक म्हणून मी आणखी काही थोडंसं बोलणार आहे. शुभदानं आता जे काही सांगितलं त्याबद्दल तिनं काल रात्री आमच्याशी चर्चा केली होती. आमची सगळ्यांची या गोष्टीला संमती आहेच; पण मला जी एक गोष्ट सांगायची आहे ती अशी की, आतापर्यंत शुभदानं तिथल्या कर्मचाऱ्यांना सोबत घेऊन तिन्ही भक्त निवास अत्यंत नीट आणि नेटकेपणाने सांभाळले आहेत. तिचे व्यवहार अतिशय चोख आणि सरळ आहेत. आतापर्यंत एकाही प्रवाशाने किंवा कर्मचाऱ्याने तिथली व्यवस्था आणि सेवा यांबद्दल कसलीही तक्रार केलेली नाही. तिनं जो पायंडा पाडला आहे, त्यावरूनच जात तुम्ही दोघांनी ते भक्त निवास सांभाळावं असं मला वाटतं. तुम्हाला त्यात आणखी काही सुधारणा करायच्या असतील तर तुम्ही जरूर करा; पण तिथली शिस्त आणि व्यवहारातला पारदर्शकपणा यांमध्ये बदल करू नका!'' नानांनी जणू सूचनावजा आदेशच दिला. सगळ्यांचा चहा-नाष्टा झाला आणि गजानन उतरलेल्या चेहऱ्यानं खोलीत आला. शुभदावहिनींनी मघाशी सांगितल्यावर त्याचा चेहरा उतरला होता, हे चाणाक्ष ऊर्मिलाच्या कधीच लक्षात आलं होतं. टेबलावरचं सगळं आवरून तीही त्याच्यापाठोपाठ खोलीत गेली. गजानन चेहरा पाडून बसला होता. त्याच्याजवळ जाऊन ऊर्मिलाने विचारलं, ''काय झालं? तुमचा चेहरा का असा उतरलाय? शुभदावहिनींनी सांगितलेलं तुम्हाला आवडलं नाही का?'' तिने केलेला प्रश्न ऐकून गजानन आणखी वैतागला. ''कसं आवडेल ऊर्मिला? सांग की कसं आवडेल मला ते? हे करायला नको, आपण यात पडायचं नाही; मला यात मुळीच अडकायचं नव्हतं म्हणून तर मी मुंबईला पळून आलो होतो ना? मला काहीतरी वेगळं करायचं होतं. मला फिल्ममध्ये जायचं होतं. नट बनायचं होतं. त्यासाठी तर मी मुंबईला आलो होतो ना? जर मला हेच करायचं असतं, तर मी मुंबईला पळून आलोच नसतो आणि आता परत इथं आल्यानंतर पुन्हा हेच करायचं माझ्या नशिबी आलं आहे!'' गजाननचं बोलणं ऐकून ऊर्मिलाला वाईट वाटलं. म्हणजे याच्या डोक्यातून अजून सिनेमात जाण्याचं वेड गेलेलं नाही. इतकं सगळं झालं, मुंबईनं इतके वेगवेगळे आणि भीतिदायक रंग दाखविले, तरीसुद्धा याला तिथंच जायचं आहे. आता जर प्रेमानं याची समजूत घातली तर हा ऐकणार तर नाहीच; पण उलट मुंबईला परत जाण्याचा आणखी हट्ट

धरेल हे ऊर्मिलाच्या लक्षात आलं. आता असं काहीतरी केलं पाहिजे, ज्यामुळे याच्या डोक्यातून मुंबईचं वेड निघून जाईल. काय करावं? ऊर्मिला मनाशी विचार करत होती आणि अचानक तिला काहीतरी सुचलं. ती पटकन गजाननला म्हणाली, ''तुमचं अगदी बरोबर आहे. तुम्ही अजिबात शुभदावहिनींचं ऐकू नका आणि त्या भक्त निवास सांभाळण्याच्या भानगडीतही पडू नका. तुम्ही असं करा, तुम्ही मुंबईला जा. अजून वर्षभर तिकडे राहून फिल्ममध्ये काम मिळतंय का यासाठी प्रयत्न करा. मी फार तर शेट्टी अण्णाला फोन करून त्यांच्या दुसऱ्या बारमध्ये तुमच्या नोकरीची व्यवस्था करते; पण आता मी काही तुमच्याबरोबर येणार नाही. हे घर, ही माणसं, त्यांचं प्रेम, त्यांची माया, त्यांचा विश्वास तोडून मी कुठंही जाणार नाही. ते भक्त निवास मी एकटी सांभाळते. फार तर तुम्ही मुंबईला जाऊन राहा. मी मात्र कुठेही येणार नाही. आयुष्यात चूक सुधारण्याची संधी एकदाच मिळते. माझ्या नशिबानं ती मला अत्यंत चांगल्या पद्धतीनं मिळाली आहे आणि ती संधी गमवावी असं मला वाटत नाही. माझ्या पूर्वायुष्यातल्या अनेक वाईट घडामोडींची माहिती होऊनसुद्धा, या माणसांनी मला आपलंसं केलंय. आपलं म्हटलंय. अत्यंत चांगलं आयुष्य जगण्याची संधी परमेश्वरानं मला दिली आहे, ती मला लाथाडायची नाही. एक वेळ अशी होती की, मी कोणीच नव्हते आणि मलाही कुणीच नव्हतं; पण आज मला एक नाव मिळालंय, एक सन्मानाची ओळख मिळाली आहे आणि सगळी माणसं मिळाली आहेत आणि म्हणूनच मला त्याची किंमत आहे. तुमचं तसं नाही ना! तुम्हाला नावही आधीपासूनच होतं, ओळखही आधीपासूनच होती आणि तुमची माणसंही तुमच्यासोबत आधीपासूनच होती म्हणूनच तुम्हाला त्यांची किंमत नाही. तुम्ही इथं असताना तुमच्या घरच्यांनी तुमच्यासमोर पंचपक्वानांचं ताट वाढून ठेवलं होतं; पण ते लाथाडून तुम्ही मुंबईला आलात. मुंबईला येण्याबद्दलही काही नाही; पण तिथं येऊन काय साध्य केलंत? तर धक्के खाल्लेत, हात-पाय तोडून घेतलेत. मंदिरासारखं पवित्र आणि ऐसपैस घर सोडून त्या घाणेरड्या चाळीतल्या, कोंबडीच्या खुराड्यासारख्या खोलीत येऊन राहिलात. नोकरी मिळाली तीही माझ्या ओळखीने, काय मिळवलंत त्या दहा महिन्यांत मुंबईत राहून? इथं सगळं गाव तुम्हाला चांगल्या पद्धतीनं ओळखतं. इतकी मोठी प्रतिष्ठा आहे साठे घराण्याची! तिथं मुंबईत रस्त्यावरचा भिकारीदेखील तुम्हाला ओळखत नव्हता. एक काय तो त्या बारमधल्या मुलींना वाचवण्याचा पराक्रम केलात तोही अनवधनाने; पण त्या पराक्रमामुळे काय मिळालं? दोन दिवस वर्तमानपत्रांमध्ये फोटो आले, दोन दिवस टीव्ही चॅनेलवर चेहरा दिसला एवढंच! आता माणसं ते सगळं विसरूनही गेली असतील. कारण रोज एक नवीन प्रकरण त्यांना चघळायला मिळतंच; पण तुमची मात्र नोकरी गेली, राहायची जागा गेली आणि गुंडांचा ससेमिरा मागे लागला तो वेगळाच! आणि आता

परत पुन्हा तुम्हाला तीच अवदसा आठवली आहे. परत तुम्हाला इथलं सुखाचं आयुष्य आणि प्रेमळ माणसांचं छत्र सोडून मुंबईच्या त्या खातेऱ्यात जाऊन पडायचं आहे. ठीक आहे! जा तुम्ही! मी तुम्हाला अडवणार नाही; पण मी मात्र हे घर आणि या घरातली माणसं सोडून कुठेही येणार नाही. कारण मी जर तसं केलं, तर मी महापापी ठरेन. दुसऱ्याच्याच काय; पण स्वतःच्या नजरेला नजर देण्याचं सामर्थ्यही माझ्यात राहणार नाही, इतकी मी माझ्या नजरेतून उतरेन. तुमचा निर्णय घ्यायला तुम्ही मोकळे आहात; पण शुभदावहिनींनी सांगितल्याप्रमाणे, मी मात्र दुपारी त्यांच्याकडून सगळं समजावून घेणार आहे आणि उद्यापासून भक्त निवासात देखरेख करण्यासाठी जाणार आहे. तुम्ही आलात तर तुमच्यासोबत, नाही आलात तर तुम्हाला सोडून; पण मला आता चांगलं, सन्मानाचं आणि निश्चित आयुष्य जगायचं आहे. तुम्हाला कसं जगायचं आहे ते तुम्ही ठरवा. तुमचं आयुष्य घडवण्याचा किंवा बिघडवण्याचा तुम्हाला पूर्ण अधिकार आहे; पण मला मात्र माझं आयुष्य घडवायचं आहे; बिघडवायचं नाही आणि जरी सुख-दुःखात मी तुमची साथ देईन असं लग्नसंस्काराच्या वेळी मी तुम्हाला वचन दिलं असलं, तरीसुद्धा तुम्ही चुकीचं वागणार असाल तर मी तुमच्यासोबत असणार नाही, हे ध्यानात राहू दे.'' मिली अत्यंत सडेतोडपणे, कठोरपणे बोलत होती. तिचा प्रत्येक शब्द गजाननच्या मनावर आसुडाचे फटके मारत होता. ती बोलत होती, त्यातलं अक्षरन्अक्षर सत्य होतं, योग्य होतं. तिच्या बोलण्यावरूनच तिच्या विचारांची पातळी कळून येत होती. तिनं मांडलेले विचारही अत्यंत स्पष्ट आणि सडेतोड होते. एवढंच नव्हे, तर बोलताबोलता गजाननला त्याची जागा दाखवायलाही ती कचरली नाही. तिच्या प्रत्येक शब्दागणिक गजाननला आपली चूक लक्षात येत होती. आपण मुंबईला जातानाही घोडचूक केली होती आणि आताही आपण तशीच घोडचूक पुन्हा करीत होतो आणि आता जर आपल्या हातून अशी चूक घडली असती, तर त्या चुकीला पुन्हा कधीच, कुठेच आणि कुणीच क्षमा केली नसती आणि त्यानंतर मात्र अगदी दोरी तुटलेल्या पतंगाप्रमाणे भरकटत जाण्यापलीकडे आपल्या हातात काहीच राहिलं नसतं, हे गजाननच्या लक्षात आलं. आपल्याही नशिबानं पुन्हा एकदा आयुष्य सावरण्याची संधी आपल्याला दिली आहे. ती संधी घालवण्याचा करंटेपणा पुन्हा आपल्या हातून घडणार होता; पण ऊर्मिलाच्या तोंडून कदाचित प्रत्यक्ष नियतीच बोलत असावी आणि म्हणूनच आपल्याला पुन्हा एकदा सावरण्याची संधी मिळते आहे, हे गजाननच्या लक्षात आलं. ऊर्मिलाच्या कठोर बोलण्याने त्याचे डोळे खाडकन उघडले. आपल्या हातून घडणाऱ्या प्रचंड मोठ्या चुकीची त्याला जाणीव झाली आणि त्यानं अक्षरशः उठून ऊर्मिलाचे पाय धरले. चटका बसल्यासारखं ऊर्मिला मागे सरकली. ''अहो, हे काय भलतंच करताय?'' तिनं विचारलं. ''ऊर्मिला, तू माझे डोळे उघडलेस. माझी

अक्कल ताळ्यावर आणलीस. तुझ्या तोंडून नियतीच बोलली असावी आणि तुझ्या शब्दांतूनच तिनं मला योग्य मार्ग दाखविला, म्हणून मी तुझे पाय धरले. मला क्षमा कर ऊर्मिला! मी अत्यंत चुकीचं वागत होतो. चुकीचा विचार करत होतो. इतके फटके खाऊनही मला जी अक्कल आली नव्हती, ती तुझ्या शब्दांनी आली ऊर्मिला! मी आता पुन्हा तीच चूक करणार नाही. मी मुंबईला जाणार नाही, कधीच! शुभदा-वहिनींनी सांगितल्याप्रमाणे, आपण इथंच राहायचं आणि आपलं भक्त निवास नीट सांभाळायचं. माझ्या डोळ्यांवर असलेली मुंबईची झापडं तू दूर केलीस आणि माझे डोळे उघडलेस. मला तुझ्यासारखी पत्नी लाभली; मी स्वत:ला भाग्यवान समजतो! थँक्स ऊर्मिला! यापुढे हा गजानन तुझ्या शब्दाबाहेर जाणार नाही!'' गजाननचं बोलणं ऐकून, अतिशय समाधानानं ऊर्मिला त्याला बिलगली.

दुपारच्या जेवणाला सगळी एकत्र जमली तेव्हा गजाननने नाना-नानी, शुभदावहिनी आणि विद्याधर यांना सांगितलं, ''नाना, वहिनी तुम्ही सकाळी सांगितल्याप्रमाणे, मी आणि ऊर्मिला दोघे मिळून दोन नंबरच्या भक्त निवासाचं कामकाज बघायला तयार आहोत. वहिनी, आता आपली जेवणं झाली की, मला आणि ऊर्मिलाला तू सगळं समजावून सांग. आम्ही तुझ्या मार्गदर्शनाखाली, तू सांगशील त्याप्रमाणे, तू जशी घडी बसवली आहेस ती तशीच चालू ठेवून, त्या भक्त निवासाचं कामकाज सांभाळू. आमचं काही चुकलं किंवा आमच्या हातून काही राहून गेलं तर आमच्या पाठीशी तू आहेसच आणि आमच्या हातून काही चुकलं तर आमचे कान उपटायचाही तुला अधिकार आहे. फक्त तुम्हा मोठ्यांचा आशीर्वाद आम्हाला असावा!'' गजाननचं बोलणं ऐकून शुभदाच्या चेहऱ्यावर स्मित उमटलं. तोच खाली मान घालून ऊर्मिला म्हणाली, ''आम्ही भक्त निवासाचं कामकाज तर पाहूच पाहू; पण मला नाना-नानींकडून आणि तुमच्याकडून आणखी एक परवानगी हवी आहे!'' तिने असं म्हणताच सगळ्यांच्या चेहऱ्यावर प्रश्नचिन्हं उमटली. 'आता ही आणखी कसली परवानगी मागते आहे?' असा प्रश्न क्षणभर नानींच्या मनात आला आणि नानींच्या कपाळावर एक अढीही उमटली. त्या अढीकडे लक्ष जाताच गडबडीने ऊर्मिला म्हणाली, ''नाही! नाही नानी! मी आता आणखी काही मागणार नाही. तुम्हा सगळ्यांच्या आशीर्वादानं मला सगळं मिळालं आहे, अगदी माझ्या लायकीपेक्षा जास्त! मी आता जे मागणार आहे ते म्हणजे तुमची सगळ्यांची सेवा करण्याची परवानगी! नानी, वहिनी मला घरातली जी काय चार कामं जमतात, ती करण्याची मला परवानगी हवी आहे. नानी, मला स्वयंपाक करायला आवडतो. माझ्या आईने मला शिकवला आहे. आता आमच्या लग्नालाही महिना होत आला. मी काही नवी नवरी राहिले नाही तेव्हा आता मला आपल्या घरात, आपल्या घरासाठी, या घरातल्या माणसांसाठी काहीतरी करू द्यावं. ते करण्याची मला परवानगी द्यावी,

अशी माझी विनंती आहे.'' ऊर्मिलाचं बोलणं ऐकून सगळ्यांच्या चेहऱ्यावर सुटकेच्या भावनेसोबत आनंदही पसरला आणि शुभदालाही कुठंतरी मनातून समाधान वाटलं की, ऊर्मिलानं या घराला आता 'आपलं' मानलं आहे. आता फक्त तिचं स्वयंपाकघरात येणं नानींना पसंत पडायला हवं; पण ऊर्मिलाचं बोलणं ऐकून नानींनी तोही प्रश्न सोडविला. गेल्या महिन्याभरातलं तिचं सगळं वागणं नानींनी लक्षपूर्वक पाहिलं होतं आणि खरोखरच ही मुलगी आपल्या घराण्याला 'सून' म्हणून लायक आहे, असा त्यांना विश्वास वाटला होता. त्या म्हणाल्या. ''ऊर्मिला, मग तू उद्यापासून एक काम करत जा! माझा आणि यांचा पहाटेचा चहा तू बनवत जा! आणि नंतर शुभाला नाष्टा बनविण्यासाठी थोडी मदत करत जा; पण आमचा चहा बनविण्यासाठी तुला पहाटे उठावं लागेल हो! उठशील ना?'' नानींचा तो प्रश्न ऐकून शुभदाच्या चेहऱ्यावर प्रसन्नता उमटली, तर ऊर्मिलाच्या चेहऱ्यावर प्रचंड आनंद पसरला. नंतर गप्पा मारत जेवणं झाली. जेवल्यानंतर शुभदानं ऊर्मिलाच्या मदतीनं सगळं आवरलं आणि गजानन आणि ऊर्मिलाला दोन नंबरच्या भक्त निवासाची सगळी माहिती देण्यासाठी त्या दोघांना सोबत घेऊन ती भक्त निवासाकडे गेली. गजानन, ऊर्मिला यांच्या आयुष्यासोबतच दोन नंबरच्या भक्त निवासाचं कामकाजही दोन-चार दिवसांतच मार्गी लागलं आणि शुभदाच्या अंगावरचा कामाचा बोजा थोडाफार कमी झाला. ऊर्मिला आणि गजानन शुभदानं आखून दिलेल्या पद्धतीप्रमाणेच नीट आणि उत्तम काम करत आहेत, हे महिनाभरातच सगळ्यांच्या लक्षात आलं आणि शुभदासोबतच त्या दोघांनाही शाबासकी मिळाली.

हे सगळं चालू असताना मनाच्या एका कोपऱ्यात शुभदाला विवेकचं विचित्र वागणं खटकत होतंच; पण त्याचं कारण तिला कळत नव्हतं. विवेकला काही विचारायला जावं, तर तो सतत उडवाउडवीची उत्तर देत होता; त्यामुळे त्याच्या या विचित्र वागण्याचं कारण वेगळ्या मार्गानं तिला शोधावं लागणार होतं. बरं! त्याला कसलं व्यसन लागलंय असं म्हणावं, तर तसंही दिसत नव्हतं. कारण तसं असतं, तर गेल्या दोन-तीन महिन्यांत एकदा तरी कधीतरी शुभदाच्या ते लक्षात आलं असतं; पण तसं झालं नाही म्हणजेच आणखी काहीतरी वेगळा प्रकार असावा. काय केलं म्हणजे या सगळ्याचा उलगडा होईल? याचा ती विचार करत होती आणि आता एका भक्त निवासाच्या कामकाजाचा भार गजानन आणि ऊर्मिलाने उचलल्यामुळे विवेकबद्दल विचार करायला शुभदाला अवधी मिळाला होता. दोन-तीन दिवस त्याबद्दल विचार केल्यावर, तिनं या प्रकरणात संतूची मदत घेण्याचं ठरविलं. गणा, शालन आणि संतू हे तिघेही आता साठ्यांच्या घराच्या आवारातच राहत होते. शुभदानं नानांची परवानगी घेऊन सरस्वतीच्या लग्नानंतर गणासाठी परसदारी कडेला दोन खोल्या बांधून दिल्या होत्या. तिथं सगळी छान सोयही केली होती; त्यामुळे

गणा, शालन आणि संतू हे तिघेही शुभदाच्या मदतीसाठी सतत तत्पर असायचे. आताही तिनं विवेकच्या प्रकरणात संतूची मदत घेण्याचं ठरविलं. तसा दिवसभर संतू शाळेमध्ये जाई. संध्याकाळनंतर मात्र तो घरीच असे. तेही शुभदाच्या अवतीभोवतीच! दिवसभराची सगळी कामं आटोपली की, शुभदा त्याचा अभ्यास घेई आणि त्यानंतर संतू आपल्या घरी जात असे. विवेक रोज रात्रीचं जेवण झाल्यानंतर 'जरा चक्कर मारून येतो' म्हणून बाहेर जात असे, तो कधीतरी मध्यरात्रीपर्यंत घरी परत येई. येताना तो छान हळू आवाजात गाणं गुणगुणत येई, हे शुभदानं बरेच दिवस मार्क केलं होतं; त्यामुळे विवेकबद्दलची काही माहिती काढायची असेल, तर 'तो रात्री कुठं जातो' याचा पत्ता काढणंच गरजेचं होतं आणि शुभदाला तेच तर करायचं होतं आणि संध्याकाळी आणि रात्रीच्या वेळी संतू रिकामा होता. एक दिवस संतूचा अभ्यास घेऊन झाल्यानंतर तिनं संतूला विचारलं, "संतू, एक छोटंसं काम सांगितलं तर तू करशील का? पण हे काम अतिशय गुप्तपणे करायचं आहे आणि ही गोष्ट तुझ्या-माझ्यातच राहिली पाहिजे." शुभदाचा प्रश्न ऐकून संतूनं मोठा होकार भरला. मग शुभदानं त्याला हळूच सांगितलं, "हे बघ संतू, उद्या संध्याकाळी शाळा सुटल्यावर तू इकडेच ये आणि रात्रीही इकडेच थांब. मला तुझी थोडीशी मदत लागणार आहे. तू इथं थांबतो आहेस हे घरात आई-बाबांना सांगून ये. माझं काम काय आहे, ते मी उद्या सांगते." संतूनं जोरजोरात मान हलवून शुभदाला 'हो' म्हणून सांगितलं. संतूला त्याची ही शुभदावहिनी-माय फार आवडायची. आपल्या आईपेक्षाही जास्त! अरविंद आणि भाग्यश्रीच्या अभ्यासाबरोबर ती संतूचाही अभ्यास घ्यायची. त्या दोघांच्या सोबत त्यालाही नवीन कपडे आणायची. त्या दोघांच्या बरोबर त्यालाही खाऊ द्यायची. त्याच्यावर अगदी आईसारखी माया करायची; त्यामुळे शुभदामायचं काम ऐकायला संतू नेहमी तयार असायचा. आताही 'मी उद्या नक्की येतो' असं शुभदाला सांगून संतू घरी पळाला. उद्याचा दिवस कधी उजाडतो आणि शुभदामाय आपल्याला कधी काम सांगते आणि ते काम आपण कधी पूर्ण करतो असं त्याला झालं होतं. शिवाय, ते त्याचं आणि शुभदामायचं गुपित होतं; त्यामुळे आता आपण खूप मोठे झालो आहोत, जबाबदार झालो आहोत असं त्याला वाटायला लागलं; त्याच आनंदात घरी जाऊन, पोटभर भात खाऊन तो निजला. निजण्यापूर्वी आपण उद्या शुभदामायकडे राहायला जाणार आहोत, हे आईला सांगायला तो विसरला नाही. निजतानासुद्धा कधी एकदा उद्याचा दिवस उजाडतो आणि कधी एकदा उद्याची संध्याकाळ होते, असं त्याला झालं होतं.

आणि एकदाची ती संध्याकाळ झाली. शाळा सुटल्याबरोबर तो तडक साठ्यांच्या घरी पळाला. पडवीतल्या एका कोपऱ्यात आपलं दप्तर ठेवून, हात-पाय धुऊन तो आत गेला. शुभदावहिनींनीच त्याला ही स्वच्छतेची सवय लावली होती. तो

आल्याचं बघितल्यावर भाग्यश्री-अरविंदबरोबरच त्याच्यासाठी केलेले दडपे पोहे तिनं त्याला खायला दिले. वर कपभर चहा दिला आणि त्याला पसरदारी घेऊन गेली. परसदारी अबोलीचा ताटवा फुलला होता. फुलं काढण्यासाठी त्याला आपल्यासोबत घेऊन, फुलं काढता-काढता शुभदानं हळूच त्याला सांगितलं, "संतू बाळ, माझं एक महत्त्वाचं काम तू करतो आहेस आणि ते करायला मी तुला सांगितलं आहे; या दोन्ही गोष्टी अत्यंत गुप्त ठेवायच्या आहेत. कुणालाही सांगायचं नाही आणि ते काम असं आहे की, आपले विवेकभाऊ रोज रात्री जेवण झाल्यावर 'जरा फिरून येतो' म्हणून सांगून रोज कुठेतरी बाहेर जातात आणि मध्यरात्रीपर्यंत परत येतात. आज रात्रीसुद्धा जेवण झाल्यावर ते बाहेर जातील तेव्हा तू हळूच त्यांच्या पाठोपाठ जा. तू त्यांच्या पाठोपाठ जातो आहेस ही गोष्ट त्यांना कळू देऊ नकोस आणि ते कुठं जातात? आणि तिथं जाऊन काय करतात? कुणाला भेटतात? हे सगळं तू मला परत येऊन गुपचूप सांगायचंस. हे बघण्यासाठी तुला मध्यरात्रीपर्यंत तिथं थांबायची गरज नाही. फक्त ते तिथं जाऊन कुणाला भेटतात का? किंवा त्यांना कुणी तिथे भेटायला येतं का? एवढं बघून तू परत आलास तरी चालेल! पण तिथं तू जे काही बघशील किंवा मला जे काही येऊन सांगशील ते फक्त तुझ्या-माझ्यातच राहिलं पाहिजे. इतर कुणालाही ते कळता कामा नये!" शुभदानं संतूला काम काय ते सांगितलं आणि ते काम गुपचूप करण्याबद्दल संतूनंही होकार दिला. विवेकच्या या विचित्र वागण्याचं गूढ कदाचित आज उलगडणार होतं.

रात्रीची जेवणं हसत-खेळत झाली. संतूला घरात थांबल्याचं बघून विद्याधरने विचारलं, "अरे, आज संतू इथं कसा एवढ्या रात्री? काय रे तुला काय शाळेला सुट्टी लागली की काय" संतू काही बोलणार, तोच शुभदानं उत्तर दिलं, "अहो, परीक्षा जवळ आलीय ना? गजाननभावजींच्या लग्नाच्या वेळेला त्याची शिकवणी घ्यायला झालंच नाही मला; त्यामुळे त्याचा अभ्यास थोडा मागे पडलाय. म्हणून मीच त्याला म्हटलं, 'तू रात्री इथं राहायला ये म्हणजे निवांतपणे तुझा अभ्यास घेता येईल;' त्यामुळे आज मी त्याचा अभ्यास घेत पडवीत बसणार आहे." शुभदाच्या उत्तरानं सगळ्यांचं समाधान झाल्याचं दिसलं. पुढे गप्पा मारत जेवणं पार पडली. मागची आवरा-आवर करून ऊर्मिला-गजानन त्यांच्या खोलीत गेले. नाना व नानी तर कधीच त्यांच्या खोलीत झोपायला गेले होते. विद्याधरही भाग्यश्री-अरविंदला घेऊन निजायला आपल्या खोलीत गेला. विवेक थोडा वेळ इकडे-तिकडे रेंगाळला. तो शुभदा निजायला जायची वाट बघत होता; पण संतूचा अभ्यास घेत शुभदाने पडवीतच ठाण मांडलं होतं; त्यामुळे त्याला चटकन बाहेरही जाता येईना. घरातच वेळ झाला होता. शेवटी, नाइलाजानं तो शुभदाला म्हणाला, "वहिनी, आज निजायचं नाही वाटतं! किती वेळ जागत बसशील? दिवसभर दमतेस! जा, झोप

जा! संतूचा अभ्यास काय, रविवारी सुट्टीच्या दिवशीसुद्धा घेता येईल! जा, निज जा!'' विवेकच्या शब्दांतून शुभदावहिनीविषयी काळजी दिसत असली, तरी त्याला मनातून तिच्या तिथं असण्याची अडचण होत होती, हेही त्याच्या स्वरातून जाणवत होतं. शुभदाच्या ते लक्षात आलं. हा आपल्याला इथून कटवू पाहतोय हे तिनं ओळखलं आणि म्हणाली, ''नाही भावजी, या वर्षीपासूनच त्याला इंग्रजी विषय सुरू झालाय ना? तो थोडा त्याला अवघड जातोय. म्हणून मी त्याला आता शिकवायला घेतलंय; तुम्ही जा निजायला!'' शुभदानं असं म्हटल्यावर विवेकचा नाइलाज झाला आणि त्याच नाइलाजाने तो म्हणाला, ''ठीक आहे वहिनी, चालू दे तुमचा अभ्यास. मी जरा पाय मोकळे करून येतो. तुमचा अभ्यास झाला की, तुम्ही जा निजायला. दार ओढून घ्या म्हणजे झालं!'' एवढं बोलून विवेक बाहेर पडला. तो बाहेर पडला याकडे आपलं लक्षच नाही असं शुभदाने दर्शविलं. विवेक बाहेर पडल्यानंतर, पाच-सात मिनिटांनी तिने संतूला त्याच्या पाठोपाठ जायला सांगितलं; पण आपण त्याच्या पाठोपाठ जातो आहोत हे त्याला कळू न देता हळूहळूच जा, असं सांगायला ती विसरली नाही. संतूने मान डोलवली आणि तोही विवेकच्या पाठोपाठ हळूच बाहेर पडला. अर्धा तास शुभदा तिथंच बसून राहिली. अजून थोडासा वेळ गेला आणि तिला अंगणात पायरव ऐकायला आला. तिनं खिडकीचा दरवाजा किलकिला करून पाहिलं, तर संतू आला होता. तिनं लोटलेला दरवाजा हळूच उघडला आणि संतूला आत घेतलं. पळत आल्यामुळे संतूला थोडा दम लागला होता. शुभदानं त्याच्या पाठीवर थोपटलं आणि त्याला दोन मिनिटं बसायला सांगितलं. संतूनं काही क्षण दम घेतला आणि त्यानं बोलायला सुरुवात केली. ''वहिनीमाय, विवेकभाऊ हितनं निघाले ते थेट समुद्रावर गेले. समुद्राच्या पुढच्या बाजूला दगडाचा बंधारा आहे. त्या बंधाऱ्याच्या पलीकडे उतरून, थोडं पुढं जाऊन एका मोठ्या दगडाच्या आडोशाला गेले. मी हळूच पाठोपाठ जवळ जाऊन बघितलं. त्या दगडाच्या आडोशाला कुणीतरी बसलं होतं. ती कुणीतरी मुलगी होती. आधी मला तिचा चेहरा दिसला नाही; पण विवेकभाऊ गेल्यावर ती उठून उभी राहिली, तेव्हा मला तिचा चेहरा दिसला. ती रेहमानचाचांची पोरगी शायना होती. विवेकभाऊंनी तिचा हात धरला आणि दोघंजण एकमेकांना चिटकून त्या दगडावर बसली होती. रेहमानचाचांची पोरगी शायना रडत होती आणि 'सगळं ठीक होईल' असं म्हणत विवेकभाऊ तिची समजूत घालत होते.'' संतूचं बोलणं ऐकून शुभदाला धक्काच बसला. तिचा संशय खरा ठरला होता. तो खरा ठरणार याची तिला खात्री होती; पण तो अशा पद्धतीनं खरा ठरेल, असं तिला वाटलं नव्हतं. रेहमानचाचा म्हणजे गावातलं बडं प्रस्थ होतं. गावामध्ये जवळजवळ तीस टक्के समाज मुस्लीम होता. रेहमानचाचा या लोकांचे पुढारी होते. स्वभावानं शांत, मनमिळाऊ असलेल्या रेहमानचाचांचे गावात सगळ्यांशी

चांगले संबंध होते; पण तरीही ते कट्टर मुसलमान होते आणि त्यांच्या मुलीच्या प्रेमात विवेक पडला होता. शुभदाला हा धक्का पचविता येणं शक्यच नव्हतं. संतूचं बोलणं ऐकून ती काहीच बोलली नाही. त्याला हातानंच 'निज जा' अशी खूण करून शुभदा आपल्या खोलीत निजायला गेली. ती निजायला गेली खरं; पण रात्रभर ती टक्क जागीच होती. एक क्षणभरही तिला झोप आली नाही. विवेकने दिलेला हा धक्का तिच्या सहनशक्तीपलीकडचा होता. यातून मार्ग काढणं ही तिच्या आवाक्याबाहेरची गोष्ट होती. आतापर्यंत या घरावर आलेल्या किंवा या घरात उद्‌भवलेल्या प्रत्येक प्रसंगातून मार्ग शोधून काढत शुभदानं या घराची पत-प्रतिष्ठा, इज्जत, अब्रू सांभाळली होती. गुहागरमध्ये 'साठे' घराण्याचं मोठं नाव होतं. त्या नावाला कुठंही, कसलाही बट्टा न लागता, तिनं आतापर्यंत सगळं सांभाळून नेलं होतं. आपल्या बुद्धिचार्तुयाने, संपूर्ण आत्मविश्वासाने आणि अंगभूत कौशल्याच्या जोरावर तिनं गावात असलेली साठे कुळाची कीर्ती अगदी गजाननच्या लग्नाच्या वेळीसुद्धा अबाधित राखली होती; परंतु आता या वेळी ते कठीण दिसत होतं. प्रकरणच असं घडत होतं की, काहीही झालं तरी घराण्याचं नाव बदनाम होणारच होतं. शिवाय, गावात धर्माधर्मांत तेढ वाढली असती ती वेगळीच! शुभदाची बुद्धी कुंठित झाली होती. काय करावं? कसं करावं? यातून कोणता मार्ग काढावा? तिला काहीही सुचत नव्हतं. डोक्यात विचारांचं वादळ उठून प्रश्नांचा नुसता गोंधळ माजला होता. शुभदा एवढी हताश, निराश, हतबल कधीच झाली नव्हती; पण ही वेळ, हा प्रसंग, ही समस्या भयंकर होती. काहीही करायला गेलं, तरी काहीही भलतंसलतं घडणार होतं.

दुसऱ्या दिवशी सकाळीसुद्धा मनातल्या विचारांच्या गोंधळातून शुभदा बाहेर पडलीच नव्हती. रात्रभर झोप न लागल्याच्या खुणा तिच्या डोळ्यांत दिसत होत्या. नेहमीसारखा उत्साह तर तिला नव्हताच; पण कुणाशी काही बोलावं असंही तिला वाटत नव्हतं. सर्वप्रथम ही गोष्ट विद्याधरच्या लक्षात आली आणि नंतर नाना-नानींच्या; पण शुभदाचा स्वभाव तिघांनाही माहीत होता. तिला सोडविण्यासारखी समस्या असेल तर ती विचारूनही काही सांगणार नाही. आधी समस्या सोडवेल आणि मगच सांगेल, हे तिघांनाही माहीत होतं आणि एखादी समस्या तिच्या हातून सुटण्यासारखी नसेल तर ती आपणहून तिघांनाही सांगेल, चर्चा करेल याचीही त्यांना खात्री होती. म्हणूनच आता तिघांपैकी तिला कुणीच काही विचारलं नाही. तो दिवस तसाच गेला. शुभदा घरात नेहमीसारखी वावरत नव्हती, हे विद्याधरच्या लक्षात आलं. एक-दोन दिवस वाट बघून मग आपण तिला ही गोष्ट विचारावी, असं त्यानं ठरवलं आणि मनातली गोष्ट ती आपल्याजवळ सांगण्याची तो वाट बघत बसला. शुभदाची मात्र स्वत:च्या मनाशीच झुंज चालू होती. मनात विचारांनी थैमान

घातलं होतं. कितीही विचार केला, तरी तिला या समस्येचं उत्तर सापडत नव्हतं. विचाराच्या आवर्तात कितीही फिरलं तरी या समस्येतून बाहेर पडण्याची वाट सापडत नव्हती. त्या दोघांचं लग्न लावून द्यावं म्हटलं तर ती अशक्य कोटीतली गोष्ट होती. अगदी कितीही विचार केला, कितीही मार्ग काढायचा म्हटला, तरी कोणत्याही परिस्थितीत ते घडणार नव्हतं. स्वत: शुभदालाच ते पटत नव्हतं. नाना-नानींना तर पटणं केवळ अशक्य होतं आणि विद्याधर? त्याला कळलं असतं तर त्यानं आकाशपाताळ एक केलं असतं; त्यामुळे जी सर्वथा अशक्य गोष्ट होती, तिचा विचार न करता यातून दुसरा काहीतरी मार्ग काढता आला तर बघणं गरजेचं होतं आणि एकदा जी गोष्ट घडणं शक्य नाही त्याचा विचार करायचा नाही, असं शुभदानं आपल्या मनाशी पक्कं केलं आणि तिचं टेन्शन थोडं कमी झालं. निदान विचारांच्या संघर्षातला एक दरवाजा तरी नक्की बंद करायचा, असा निर्णय घेतल्यावर तिला थोडं बरं वाटलं. आता विचारांची दिशा बदलून वेगळ्या मार्गानं विचार करून, दुसरा आणखी एखादा मार्ग निघतो का? हे पाहायला तिचं मन तयार झालं आणि ती थोडासा वेगळा विचार करू लागली. एकदा दोघांचं लग्न करायचं नाही हे निश्चित ठरल्यानंतर आता दोघांना वेगळं कसं करायचं, एकमेकांपासून कसं लांब ठेवायचं याचा विचार करायला तिनं सुरुवात केली. खरं तर प्रेमी जिवांची अशी ताटातूट करणं तिला मनापासून आवडायचं नाही; पण इथं मात्र परिस्थिती फार वेगळी होती. जर दोघांचं लग्न झालं असतं तर त्याला एक वेगळाच धर्म-भेदाचा रंग आला असता आणि गावातील समाजकारणावर त्यांचे भयंकर परिणाम झाले असते. शिवाय, घरात उलथापालथ झाली असती ती वेगळीच! त्यामुळे मनात लाख इच्छा असूनही शुभदाला त्या दोघांना एकत्र आणता येणार नव्हतं आणि मनात नसूनही या घराच्या कल्याणासाठी आणि गावाच्या सामाजिक शांततेसाठी त्या दोघांना वेगळं करणं तिला भाग होतं. एकदा तिच्या मनानं हे नक्की केल्यानंतर मात्र तिचं मन त्या दृष्टीनं भराभर विचार करू लागलं आणि तिला एक मार्ग सुचला. त्या मार्गाचा ती जसजसा जास्तीतजास्त विचार करायला लागली, तसतसा तिला तो मार्ग त्यांतल्या त्यात कमी धोक्याचा, कमी त्रासाचा वाटायला लागला. तिनं जो विचार केला तसं घडू शकलं, तर ते सगळ्यांच्या दृष्टीने कल्याणाचं ठरणार होतं. 'विवेकचं रेहमानचाचांच्या मुलीवर असलेलं प्रेम ही गोष्ट म्हणजे अख्ख्या गावात ॲटमबॉम्ब ठरला असता आणि त्यामध्ये साठ्यांच्या इज्जतीची, मान-सन्मानाची, पत-प्रतिष्ठेची आणि गावात सगळ्यांच्या सोबत असलेल्या सलोख्याच्या संबंधांची पार राखरांगोळी झाली असती, हे निश्चित! तेव्हा असा विनाशाचा मार्ग पत्करण्यापेक्षा आपण आता विचार करतोय, ठरवतोय तो मार्ग खूपच निर्धोक आणि त्यांतल्या त्यात सर्वांच्या कल्याणांचा विचार करणारा आहे. यात विवेकभावजींना थोडंसं वाईट वाटेल; पण ते सांभाळून

घेता येईल' शुभदा जसजसा विचार करत होती, तसतसा या नवीन विचाराच्या मार्गाने जाण्याचा तिचा विचार पक्का होत होता आणि एक दिवस शुभदानं हा विचार अमलात आणायचं ठरवलं.

त्या दिवशी विद्याधर औषधे आणण्यासाठी चिपळूणला गेला होता. गजानन आणि ऊर्मिला दोन क्रमांकाच्या भक्त निवासाचं काम करण्यामध्ये आता चांगलेच गुंतले होते. विनायकबुवा आणि विवेक तीन नंबरच्या भक्त निवासाकडे पाहत असत. ते तिकडेच गेले होते. आज पहिल्या भक्त निवासात वर्दळ नव्हती. शुभदाला थोडासा रिकामा वेळ होता; त्यामुळे आपल्या मनातल्या विचाराला मूर्तरूप देण्यासाठी आज आपल्याकडे वेळ आहे, हे तिच्या लक्षात आलं आणि तिनं गणाकडून रेहमानचाचांच्या 'मला तुम्हाला भेटायचं आहे, काही महत्त्वाचं काम आहे. आज दिवसभरात मला भेटायला येऊ शकाल का?' अशी विचारणा करणारा निरोप पाठविला. रेहमानचाचा गावातील मुस्लीम समाजातील 'प्रतिष्ठित' म्हणून ओळखले जात असत. गुहागरच्या एस.टी.स्टँडशेजारी त्यांचं दुकान होतं. त्या दुकानामध्ये इतर किराणा सामानासोबतच साठ्यांच्या घरात बनत असलेले कोकणातील खास पदार्थही विक्रीसाठी ठेवले जात. त्यामध्ये बटाट्यांचे पापड, पोह्यांचे पापड, मिरगुंड, सांडगी मिरची, फणसपोळी, आंबापोळी, फणसाचा चिवडा, आंबावडी हे पदार्थ असायचे. शुभदा बनवत असलेल्या या पदार्थांना चांगलीच मागणी होती. भक्त निवासात राहणारे पर्यटक या वस्तू शुभदाकडूनच खरेदी करत असत; पण जवळून येणारे भक्त, दिवसभरासाठी येणारे, सहलीसाठी येणारे, चिपळूणवरून आलेले प्रवासी हे सगळं गिऱ्हाईक स्टँडवर असलेल्या रेहमानचाचांच्या दुकानातून या पदार्थांची खरेदी करत असे; त्यामुळे रेहमानचाचांच्या दुकानाला गिऱ्हाईक चांगलं होतं. दुकानातला हा माल संपला की, रेहमानचाचा माल आणण्यासाठी साठ्यांच्या घरी जात असत. कधीकधी सिझन असेल, त्या वेळी त्यांना दुकान सोडून जाता येत नसे. म्हणून ते आपली लेक शायना हिला माल आणण्यासाठी पाठवत असत आणि इथंच तिची आणि विवेकची भेट झाली होती. शायना दिसायला खूप सुंदर होती. शुभदावहिनी दुसऱ्या कोणत्यातरी कामात अडकली असली, तर माल मोजून देण्याचं काम विवेककडे असायचं. माल मोजून होईपर्यंत अर्धा-पाऊण तास जायचा. तेवढा वेळ शायना तिथं थांबलेली असायची. वीस-बावीस वर्षांचा विवेक आणि सतरा-अठरा वर्षांची शायना जसजसे एकमेकांच्या सहवासात येऊ लागले, तसतसे एकमेकांकडे आकृष्ट व्हायला लागले आणि मग कधी एकमेकांच्या प्रेमात पडले, हे त्यांचं त्यांनाच कळलं नाही. नाना साठेंच्या घरी आपली लेक जाते आहे. नाना साठ्यांच्या घरातली सगळी माणसं देवमाणसं आहेत, या विश्वासावर रेहमानचाचाही निर्धास्त राहत होते; पण रेहमानचाचांच्याही नकळत त्यांची लेक शायना नाना

साठ्यांच्या धाकट्या मुलाच्या प्रेमात पडली होती. परिस्थिती अवघड होती. रेहमानचाचांना 'भेटायला या' असा निरोप पाठविल्यापासून शुभदा हाच विचार करत होती आणि हा विचार करत असताना हे सगळं कसं कसं घडलं असेल याची एक-एक कडी, त्यातला एक-एक दुवा, प्रसंगांची एक-एक साखळी शुभदा जोडत गेली आणि तिला सगळा उलगडा झाला. विवेकशी न बोलता, त्याला काही न विचारता, हे सगळं कसं घडत गेलं असेल, याचा तिने अचूक तर्क बांधला होता. आता फक्त रेहमानचाचा भेटायला येण्याची शुभदा वाट बघत होती.

अकरा

साठ्यांच्या घरातून शुभदावहिनीसाहेबांनी भेटायला बोलावलं आहे, असा निरोप घेऊन गणा आला तेव्हा रेहमानचाचा दुकानातच बसले होते. कदाचित, शुभदावहिनींनी विक्रीसाठी नवीन प्रकार बनविला असेल आणि तो आपल्या दुकानात ठेवण्यासाठी तिने आपल्याला बोलावलं असेल असा विचार रेहमानचाचांच्या मनात आला. रेहमानचाचा गेली कित्येक वर्षं साठेपरिवाराला ओळखत होते. शुभदावहिनी लग्न होऊन साठ्यांच्या घरी आली, तेव्हा साठ्यांच्या घरची परिस्थिती तिथं गुहागरला राहणाऱ्या, इतर चार सरळ सामान्य ब्राह्मण कुटुंबांसारखी होती. शुभदावहिनी आल्यापासून तिने एकेक सुधारणा करायला सुरुवात केली आणि त्यानंतर तिने बनविलेले अनेक पदार्थ रेहमानचाचांच्या दुकानात विकायला यायला लागले. शुभदावहिनींचा निरोप आला म्हटल्यावर, आपल्या बायकोला - फरिदाला दुकानाकडे लक्ष द्यायला सांगून, लगेचच रेहमानचाचा एक नंबरच्या भक्त निवासात आले. तिथं शुभदानं एक छोटंसं ऑफिस बनवलं होतं. रेहमानचाचा आलेले बघून शुभदा खुर्चीवरून उठली आणि अदबीनं त्यांना म्हणाली, "या चाचा या! बसा! आज तुम्हाला मी एका महत्त्वाच्या कामासाठी बोलावलं आहे." रेहमानचाचा खुर्चीवर बसले. शुभदाबद्दल, तिच्या वागण्या-बोलण्याबद्दल त्यांना खूप आदर वाटायचा. चाचा तिला म्हणाले, "बोला ताई! काय एवढं महत्त्वाचं काम होतं? काही नवीन पदार्थ विक्रीसाठी बनविला आहे का? साठे प्रॉडक्ट्सना खूप मागणी असते ताईसाहेब! परगावहून आलेलं गिऱ्हाईक तुमच्याच मालाची

मागणी करतं. दर्जा आणि चव उत्तम आहे तेव्हा तुम्ही नवीन बनविलेला पदार्थ माझ्याकडे बिनधास्त विकायला द्या! साठ्याचं नावच तसं आहे गावात!'' ''होय, चाचा; पण आता तेच नाव खराब होण्याची, बदनाम होण्याची वेळ आली आहे आणि फक्त साठ्यांचंच नव्हे तर त्यासोबत तुमचं नावसुद्धा!'' शुभदानं रेहमानचाचांचं बोलणं मध्येच थांबविलं आणि सरळ विषयालाच हात घातला. तिच्या या वाक्यानं रेहमानचाचा चकित झाले. 'साठ्यांच्या घराची बदनामी? आणि त्यासोबत आपलीसुद्धा' रेहमानचाचांना काहीच कळेना. शुभदा काय बोलते आहे, याचा त्यांना उलगडाच होईना. ते तिला काही विचारणार, तोच तिने गणाला हाक मारली. गणा बाहेरच उभा होता. तो आत डोकावला. त्याला बघून शुभदानं कडक आवाजात सांगितलं, ''गणा, मला रेहमानचाचांशी काही महत्त्वाचं बोलायचं आहे. अर्धा तास कुणालाही आत सोडू नकोस. कुणीही अगदी घरचं किंवा बाहेरचं कुणीही आलं तरी, आत सोडू नकोस!'' शुभदानं दिलेला हुकूम ऐकून 'जी वहिनीसाहेब!' असं म्हणून गणा बाहेर गेला; पण त्याच्या मनात मात्र नवल होतं. इतक्या कडक आवाजात शुभदावहिनी आजपर्यंत कधीच, कुणाशीच बोलली नव्हती. गणा बाहेर गेल्याचं बघून शुभदाने बोलायला सुरुवात केली, ''चाचा, गेली कित्येक वर्षं आपण एकमेकांना ओळखतो. साठ्यांच्या घराला गावात जसा मान आहे, तसाच तुमच्याही घराला आहे. आपल्या दोन्ही घराण्यांचे एकमेकांशी बोलून-चालून चांगले संबंध आहेत. ते चांगले संबंध बिघडू नयेत आणि आपल्या दोन्ही घराण्यांची गावात बदनामी होऊ नये, या विचाराने मी तुम्हाला इथं बोलावलं आहे. तुमचा माझ्यावर जसा विश्वास आहे, तसा माझाही तुमच्यावर आहे; त्यामुळे मी आता जे बोलणार व सांगणार आहे त्याबद्दल तुम्ही गैरसमज करून घेऊ नका; पण ही गोष्ट बाहेरून कुठूनतरी बोभाटा होऊन तुम्हाला कळण्यापेक्षा मी तुम्हाला सांगितलेली योग्य आहे, असं मला वाटतं. म्हणून तुम्हाला आज इथे बोलावलं आहे. रेहमानचाचा, तुमची कन्या शायना आणि माझा दीर विवेक हे दोघं एकमेकांच्या प्रेमात पडले आहेत. ते दोघं रात्री समुद्रावर सर्वांना चोरून एकमेकांना भेटतात. ही गोष्ट गावात कुणाला कळलेली नाही. या दोघांचं एकमेकांवर कितीही प्रेम असलं, तरी त्यांचं लग्न लावून देणं हे दोन्ही घरं, दोन्ही धर्म आणि आपलं गाव या सगळ्यांचा विचार करता शक्य नाही. तेव्हा या प्रकरणाचा गावात बोभाटा होण्यापूर्वी तुम्ही तुमच्या लेकीला समजावून सांगा. विवेकभावजींना कसं समजावायचं ते मी बघते!'' शुभदा शांतपणे बोलत होती खरं; पण तिच्या प्रत्येक शब्दागणिक रेहमानचाचांच्या अंगाचा तिळपापड होत होता. आपल्या लेकीचा त्यांना भयंकर राग येत होता. असंच घरी जाऊन तिला उभी चिरावी, असं त्यांना वाटत होतं; पण आपला

संताप ते शुभदासमोर व्यक्त करू शकत नव्हते. तरीही त्यांच्या हालचालींतून शुभदाला ते जाणवलं. ते बघून ती म्हणाली, "हां हां! रेहमानचाचा, सबूर! थोडं समजुतीनं घ्या! घरात जाऊन कसलाही आरडाओरडा, तमाशा करू नका. शायनाला मारहाणही करू नका. तसं केलंत तर आतापर्यंत जी गोष्ट लपून राहिली, ती जगजाहीर होईल. त्यापेक्षा मी तुम्हाला एक सुचवते, इथून कुठंतरी लांबच्या गावी जिथं तुमचे नातेवाईक असतील, तिथला एखादा चांगला मुलगा बघा आणि लवकरात लवकर शायनाचं लग्न लावून द्या. खर्चाकडून आता तुम्हाला ते शक्य नसेल तर मी तुम्हाला थोडी मदत करेन आणि हे जर शक्य झालं तर तुमच्या आणि आमच्या दोघांच्याही घराण्याची बदनामी वाचेल." शुभदाचं बोलणं ऐकून रेहमानचाचा शांत झाले आणि त्यांना आठवलं, वसईला राहणारी त्यांची बहीण तिच्या पुतण्यासाठी शायनाला मागणी घालून गेली होती. त्यांनी ही गोष्ट शुभदाला सांगितली. स्थळ उत्तम होतं. मुलगा इंजिनिअर होता. माहितीतला होता. रेहमानचाचांनी त्यासंबंधीचा निर्णय लगेचच घ्यावा, असं शुभदानं सुचवलं. पंचवीस हजार रुपयांची मदत करण्याचं आश्वासनही दिलं. रेहमानचाचा क्षणभर काही बोलले नाहीत. दुसऱ्या क्षणी उठून त्यांनी शुभदाचे पाय धरले. "अहो चाचा, हे काय करता? तुम्ही माझ्यापेक्षा वयानं मोठे आहात! उठा बरं आधी! खुर्चीवर बसा!" शुभदानं चाचांना उठवलं. खुर्चीवर बसायला सांगितलं. चाचांच्या डोळ्यांतून अश्रू वाहत होते. ते म्हणाले, "ताईसाहेब, तुमचे उपकार कसे मानू? तुम्ही आज माझ्या घराण्याची अब्रू वाचवलीत, माझ्या पोरीची अब्रू वाचवलीत, माझ्या घराला बदनाम होण्यापासून वाचवलंत. तुम्ही जर हे केलं नसतं तर मला गावात तोंड दाखवायला जागा राहिली नसती. त्या दोघांनी पळून जाऊन लग्न केलं असत तर मला जीव देण्याशिवाय गत्यंतर नव्हतं आणि गावात बदनामी झाली असती तर माझ्या पोरीनं जिवाचं बरं-वाईट करून घेतलं असतं. विवेकभाऊ फार चांगले आहेत. तुमच्यासारखी वहिनी त्यांच्या पाठीशी आहे. ते लगेचच सावरतील. मला तुमच्याकडून पंचवीस हजार रुपये नकोत. मला फक्त पाच हजार रुपये द्या. काहीतरी निमित्त सांगून मी आजच्या आज शायना आणि फरिदाला घेऊन वसईला जातो आणि तिचा निकाह लावूनच परत येतो. ताईसाहेब, या गरिबावर तुमची अशीच माया राहू दे! माझी पोरगी नादान आहे; पण आपण मोठी माणसं शहाणी आहोत. तुम्ही सुचविलं, सांगितलं म्हणूनच मीसुद्धा स्वत:वर संयम ठेवला आणि राग आवरला. नपेक्षा मी घरी जाऊन तमाशाच केला असता. ताईसाहेब, तुमचे खूप उपकार आहेत. खूप खूप उपकार आहेत!" असं म्हणून रेहमानचाचा हुदंके देऊन रडू लागले. शुभदानं त्यांच्या खांद्यावर थोपटलं. त्यांना शांत केलं. ड्रॉवरमधून पाच हजार

रुपये काढून त्यांना दिले. ते घेऊन शुभदाला पुन:पुन्हा नमस्कार करून रेहमानचाचा गेले. ते जात असताना 'चाचा आज रात्रीच वसईला जा हो!' असं त्यांना सांगायला शुभदा विसरली नाही. चाचांनी मानेनंच होकार दिला आणि ते बाहेर पडले. त्या दिवशी रात्री जेवण झाल्यानंतर 'चक्कर टाकून येतो' म्हणून विवेक बाहेर पडला तो लगेचच परत आला, तेव्हा त्याचा चेहरा उतरलेला होता. तो कुठं गेला असावा आणि तिथं काय झालं असावं याचा अंदाज शुभदाला आला; पण तिनं काहीच बोलून दाखवलं नाही, उलट, नेहमीसारखं हसून, "काय विवेकभावजी, आज फिरणं लवकर झालं वाटतं? बरं झालं लवकर आलात ते! पावसाचं चिन्ह आहे, मी काळजी करत होते." असं म्हणाली. विवेकचा चेहरा उतरला होता. त्यानं तिला काहीच उत्तर दिलं नाही. फक्त "हो, म्हणूनच लवकर आलो." असं मोघम बोलून तो त्याच्या खोलीत गेला. शुभदानंही काही दर्शविलं नाही. त्यानंतरही सलग दोन दिवस रात्री जेवणानंतर विवेक बाहेर चक्कर मारायला म्हणून जात होताच; पण लगेचच परत येत होता. रेहमानचाचांनी आपल्याला शब्द दिल्याप्रमाणे आपलं काम केलं आहे हे शुभदाला कळून चुकलं; तरीही तिनं गणाला पाठवून त्या गोष्टीची शहानिशा करून घेतली. शायनाला घेऊन रेहमानचाचा कुठंतरी गावाला गेले आहेत, अशी बातमी गणानं येऊन सांगितली तेव्हा शुभदा थोडीशी निर्धास्त झाली. आता प्रश्न होता, तो विवेकला सावरण्याचा; पण एका गमतीशीर प्रसंगानं तोही सुटला आणि विवेकचं काय करायचं त्याबद्दलचा एक चांगला मार्ग त्या प्रसंगामुळे शुभदाला सापडला. झालं असं – भक्त निवासात राहण्यासाठी कोल्हापूरहून एक कुटुंब आलं होतं. त्या कुटुंबामध्ये आई-वडील आणि कॉलेजला जाणारे दोन मुलगे होते. देवदर्शन, नैवेद्य, अभिषेक हे सगळं झाल्यानंतरही पुढे आणखी दोन दिवस ते कुटुंब भक्त निवासात राहिलं होतं. त्यांना दुपारचा चहा देण्यासाठी गणाला सोबत घेऊन शुभदा तिथं गेली, तेव्हा त्या दोन मुलांतला एक मुलगा तिला म्हणाला, "मॅडम, तुमच्या या गावात सगळीकडे फक्त घरगुती जेवणच मिळतं का? इतर काही दुसरे प्रकार मिळत नाहीत का? देवाच्या नैवद्यासाठी म्हणून हे ठीक आहे; पण आता आम्ही दोन दिवस इथं राहिलो आहोत. त्या दृष्टीने पंजाबी, चायनीज किंवा इतर इंटर कॉन्टिनेंटल फूड तुम्ही बनवत नाही का? किंवा गावात कुणी बनवत नाही का? तुम्ही देता त्या सगळ्या पदार्थांची क्वालिटी उत्तम असते. टेस्टही चांगली असते; पण सहलीला आल्यानंतर घरच्यासारखंच जेवण घेण्यात काय अर्थ आहे? काहीतरी वेगळं, वेगळ्या चवीचं स्नॅक किंवा जेवण तुम्ही का ठेवत नाही? इथं एवढा समुद्रकिनारा आहे. काही वेगळ्या चवीचं जेवण किंवा स्नॅक इथं मिळणं म्हणजे सोने पे सुहागा! बीचवर बसून असं काहीतरी हटके खाण्यातली

मज्जा काही औरच असते.'' त्या मुलाचं बोलणं ऐकून त्या वेळी शुभदानं ''होय, तुमचं बरोबर आहे! इथं अशा पद्धतीचं काही वेगळं जेवण-खाणं मिळावं असा प्रयत्न आम्ही करणार आहोत.'' असं सांगून वेळ मारून नेली. वेळ मारून नेली खरी आणि ती घरी परतली; पण त्या मुलानं मांडलेला विचार काही केल्या तिच्या डोक्यातून जाईना. त्यानं सुचविल्याप्रमाणे, आपण काहीतरी केलं पाहिजे असं तिला राहून-राहून वाटू लागलं आणि विचार करत असतानाच तिच्या डोळ्यांसमोर विवेकचं नाव आलं.

त्या दिवशी रात्री खोलीत निजायला गेल्यावर तिनं घडलेली सगळी गोष्ट विद्याधरला सांगितली. त्यामध्ये विवेक-शायनाचं प्रेम प्रकरण, त्यातल्या धोक्याची कल्पना येऊन तिनं घेतलेला निर्णय, रेहमानचाचांना ऑफिसमध्ये बोलावून त्यांना सांगितलेला मार्ग, त्यासाठी त्यांना देऊ केलेली पाच हजारांची मदत, रेहमानचाचांनी पाळलेला शब्द, त्यानंतरचं विवेकचं उदास राहणं, आज त्या कुटुंबातल्या मुलानं सुचविलेल्या काही नवीन गोष्टी आणि विवेकला नैराश्यातून बाहेर काढायचं असेल, तर विवेकच्या भवितव्याच्या दृष्टीनं त्या गोष्टीचा तिनं केलेला विचार या सगळ्या-सगळ्या गोष्टी तिनं विद्याधरच्या कानावर घातल्या. विद्याधरला हे सगळंच नवीन होतं. एका मुस्लीम मुलीवर विवेकचं प्रेम होतं, हे ऐकल्यावर तर त्याला धक्काच बसला; पण शुभदानं ती परिस्थिती अतिशय संयमानं आणि विचारपूर्वक हाताळलेली बघून, त्याला शुभदाचं कौतुक वाटलं. त्याचबरोबर विवेकने दोन वर्षांचा हॉटेल मॅनेजमेंटचा डिप्लोमा कोर्स करण्यासाठी आपण त्याला उद्युक्त करावं आणि तो कोर्स पूर्ण करून, तो इकडे येईपर्यंत त्याच्यासाठी एखादं चांगलं हॉटेल बांधून तयार ठेवावं, अशीही आपली पुढची योजना असल्याचं शुभदानं विद्याधरला सांगितलं आणि विवेकला हॉटेल मॅनेजमेंटचा कोर्स करायला कोल्हापूरला जाण्यासाठी विद्याधरने त्याचं मन वळवावं, अशी जबाबदारीही विद्याधरवर टाकली. शुभदाचं बोलणं, तिची विचारांची धाटणी आणि मांडणी, शब्दाशब्दांतून जाणवणारा तिचा आत्मविश्वास हे सगळं बघितल्यावर विद्याधरनेही विवेकचं मन वळविण्याचं कबूल केलं आणि तेही उद्याच!

दुसऱ्या दिवशी सकाळी चहा-नाष्ट्यासाठी सगळे एकत्र जमले असताना विद्याधरने तो विषय काढलाच. विवेकने हॉटेल मॅनेजमेंटचा दोन वर्षांचा डिप्लोमा करायला जावं. त्यादरम्यान त्याच्यासाठी बीचजवळ असलेल्या आपल्या जागेमध्ये आपण एक टुमदार आणि डिसेंट हॉटेल उभं करू आणि तो डिप्लोमा पूर्ण करून आल्यानंतर विवेकने ते हॉटेल सांभाळावं, नावारूपाला आणावं, असा आपला विचार विद्याधरने बोलून दाखविला. अर्थातच विद्याधरने मांडलेल्या या विचाराशी सगळेजण सहमत झाले. गजानन आणि ऊर्मिलाने तर अमाप उत्साहानं या योजनेला संमती दिली आणि भक्त निवास सांभाळून या बाबतीत विवेकला मदत करू, असंही आनंदानं सांगितलं.

एक गोष्ट खरी होती की, विवेकचं शायनाशी असलेलं प्रेमप्रकरण घरातच काय; पण गावातही कुणाला माहीत नव्हतं आणि अर्थातच त्यामुळे घरातल्यांसमोर त्याला आपलं वागणं नॉर्मलच ठेवावं लागलं. आपण दु:खी आहोत, उदास आहोत, प्रेमभंग झालेल्या मन:स्थितीत आहोत हे घरच्यांना कळू नये, याची खबरदारी घेणं त्याला भागच होतं; त्यामुळे वरवर का होईना; पण तो सगळ्यांशी हसून बोलत होता. सगळे एकदम जेवायला बसले तर तो सगळ्यांसोबत जेवायला बसून त्यांच्या हास्यविनोदात सामील होत होता. निदान तसं नाटक तरी करत होता; त्यामुळेही असेल कदाचित; पण त्याच्या मनावर असलेलं प्रेमभंगाचं, शायनाच्या आठवणींचं सावट कमी व्हायला लागलं आणि विवेक हळूहळू माणसांत यायला लागला; नॉर्मल व्हायला लागला. नाहीतरी कोणत्याही परिस्थितीत आपलं आणि शायनाचं लग्न होणार नाही, हे सत्य त्यानं तेव्हाही स्वीकारलं होतंच आणि आताही त्यानं ते स्वीकारलं. ही गोष्ट तो तेव्हाही समजून चुकला होता आणि आता तर त्यानं ती मान्यच केली होती. गेले आठ दिवस शायनाचा पत्ता नव्हता. समुद्रावर ती भेटायलाही आली नव्हती. तिच्या घरालाही कुलूप होतं. रेहमानचाचांचं दुकानही बंद होतं. ती आपल्याला येऊन भेटते याचा सुगावा कदाचित रेहमानचाचांना लागला असावा म्हणून ते तिला दुसरीकडे कुठेतरी घेऊन गेले असावेत, असा तर्क त्याने लावला. गावात कुणाला विचारायची सोय नव्हतीच; पण एक दिवस उडतउडत त्याच्या कानावर बातमी आली की, रेहमानचाचांनी शायनाचं लग्न लावलं आहे. तो उदास झाला खरा; पण त्याला फार मोठा धक्का बसला नाही. कारण हे कधीतरी घडणारच होतं हे त्या दोघांनाही माहीत होतं आणि म्हणूनच विद्याधरने जेव्हा हॉटेल मॅनेजमेंटचा डिप्लोमा करण्यासाठी दोन वर्षं त्याने कोल्हापूरला जावं असं सुचवलं, तेव्हा विवेक लगेचच तयार झाला. तशातच काल रात्री समुद्रावरून परतल्यानंतर त्याची शुभदावहिनीशी गाठ पडली आणि त्यावेळी शुभदावहिनीनं सांगितलेलं त्याला आठवलं. ती म्हणाली होती, ''भाऊजी, प्रत्येकाचं विधीलिखित ठरलेलं असतं. ते कुणीच बदलू शकत नाही. तसा प्रत्येकाचा मार्गही ठरलेला असतो. ज्यानं त्यानं आपापल्या मार्गानं जायचं असतं. तो किंवा ती अमक्या मार्गानं गेली म्हणजे आपणही त्याच मार्गानं जावं असं होत नाही. आता तुम्हाला तुमच्या भविष्याचा मार्ग निवडायचा आहे. भाऊजी, वाळूतले ठसे कायम राहत नाहीत, ते कितीही खोलवर असले तरी; पण भविष्याच्या मार्गावरचे ठसे कायम राहतील असेच खोलवर उमटवावे लागतात. तुम्हाला तशी संधी लाभली तर वाळूतल्या ठशांची आठवण पुसून संधीचं सोनं करा.'' शुभदावहिनीनं असं सांगितलं आणि ती निजायला गेली; पण आपल्या आणि शायनाच्या प्रेमाबद्दल तिला माहीत होतं हे तिच्या बोलण्यावरून विवेकच्या लक्षात आलं. त्या विचारानं त्याला क्षणभर घाम फुटला; पण शुभदावहिनीनं

हे कोणालाच सांगितलं नसावं; म्हणूनच तिनं असं सूचक वक्तव्य केलं हेही त्याच्या लक्षात आलं. आता शायना गावात नव्हती तेव्हा इथं राहण्यात काहीच इंटरेस्ट नव्हता. शायनाचं आयुष्य मार्गी लागलंच आहे तर आपण आपल्या आयुष्याची वाताहत का करून घ्यावी? आपणही आपलं आयुष्य आता मार्गी लावावं – या विचारानं विवेकनं हॉटेल मॅनेजमेंटचा कोर्स करायला कोल्हापूरला जाण्यास मनापासून आणि लगेचच होकार दिला.

त्यानं दिलेल्या होकारानं शुभदाला साहजिकच अतिशय आनंद झाला. कुठंतरी नियती आपल्यासोबत आहे आणि या घराचं कल्याण करण्यासाठी प्रत्येक पावलावर ती आपल्याला मदत करते आहे, यावर तिचा विश्वास बसू लागला आणि तिला आठवलं, ''ती पंचवीस-सव्वीस वर्षांची असतानाची गोष्ट; ती दहावीत असताना आई गेली. मोठ्या दोघी बहिणी शैला आणि पुष्पा यांनी प्रेमविवाह करून आपापली घरं वसवली. खूप प्रयत्न करूनही शुभदाचं लग्न जमत नव्हतं. विनायकबुवा स्वत: आणि शुभदा दोघेही हळूहळू निराश होऊ लागले होते. अशा वेळी, एके दिवशी एक साधू बैरागी त्यांच्या दारात भिक्षा मागायला आला. आपण हिमालयातून आल्याचं तो सांगत होता. विनायकबुवा श्रद्धाळू किंवा अंधश्रद्धाळू तर होतेच; पण आपल्या दारातून कुणाही याचकाने विन्मुख जावं, असं त्यांना वाटत नसे. बऱ्याचदा घरात फार काही नसायचंही; पण तरीही दारी आलेल्या याचकाच्या झोळीत काहीतरी घालायचं हा विनायकबुवांचा जणू धर्मच होता. शुभदाही त्यांचा हा धर्म जाणून होती; त्यामुळे बाबा घरी असोत किंवा नसोत, दारात आलेल्या भिक्षुकाला काही ना काहीतरी देण्याचा बाबांचा धर्म तीही पाळत होती. त्या दिवशीसुद्धा हिमालयातून आलो आहे, हे सांगत आलेल्या या साधूला, शुभदानं डब्यात दोन ओंजळी शिल्लक असलेल्या तांदळापैकी एक ओंजळभर तांदूळ त्याच्या झोळीत घातले आणि वाकून त्याच्या पाया पडली. शुभदाला 'सुखी भव'चा आशीर्वाद देत डोळे मिटून तो साधू म्हणाला, ''पोरी, तू मोठी भाग्याची आहेस. तुझ्यामध्ये अमाप कर्तृत्व आहे. एका संपूर्ण घराण्याचा उद्धार तुझ्या हातून होणार आहे आणि त्याचबरोबर तूही सुखी होणार आहेस!'' त्या साधूचं ते बोलणं ऐकून शुभदा म्हणाली, ''बाबा, कोणत्या घराण्याचा उद्धार होणार आहे माझ्या हातून कुणास ठाऊक! पण सध्या तरी माझाच उद्धार होण्याची मी वाट पाहते आहे. तो कधी होतोय कुणास ठाऊक? आणि माझा थोडाफार उद्धार झाला तरच मी दुसऱ्या कुणाचातरी उद्धार करू शकेन!'' हे म्हणताना तिच्या चेहऱ्यावर विषाद होता, दु:ख होतं, निराशा होती. ती बघून तो साधू पुन्हा म्हणाला, ''बेटी, अशी निराश होऊ नकोस. ती वेळ आता लवकरच येणार आहे. जे घर तू यावंस म्हणून तुझी वाट बघतंय त्याच घरात तुझा नियोजित वर आहे. तो आपणहून तुझ्या घरी येईल. तुझा पत्नी म्हणून स्वीकार करेल आणि

त्यानंतरच तुझ्या कर्तृत्वाला झळाळी येईल! तेव्हा बेटा अजून थोडे दिवस वाट बघ. इंतजार का फल हमेशा मीठा होता है।'' असं बोलून शुभदाच्या डोक्यावर मायेनं थोपटून तो साधू निघून गेला. पुढे वर्ष-दीड वर्षातच विलक्षण पद्धतीनं विद्याधरशी तिचं लग्न झालं. ती 'साठ्यांची सून' झाली आणि खरोखरच, ती घरात आल्यापासून साठ्यांच्या घराचा उद्धार झाला. आताही शुभदाला त्या साधूचे ते शब्द आठवले. ते शब्द किती सत्य होते याची प्रचिती तिला याआधीही आली होती आणि आताही येत होती. खरोखरच, आपल्या हातून या घरातल्या सगळ्या समस्यांचं निराकरण कसं काय झालं याचं कोडं तिला पडलं होतं. ती 'सून' म्हणून या घरी आली, तेव्हा सगळं घर विस्कटलेलं होतं. कुणाचा पायपोस कुणाच्या पायांत नव्हता. नाना-नानी, शकुआत्या हताश होते. विद्याधर दु:खी आणि निराश होता. सगळी माणसं असूनही भाग्यश्री आणि अरविंद पोरके होते. घराभोवती असलेली नारळ, सुपारी, आंबा-फणसांची झाडं आणि विद्याधरचा रुटुखुटु चाललेला दवाखाना आणि त्यातून होणारी थोडीशी कमाई या सगळ्यांतून होणाऱ्या तुटपुंज्या मिळकतीवरच घरातला खर्च कसाबसा चाललेला होता. त्यातच लग्नाचं वय उलटून गेल्यामुळे, स्वभावानं कडवट, संतापी आणि आक्रस्ताळी झालेली विद्याधरची बहीण प्रभावती, तिचं शुभदाशी असूयेनं वागणं, तिचा दुस्वास करणं, यातून हळूहळू शुभदानं काढलेला मार्ग, पुष्पाच्या चुलतदिराशी तिचं ठरवलेलं लग्न, सरस्वतीचं बबन बागणे नावाच्या गुंड मुलाच्या प्रेमात पडणं, शुभदानं तिला सावरणं, तिला समजावून सांगणं आणि उत्तम स्थळ बघून तिचंही लग्न ठरवणं, सिनेमाच्या वेडापायी गजाननचं मुंबईला पळून जाणं, बारमध्ये नोकरी करणं, तिथं काम करणाऱ्या मुलीवर प्रेम करणं, गुंडांना तिथे अंगावर घेणं आणि या सगळ्यांमुळे पश्चात्ताप पावून त्या दोघांचं गुहागरला पळून येणं आणि त्या मुलीचा खरा भूतकाळ गावात कुणालाही कळू न देता, शुभदानं व्यवस्थित योजनाबद्ध रीतीनं तिला 'साठ्यांची सून' म्हणून करून घेणं; हे सगळं करत असताना हाताखाली एक-दोन बायका घेऊन एक-एक असे खास कोकणातले पदार्थ बनवून त्यांची विक्री करणं, त्याचसोबत गुहागरला येणाऱ्या पर्यटकांचा वाढता ओघ लक्षात घेऊन भक्त निवास बांधणं आणि हळूहळू एकाचे दोन आणि दोनाचे तीन असे भक्त निवास चालू करणं; हे सगळं करत असताना, घर, संसार, घरातली माणसं, नाना-नानी, शकुआत्या यांच्या तब्येती, भाग्यश्री, अरविंदवर आईसारखी माया करणं, त्यांच्या अभ्यासाकडे लक्ष देणं, मिळणाऱ्या कमाईतून हळूहळू घराचा केलेला कायापालट; या सर्व कर्तृत्वामुळे संपूर्ण गुहागर गावातच नव्हे तर आसपासच्या पंचक्रोशीमध्ये वाढलेली साठे घराण्याची कीर्ती आणि आता या सर्वांवर कडी म्हणजे बोभाटा होण्यापूर्वीच मिटवलेलं विवेकचं प्रकरण. शुभदाला आपलं आयुष्य एखाद्या चित्रपटाच्या कथेप्रमाणे वाटत होतं. साधूचे बोलही

खरे ठरले होते. खरोखर तिच्याच हातून साठे घराण्याचा उद्धार झाला होता. नानी तर तिला कधी-कधी 'माझी गंगा नदी आहेस' असं म्हणत असत. एकदा न राहवून शुभदानं त्यांना या वाक्याचा अर्थ विचारला, तेव्हा त्या म्हणाल्या, ''अगं शुभा, गंगा नदी काय करते? सगळ्यांची पापं, सगळ्यांचे अपराध, सगळ्यांचे गुन्हे, सगळ्यांची दुःखं आपल्या पोटात घेते आणि सगळ्यांना पवित्र करून, त्यांचं कल्याण करून पाठवते. तूही तशीच आहेस. तुझं जिणं जणू गंगौघाचं पाणीच आहे म्हणून तू माझी गंगा नदी आहेस.'' नानींचं हे बोलणं, हे कौतुक, ही शाबासकी शुभदाला कुठेतरी सुखावून जायची आणि विद्याधरच्या डोळ्यांतून शुभदाबद्दलचा अभिमान ओसंडून वाहायचा.

आजही विवेकभावजींनी 'हॉटेल मॅनेजमेंटचा कोर्स करण्यासाठी मी कोल्हापूरला जाईन' असं आनंदानं सांगितलं, तेव्हा शुभदाच्या चेहऱ्यावर आत्यंतिक समाधान उमटलं. आता गडबड करायला हवी होती. त्या कोर्ससाठी विवेकभावजींनी लवकर ॲडमिशन घेणं महत्त्वाचं होतं. म्हणूनच शुभदा, विद्याधर आणि विवेक तिघेही दुसऱ्या दिवशी पहाटे पहिल्या गाडीनेच निघाले. कोल्हापूरला पोहोचेपर्यंत अकरा वाजून गेले होते. तेथे जाऊन त्यांनी पहिल्यांदा महालक्ष्मीचं दर्शन घेतलं नंतर थोडंफार खाऊन त्यांनी तडक कोहिनूर इन्स्टिट्यूट गाठली. तेथे हॉटेल मॅनेजमेंटच्या दोन वर्षांच्या कोर्ससाठी विवेकची ॲडमिशन घेतली. ॲडमिशनसोबतच त्याच्या राहण्या-जेवण्याच्या व्यवस्थेचेही पैसे भरले. विवेकला कोल्हापूरचं वातावरण आवडलं. ती संस्थाही चांगली होती. त्या संस्थेतलं वातावरणही अतिशय खेळीमेळीचं आणि मोकळं होतं. प्राचार्य स्वतः फार चांगले होते. विद्याधर, शुभदा आणि विवेक कोकणातून हा कोर्स करण्यासाठी इकडे आले आहेत, असं कळल्यावर त्यांनी अतिशय अगत्याने आपली सगळी संस्था फिरून दाखविली आणि आपली खास वैशिष्ट्यंही सांगितली. त्याच वेळी शुभदाला 'त्या' मुलाचं बोलणं आठवलं. तिनं सरांना विचारलं, ''सर तुमच्या इथे या कोर्समध्ये हॉटेल व्यवस्थापनाबरोबरच महाराष्ट्राबाहेरील पदार्थ करायला शिकवतात का? म्हणजे जसं पंजाबी, साउथ इंडियन, चायनीज?'' तिच्या या प्रश्नाला सरांनी हसूनच उत्तर दिलं; म्हणाले, ''मॅडम, हा अभ्यासक्रम दोन वर्षांचा आहे आणि या अभ्यासक्रमामध्ये हॉटेल व्यवस्थापन, नॅशनल, इंटरनॅशनल कुकिंग हे सगळं शिकवलं जातं. या कॉलेजमधून अभ्यासक्रम शिकून बाहेर पडलेला विद्यार्थी कोणत्याही प्रकारचं हॉटेल यशस्वीपणे चालवू शकेल अशी आम्ही तुम्हाला खात्री देतो आणि आतापर्यंत आमच्या इथून शिकून बाहेर पडलेला प्रत्येक विद्यार्थी अत्यंत यशस्वीपणे हॉटेलिंगचा व्यवसाय करतो आहे. आमच्या संस्थेची ती खासियतच आहे.'' प्राचार्यांनी दिलेली ग्वाही ऐकून शुभदाला आनंद झाला. एवढंच नव्हे तर विवेकच्या चेहऱ्यावरही आनंद पसरल्याचं तिच्या लक्षात आलं आणि त्यामुळे तिचा आनंद द्विगुणित झाला.

शायनाचं प्रेम आणि शायना या दोन्ही गोष्टींना विस्मृतीत टाकून विवेक नव्याने आपल्या आयुष्याची घडी बसविण्यासाठी, आयुष्य नव्याने जगण्यासाठी सिद्ध झाला आहे याचंच ते द्योतक होतं. ॲडमिशनची प्रक्रिया पूर्ण झाली. कॉलेज सुरू व्हायला अजून सात दिवसांचा अवधी होता. विद्याधर, शुभदा आणि विवेक गुहागरला परतले, तेव्हा रात्रीचे अकरा वाजले होते. तरीही नाना-नानी, गजानन-ऊर्मिला त्या तिघांची वाट बघत बसले होते. ॲडमिशन घेऊन झाली. सगळं काम व्यवस्थित झालं, असं विद्याधरने सांगताच चौघांच्याही चेहऱ्यावर आनंद पसरला. आता आणखी आठ दिवसांनी विवेकभाऊजी कोल्हापूरला जाणार, त्यांच्यासोबत काय काय द्यायचं, त्याचा विचार करताकरता शुभदा झोपी गेली.

आठ दिवसांनी विवेक कोल्हापूरला जायला निघाला, तेव्हा त्याच्यासोबत त्याला कोल्हापूरला पोहोचवण्यासाठी विद्याधर तर होताच; पण सामानही ढीगभर होतं. शुभदाने खाण्याच्या तर तऱ्हातऱ्हा करून विवेकबरोबर दिल्या होत्या. त्या प्रत्येक पदार्थामागे तिची माया दडली होती, हे विवेकही जाणून होता; त्यामुळेच आतापर्यंत कधीही प्रसंगा-प्रसंगाने एक-दोन दिवसांपेक्षा जास्त दिवस घरापासून लांब न राहिलेला विवेक आता दोन वर्षांसाठी कोल्हापूरला निघाला या विचाराने घरातल्यांचेच नव्हे, तर विवेकचे स्वत:चेही डोळे सारखे भरून येत होते. आपण आता आपल्या घरापासून, घरातल्या माणसांपासून, आपल्या मायेच्या माणसांपासून दोन वर्षांसाठी लांब जात आहोत, ही एकच दु:खाची भावना त्या क्षणी त्याच्या मनात होती आणि विशेष म्हणजे, या भावनेच्या आठवणीत शायनाच्या आठवणीला जरासुद्धा जागा नव्हती. आपल्या घरातली माणसं, त्यांना आपल्याबद्दल सतत वाटणारं प्रेम, त्यांच्या मनात सतत असणारा आपल्या कल्याणाचा विचार आणि ते साधण्यासाठी चाललेली त्यांची धडपड लक्षात घेऊन, विवेकने शायनाला आपल्या मनातून कधीच काढून टाकलं होतं; त्यामुळेच फक्त घरातल्या प्रेमळ आठवणी सोबत घेऊन तो हॉटेल मॅनेजमेंटच्या कोर्ससाठी कोल्हापूरला जाण्यास सिद्ध झाला.

विवेक कोल्हापूरला गेला आणि त्याच्या अनुपस्थितीचं दु:ख मनात ठेवून साठ्यांच्या घरातले दैनंदिन व्यवहार सुरू झाले. विद्याधरचं क्लिनिक, गजानन-ऊर्मिला यांची भक्त निवासावरची देखभाल, फक्त त्यात आता तीन क्रमांकाच्या भक्त निवासाच्या देखरेखीची भर पडली होती. कारण एकट्या विनायकबुवांना ते सगळं हाताळणं अवघड झालं होतं. शुभदाला मात्र एक नंबरचं भक्त निवास आणि साठे प्रॉडक्ट्स हे सगळं सांभाळण्याबरोबरच घरची जबाबदारी, नाना-नानींची देखभाल, भाग्यश्री, अरविंदचा अभ्यास हे सगळं करण्यात दिवस कसा निघून जायचा ते कळायचचं नाही आणि आता पळापळ करायला, पटकन काहीतरी आणायला-सावरायला हाताखाली विवेक नव्हता. शुभदाला माहीत होतं की, आता बघताबघता

सहा महिने संपतील मग आठ दिवसांसाठी विवेक घरी येईल आणि पुढचे सहा महिने संपतील तसंच हा-हा म्हणता पुढचं वर्ष संपून जाईल आणि दोन वर्षांचा अभ्यासक्रम संपवून विवेक घरी येईल; पण तोपर्यंत तरी सतत अवतीभोवती वावरणाऱ्या, घरातलं वातावरण प्रसन्न ठेवणाऱ्या विवेकची आठवण शुभदाच्या डोळ्यांत पाणी आणत असे. अशातच सहा महिने संपले आणि एक दिवस विवेकचा फोन आला की, तो उद्या घरी येतोय आठ दिवसांसाठी आणि त्याच्यासोबत कोणी पाहुणे आहेत ते एक-दोन दिवस राहतील आणि मग परत जातील. विवेकच्या फोनने घरात आनंद पसरला. फक्त 'पाहुणे कोण येणार' याची उत्सुकता लागून राहिली. दुसऱ्या दिवशी दुपारी अकरा-बाराच्या सुमाराला साठ्यांच्या दाराशी एक पांढरी आल्टो कार येऊन थांबली. त्यातून आधी विवेक उतरला आणि त्याच्या पाठोपाठ कोट-टाय घातलेले रुबाबदार व्यक्तिमत्त्वाचे गृहस्थ उतरले. विद्याधर आणि शुभदा त्यांच्या स्वागताला पुढे आले. विवेकने पुढे होऊन दादाला मिठी मारली. दोघांचे डोळे पाण्याने भरले होते. दादाच्या मिठीतून सुटल्यावर, विवेक शुभदाच्या पायांशी वाकला. शुभदाने त्याला उठवलं. त्याचा चेहरा ओंजळीत धरला आणि प्रेमाने म्हणाली, "किती वाळलात विवेकभाऊजी?" तिच्या या प्रश्नावर विवेक एखाद्या लहान मुलासारखा तिच्या खांद्यावर डोकं ठेवून हुंदके देऊ लागला. शुभदा कितीतरी वेळ त्याच्या पाठीवरून प्रेमाने हात फिरवत होती. पाठीमागे उभे असलेले ते गृहस्थ हा स्वागताचा सोहळा कौतुकाने पाहत होते. विद्याधर पुढे झाला आणि त्या गृहस्थांशी हात मिळवत म्हणाला, "नमस्कार! या ना! मी विवेकचा मोठा भाऊ विद्याधर! माझा इथे छोटासा दवाखाना आहे." दादाचं बोलणं ऐकून विवेकही सावध झाला. शुभदावहिनीच्या पदराला आपले डोळे आणि चेहरा पुसून तो विद्याधर जवळ येऊन म्हणाला, "दादा, मी ओळख करून देतो. हे नरेंद्र गोखले. पुण्याचे बिल्डर. आमच्या इन्स्टिट्यूटमध्ये काही नवीन बांधकाम करायचं होतं, त्यासाठी हे आले होते. त्या वेळी यांची आणि माझी ओळख झाली. यांची मुलगी संध्या गोखले. ती माझ्यासोबतच शिकते. आम्ही सहज बोलत बसलो असता, मी त्यांना आपल्या गावाबद्दल, परिवाराबद्दल सगळी माहिती दिली आणि बोलता-बोलता मी हा कोर्स करून आपल्या गावात एक चांगलं हॉटेल सुरू करण्याचा माझा मानस त्यांना सांगितला. त्यासाठी ते तुला भेटायला इथे आले आहेत." दादाशी एवढं बोलून विवेक गोखलेसाहेबांकडे वळला आणि म्हणाला, "सर, चला ना! आपण आत घरात जाऊ! मी तुमची घरातल्या इतर मंडळींशी ओळख करून देतो." विवेकचं बोलणं ऐकून शुभदाही भानावर आली आणि लगबगीने ती आत आली. तिच्या पाठोपाठ ते तिघेही आत आले. विवेक घरी येणार म्हणून या वेळी सगळे घरातच होते. विवेकने गोखलेसाहेबांची सगळ्यांशी ओळख करून दिली. शहरातल्या

इतक्या रुबाबदार माणसाला विवेकसोबत मोकळेपणाने बोलताना बघून नाना-नानींचा ऊर अभिनमानाने भरून आला. कोकमचं सरबत झालं; त्यानंतर जेवणं झाली. तीनही भक्त निवास गोखलेसाहेबांनी नजरेखालून घातले. बांधकामाबद्दल काही किरकोळ सुधारणा, सूचनाही त्यांनी सांगितल्या. रात्रीच्या जेवणानंतर विवेक, नाना-नानी आणि शुभदाशी बोलत बसला होता. गजानन-ऊर्मिलाही त्यात सामील झाले. ऊर्मिलाकडे गोड बातमी होती; त्यामुळे घरात आनंद तर होताच. विवेकच्या येण्याने तो द्विगुणित झाला. विद्याधर आणि गोखलेसाहेब विद्याधरच्या खोलीत बोलत बसले होते. त्या वेळी गोखलेसाहेबांनी आपला इथं येण्याचा उद्देश स्पष्ट केला. ते म्हणाले, ‘‘डॉक्टर, मी इथं मुद्दाम आलो आहे. का आलो आहे ते तुम्हाला खरंखरं आणि स्पष्ट सांगतो. विवेक मला म्हणाला होता की, त्याला इथे चांगलं हॉटेल सुरू करायचं आहे. त्यासोबतच त्यानं तुमच्या सगळ्या घराचं, घरातल्या माणसांचंही वर्णन केलं होतं; त्यामुळे तुम्हाला भेटण्याची उत्सुकता होतीच; पण मी तुम्हाला एक वेगळीच ऑफर द्यायला आलो आहे. विवेकच्या सांगण्यावरून समुद्रकिनाऱ्यापासून चारशे मीटरच्या पुढे तुमच्या मालकीची जागा आहे, असं मला समजलं. विवेकचं स्वप्न आणि माझा व्यवसाय यांची सांगड घातली तर मला असं वाटतं की, ते दोघांच्याही फायद्याचं ठरेल.’’ गोखले बोलत होते; पण त्यांना ‘नक्की काय म्हणायचं आहे’ ते विद्याधरच्या लक्षात येईना. तो तसं गोखल्यांना म्हणालादेखील. मग मात्र गोखले म्हणाले, ‘‘डॉक्टर, मी आता जरा स्पष्टच बोलतो! समुद्रकिनाऱ्यालगत असलेली तुमची जागा तुम्ही मला द्या. मी त्यावर हॉटेल बांधेन. तुम्ही तुमच्या जागेचे पैसे घेऊ नका. मी बांधकामाचे पैसे घेणार नाही. हॉटेल बांधून होईपर्यंत विवेकचा कोर्स पूर्ण होईल. नंतर ते हॉटेल विवेकने व्यवस्थित चालवावं आणि त्यातून जो काही फायदा होईल, त्यामध्ये आपली पन्नास-पन्नास टक्के पार्टनरशिप असेल. यामुळे विवेकलाही तयार हॉटेल मिळेल आणि मलाही हॉटेलसाठी जागा मिळेल, असं प्रपोजल घेऊन मी तुमच्याकडे आलो आहे. माझी मुलगी संध्या विवेकसोबतच हॉटेल मॅनेजमेंटचा कोर्स करते आहे. तिने विवेकबद्दल मला सारं काही सांगितलं आहे. तिचा कोर्स पूर्ण झाल्यानंतर तिला मी दुसरं स्वतंत्र हॉटेल काढून देईपर्यंत तीही इथे काम करेल आणि तिलाही त्या व्यवसायाचा अनुभव मिळेल. या दोन्ही गोष्टींची ऑफर मी तुम्हाला देतो आहे. हॉटेलचं बांधकाम अत्यंत देखणं आणि सुव्यवस्थित असेल, याबद्दल विश्वास बाळगा. तुम्ही तुमच्या घरच्या माणसांशी बोला, विवेकशी बोला आणि मगच तुमचा निर्णय मला कळवा!’’ गोखले बोलायचे थांबले; पण विद्याधरचा मात्र आपण काय ऐकतो आहोत, यावर विश्वास बसेना. आपल्या धाकट्या भावाला विवेकला इतकी चांगली संधी त्याच्या नशिबाने चालून आली आहे, असं त्याला वाटलं आणि ही हातची संधी सोडायची नाही; या आपल्या विचारांशी घरातले सगळे

सहमत होतील, याबद्दल त्याला विश्वास होता. म्हणून त्याने लगेच गोखलेसाहेबांना सांगितलं, "साहेब, तुमच्या या प्रपोजलला माझी आणि आमच्या घरातल्या सगळ्यांची मान्यता असेल. सगळ्यांच्या वतीने मी तुम्हाला शब्द देतो; फक्त जे काही करायचं ते लिगली ॲग्रीमेंट बनवून करू या म्हणजे झालं." विद्याधरचं हे उत्तर ऐकून गोखलेंच्या चेहऱ्यावर आनंद पसरला. त्यांनी अत्यानंदाने विद्याधरला मिठी मारली. स्वयंपाकघराच्या दरवाजात उभं राहून हे दृश्य बघत असलेल्या विवेक आणि शुभदाच्या डोळ्यांतही आनंदाश्रू उभे राहिले.

बारा

बघताबघता दोन वर्षं निघून गेली. विवेकचा कोर्स आणि हॉटेलचं बांधकाम दोन्हीही योग्य रीतीनं चालू होतं. हॉटेल मॅनेजमेंटचा तो डिप्लोमा विवेक फर्स्ट क्लासमध्ये पास झाला. त्याच्यासोबत संध्यानेही फर्स्ट क्लास मिळविला. या दोन वर्षांत विवेक आणि संध्या यांच्या ओळखीचं रूपांतर प्रेमात झालं होतं. गोखलेसाहेबांनाही विवेक आवडला होताच; त्यामुळे दोन्ही घरांतून या लग्नाला पूर्ण संमती होती. मधल्या दोन सुट्ट्यांमध्ये विवेकसोबत संध्याही घरी येऊन गेली होती. उत्साहानं भरलेली, मनमोकळं हसणारी, मोकळेपणाने वागणारी, दिसायला सुंदर असलेली संध्या दोन्ही वेळा सुट्टीत घरी आली, तेव्हा घरात एक वेगळंच चैतन्य पसरलं होतं. नाना-नानींना तर तिनं केव्हाच जिंकून घेतलं. ऊर्मिलाची ती मैत्रीण झाली तर शुभदाची लेक! गोखलेसाहेबांच्या जेव्हा हे लक्षात आलं की, आपली एकुलती एक लाडकी लेक विवेकच्या प्रेमात पडली आहे, तेव्हा साहजिकच त्यांनी हॉटेलच्या कामाचा व्यावसायिक दृष्टिकोन सोडून आपण आपल्या लेकीसाठीच हॉटेल बांधतो आहोत, या विचाराने ते बांधलं; त्यामुळे साहजिकच हॉटेलचं बांधकाम अत्यंत देखणं झालं. गुहागरच काय पंचक्रोशीमध्येसुद्धा इतकं चांगलं हॉटेल दुसरं कुठेही नव्हतं. गजानन-ऊर्मिलाला छानशी, गोंडस मुलगी झाली होती. तिच्या बाळलिलांनी साठ्यांचं अवघं घर, अंगण, परसू भरून जाई. शुभदानं मोठ्या कौतुकानं तिचं नाव 'रोहिणी' ठेवलं होतं आणि तिला लाडानं सगळेजण 'रेणू' म्हणून हाक मारत असत. विद्याधरनेही आपल्या क्लिनिकच्या भोवतालची जागा बांधून तेथे एक दहा

बेडचं हॉस्पिटल तयार केलं. तिन्ही भक्त निवास जोरात सुरू होते. सुट्ट्यांच्या सीझनला तर शुभदा, गजानन, ऊर्मिला, गणा, शालन, संतू यांच्या हाताला आणि पायाला अजिबातच उसंत नसायची. भक्त निवासातील चोख व्यवस्था, तत्पर सेवा, अदबशीर आदरातिथ्याची कीर्ती पंचक्रोशीत पसरली होतीच; पण कसलीही जाहिरात, कसालाही गाजावाजा न करता महाराष्ट्रातले आणि महाराष्ट्राबाहेरचेही भक्त आणि पर्यटक केवळ मौखिक प्रचारातून तेथे राहायला येत असत आणि इथल्या व्यवस्थेचा अनुभव घेऊन, त्याचे गोडवे गात परत जात, ते आणखी दहाजणांना सांगण्याच्या उद्देशानेच! त्यामुळे साठे परिवाराचा, त्यांच्या चांगुलपणाचा दबदबा सगळीकडे आणखी पसरत गेला. शायनाचं लग्न झाल्यानंतर रेहमानचाचाही आपल्या दोन मुली, एक मुलगा आणि पत्नी यांना घेऊन कायमचे वसईला राहायला गेले. तेथे जाऊन त्यांनी दुकान काढलं. तेथेही त्यांचा चांगला जम बसला. गाव सोडून जाताना शुभदाच्या पायांवर डोकं ठेवून ते ढसाढसा रडले आणि गाव सोडल्यानंतरही त्यांनी साठे घराण्याशी असलेला आपला संबंध तोडला नव्हता. आजही दोन-तीन महिन्यांतून एकदा येऊन शुभदाने बनविलेले पदार्थ ते वसईला आपल्या दुकानात ठेवण्यासाठी घेऊन जात. मध्ये नानांचं गुडघ्याचं ऑपरेशन झालं, त्या काळातही शभुदानं एखाद्या ट्रेंड नर्ससारखी त्यांची सेवा केली. प्रभावती आणि सरस्वती दोघीजणी मे महिन्यात माहेरपणाला आणि आंबे खायला येत असत, तेही सासरच्या सगळ्या मंडळींना घेऊन. प्रभावतीचा मुलगा अडीच-तीन वर्षांचा झाला होता, तर सरस्वतीला जुळे मुलगे झाले होते. तिचं बाळंतपण अवघड असल्यामुळे दातार कुटुंबीयांनी ते पुण्यातच करायचं ठरविलं, त्यासाठी शुभदा काही महिने सरस्वतीच्या घरी राहून आली. तिच्या माघारी गजानन आणि ऊर्मिला यांनी विद्याधर आणि नानांच्या सल्ल्याने आणि विनायकबुवांच्या मदतीने सगळं काही व्यवस्थित सांभाळलं. मे महिना आला की, साठ्यांच्या घराचं गोकुळ होऊन जाई. विद्याधरची दोन, गजाननचं एक, प्रभावतीचं एक आणि सरस्वतीची दोन अशी एकूण सहा नातवंडं नाना-नानींच्या अवतीभोवती असत. खाण्या-पिण्याची, खेळण्याची चंगळ आणि पाहिजे तेथे मनसोक्त हिंडण्याची मुभा – यामुळे ही बच्चे कंपनीही इथं अगदी खुशीत असे. या वेळचा मे महिना तर साठ्यांच्या घराला चहूबाजूंनी आनंदाचं, यशाचं, कीर्तीचं आणि वैभवाचं तोरण बांधणारा ठरणार होता. कारण यंदाच्या मे महिन्यात साठ्यांच्या घरात एकापाठोपाठ एक अशी चार कार्यं होती. वीस एप्रिलला अरविंदचा वाढदिवस झाला आणि त्याला आठवं वर्ष लागलं आणि शुभदानं ठरविलं की, त्याची मुंज करायची. एके दिवशी नाष्ट्याला सगळे एकत्र जमले असताना, शुभदानं अरविंदच्या मुंजीचा विषय काढला आणि सगळ्यांनी तो उचलून धरला. विवेक आणि संध्याचं लग्न करायचं आहे, हे तर ठरलेलंच होतं; त्यामुळे शुभदा म्हणाली की, तो

लग्नसोहळाही आपण मुंजीच्या पाठोपाठ करू या, या दोन विषयांवर चर्चा चाललेली असतानाच शुभदाला अचानक आठवलं की, नानांनाही मे महिन्याच्या दोन तारखेला पंचाहत्तरावं वर्ष लागतंय. ते लक्षात आल्यावर तिचा आनंद तिच्याही मनात मावला नाही आणि अनवधनाने तिच्या तोंडून शब्द उमटले, "अगं बाईऽऽ हो की!" हे ती एवढ्या जोरात म्हणाली की, सगळ्यांचं लक्ष वेधलं गेलं आणि न राहवून विद्याधरनं विचारलं, "अगं काय? काय अगं बाईऽऽ हो की?" विद्याधरचा प्रश्न ऐकून शुभदा खुदकन हसली. "अहो, आपल्या लक्षातच नाही. या दोन कार्यक्रमांसोबतच आपण आणखी एक कार्यक्रम करू शकतो. अहो, नानांना पंचाहत्तरावं वर्ष लागलं. त्यांची पंचाहत्तरी करायची नाही का आपल्याला?" तिचे हे उद्‌गार ऐकून सगळ्यांनी अक्षरश: टाळ्या वाजविल्या. विवेक आणि संध्याच्या लग्नाची तारीख तर ठरलेलीच होती. वीस मे आणि गोखलेसाहेबांच्या इच्छेप्रमाणे आणि कल्पनेप्रमाणे, वीस मे या दिवशी लग्न आणि एकवीस मे रोजी हॉटेल 'सागर'चं उद्‌घाटन. अर्थात, हे सगळं साठे मंडळींचा विचार घेऊनच त्यांनी नक्की केलं होतं; पण आता ब्रेकफास्ट करत असतानाच्या चर्चेत हे आणखी दोन कार्यक्रम मे महिन्यातच करायचे असं ठरलं आणि मे महिन्यात एकूण चार कार्यक्रम नक्की झाले. शुभदाच्या मनाला चुटपुट लागली. ती तिने बोलूनही दाखविली. म्हणाली, "खरं सांगू का? या चार कार्यक्रमांमध्येच आणखी एक कुठलातरी पाचवा कार्यक्रम आपण ठरवू या म्हणजे कसं? पाच कार्यक्रम होतील! शुभदाचं म्हणणं सगळ्यांना पटलं; पण पाचवा कार्यक्रम कोणता करायचा यावर कोणाचचं एकमत होईना. नानी म्हणाल्या, 'सत्यनारायणाची पूजा करू' तर ती हॉटेलच्या उद्‌घाटनात होणार होतीच. आणखी वेगळी कशाला करायची? असं सगळ्यांचं मत पडलं. नाना म्हणाले, 'लघुरुद्र करू.' तर तोही दरवर्षी होतच होता. त्याच वेळी गजानन, ऊर्मिला, विद्याधर आणि कोर्स संपवून आलेला विवेक यांची आपसांत काही नेत्रपल्लवी झाली आणि तिघं भाऊ एकदम म्हणाले, "पाचव्या कार्यक्रमाची तू काळजी करू नकोस; तो आम्ही ठरवतो!"

दुपारी सगळ्यांनी मिळून हॉटेल बघायला जायचं ठरवलं. हॉटेल बांधून पूर्ण झालं होतं. काही किरकोळ रंगरंगोटी राहिली होती. त्या हॉटेलच्या बांधकामाच्या निमित्ताने नरेंद्र गोखलेसाहेबांचं गुहागरला बरेचदा येणं-जाणं झालं होतं. तशातच त्यांची लेक संध्या विवेकच्याच प्रेमात पडल्याचं त्यांना समजल्यानंतर तर ते अधिकच चौकस बुद्धीने साठ्यांच्या घरी येऊ-जाऊ लागले आणि जेव्हा साठ्यांच्या घरातली ही माणसं खरोखरच चांगली आहेत, त्यांचा चांगुलपणा हा त्यांचा मुखवटा नसून तो त्यांचा स्वाभाविक गुणधर्म आहे हे त्यांच्या लक्षात आलं तेव्हाच त्यांनी विवेक आणि संध्याच्या लग्नाला परवानगी दिली. आता तर संध्यासाठी दुसरं हॉटेल बांधण्याचीही गरज नव्हती. म्हणून त्यांनी आपला आधीचा प्लॅन थोडासा

वाढवून, हेच हॉटेल चांगलं मोठं, ऐसपैस आणि संपूर्ण अत्याधुनिक सोयी असलेलं बांधलं. चारमजली असलेल्या त्या हॉटेलमध्ये त्यांनी लिफ्टही बसवली. गुहागरमध्ये बसविलेली ती पहिली लिफ्ट ठरली. वरच्या दोन मजल्यांवर राहण्यासाठी अत्याधुनिक अशा ए.सी. रूम्स होत्या. दुसऱ्या मजल्यावर कॉन्फरन्स हॉल, मीटिंग हॉल आणि सेंटरला इंटर कॉन्टिनेंटल फूड मिळण्याची व्यवस्था होती. तर पहिल्या मजल्यावर महाराष्ट्रीयन, साउथ इंडियन, पंजाबी, चायनीज अशी स्नॅक आणि जेवण मिळण्याची व्यवस्था होती. शहरातल्या एखाद्या पंचतारांकित हॉटेलच्या तोंडात मारेल, इतकं सुंदर असं ते गुहागरचं 'हॉटेल सागर' होतं. हॉटेलची इमारत, त्याची आंतरबाह्य रचना, आतली देखणी सजावट, 'सागर' या नावाला शोभेल असं बनविलेलं इंटेरिअर हे सगळं बघून सगळे अक्षरशः भारावून गेले. बाकी कुणी नाही, तरी गजानन आणि ऊर्मिलाने काही काळ मुंबई पाहिली, अनुभवली होती; त्यामुळे हे हॉटेल मुंबईतल्या जुहूवरच्या 'सन ॲन्ड सॅन्ड' किंवा 'सेंटॉर' हॉटेलच्या तोडीचं झालं आहे, असं मत त्यांनी व्यक्त केलं. त्यांची ती कॉमेंट ऐकून विवेक खूश झाला. कारण दोन वर्षांच्या त्याच्या अभ्यासामध्ये शेवटचे सहा महिने त्याचं प्रॅक्टिकल हे मुंबईतील जुहूमधल्या 'ओकवुड' हॉटेलमध्ये झालं होतं. त्या वेळी त्याने ही दोन्ही हॉटेल्स पाहिलेली होती आणि त्या हॉटेल्सची सगळी रचना बघून विवेक अगदी भारावून गेला होता. आपलं हॉटेलसुद्धा असंच असावं असं स्वप्नही त्या वेळी त्याच्या डोळ्यांत तरळून गेलं होतं आणि आता ते स्वप्न प्रत्यक्षात उतरत होतं, नव्हे उतरलंच होतं. विवेकच्या डोळ्यांत आनंदाश्रू तरळले. मनातला आवाज ऐकून त्यानं शुभदावहिनीकडे नजर टाकली. पाणावलेल्या डोळ्यांनी तीसुद्धा त्याच्याकडेच पाहत होती. विवेकबद्दलची माया, अभिमान तिच्या डोळ्यांतून ओसंडून वाहत होता. खरंच, आपलं हे असं चांगलं नशीब घडायला शुभदावहिनीच कारणीभूत आहे. आपलं अवघं आयुष्य तिनंच घडविलं! जर ती नसती तर आपण कुठे असतो कुणास ठाऊक? कदाचित शायनाबद्दल वाटणाऱ्या त्या आकर्षणापायी आपण तिला घेऊन पळूनही गेलो असतो. दुनियेच्या ठोकरा खात कुठंतरी जगत राहिलो असतो. कारण तसं केलं असतं तर आपल्याला या गावात परतायला तोंड नव्हतं. आपण मृगजळाच्या पाठी लागलो होतो; पण शुभदावहिनींनी आपल्याला आवरलं, सावरलं. आपल्या आयुष्याला चांगला आकार दिला आणि आज आपण इथपर्यंत पोहोचलो. कोण, कुठली शुभदावहिनी? गुहागर कुठे? जयसिंगपूर कुठे? विद्याधरदादा एक दिवस जयसिंगपूरला जातो काय? दुसरी बायको म्हणून शुभदावहिनीला पसंत करून येतो काय? आणि आपल्या घरात आल्यावर ती अवघ्या 'साठे घराण्याचा कणा' बनून सगळ्यांचा उद्धार करते काय? सगळंच अगम्य होतं; पण ते विवेकच्या डोळ्यांसमोर घडलं होतं आणि ते त्याला सगळं स्पष्ट आठवत होतं. शुभदावहिनी

घरी आली तेव्हा तो असेल सोळा-सतरा वर्षांचा– त्यामुळे कॉलेज, अभ्यास आणि मित्रमंडळ हेच त्याचं विश्व होतं. शिवाय, कॉलेजलासुद्धा चिपळूणला जायला लागायचं; त्यामुळे त्याचा दिवसातला बराचसा वेळ घराबाहेर जायचा; पण तरीही शुभदावहिनीच्या घरातल्या कामकाजाशी आणि घरातल्या व्यवहाराशी त्याचाही संबंध यायचाच; त्यामुळे वहिनी आल्यानंतर साठ्यांचं घर जसं घडत गेलं, तशीच साठ्यांच्या घरी आल्यानंतर शुभदावहिनीही घडत गेली. हे त्यानं पाहिलं, अनुभवलं होतं; त्यामुळेच आज सकाळी जेव्हा 'पाचवा कार्यक्रम काय करायचा?' असं शुभदावहिनी म्हणाली, तेव्हा विवेकच्या डोक्यात एक कल्पना आकार घेऊ लागली होती आणि आज संध्याकाळी तो त्याविषयी आपल्या भावा-बहिणींशी बोलणार होता. अर्थात, अगदी विद्याधरदादासह सगळ्यांची आयुष्यं तिनं मार्गाला लावली होती, हे सूर्यप्रकाशाइतकं सत्य होतं; त्यामुळे त्या सगळ्यांचा आपल्या या विचाराला पाठिंबाच असणार, हे विवेक जाणून होता.

सगळं हॉटेल हिंडून-फिरून बघून झालं. सगळी घरी परतली. घरी आल्यावर शुभदानं नाना-नानींच्या जवळ हॉटेलचं कौतुक तर केलंच; पण संध्याकाळी त्यांना गाडीतून घेऊन जाऊन हॉटेल दाखवून आणण्याची जबाबदारी तिनं गजाननवर टाकली आणि शालनने काय काय स्वयंपाक बनवला आहे, ते बघण्यासाठी ती स्वयंपाकघरात गेली. दुपारी शुभदाने केतकरगुरुजींना घरी बोलावलं आणि या चार कार्यक्रमांबद्दल सांगितलं. हे चारही कार्यक्रम मुंज सोडून सागर हॉटेलच्या प्रांगणात मोठा मांडव घालून करायचे आणि त्यांचे मुहूर्त आणि तारखा निश्चित करायच्या होत्या. याप्रमाणे पंचांग काढून केतकरगुरुजींनी मुहूर्त काढून दिले. त्यामध्ये सगळ्यांत आधी १५ मे या दिवशी अरविंदची मुंज, २० मे रोजी संध्या आणि विवेकचं लग्न, २१ मे या दिवशी सकाळी नानांची पंचाहत्तरी आणि संध्याकाळी 'हॉटेल सागर'चं उद्घाटन, केतकरगुरुजींनी असे ओळीने मुहूर्त काढून दिले आणि साठ्यांच्या घरात प्रचंड आनंद पसरला, तोच गुरुजी म्हणाले, "हे चारच कार्यक्रम होतात; आणखी एखादा कार्यक्रम ठेवला तर बरं होईल, म्हणजे पाच कार्यक्रम होऊन जातील." गुरुजींचं बोलणं ऐकून शुभदा पटकन म्हणाली, "अगदी बरोबर आहे गुरुजी तुमचं! मी सगळ्यांना हेच तर सांगत होते. आपण आमच्या घरातील चालीनुसार आहे, बोडण करून घेऊ या का? म्हणजे मग पाचवा कार्यक्रम होईल." ते ऐकून गुरुजी म्हणाले, "नाही, शुभदा! इतर कार्यक्रमांतला एक कार्यक्रम म्हणून बोडण करायचं नसतं; तो कुलाचार आहे, तो स्वतंत्ररीत्या वेगळाच करावा लागतो." गुरुजींनी असं सांगितल्यावर शुभदा गप्प बसली. तोच हे सगळं तेथे ऐकत बसलेला गजानन गुरुजींना म्हणाला, "गुरुजी, पाचव्या कार्यक्रमाची तुम्ही काळजी करू नका. तो कार्यक्रम काय करायचा ते आम्ही ठरवतो आहे. पक्का झाला की, तुम्हाला

कळवतो!'' गजाननचं बोलणं ऐकून केतकरगुरुजींनी मान डोलवली आणि चहा-फराळ करून ते बाहेर पडले.

आता साठ्यांच्या घरात फारच गडबड सुरू झाली. मुंज, लग्न, पंचाहत्तरी आणि हॉटेलचं उद्‌घाटन एकापाठोपाठ एक असे कार्यक्रम ठरले म्हटल्यावर, उदंड कामं होती आणि तेवढीच गडबडही! साठ्यांचं सगळं घर आणि त्यांच्या संपर्कात असलेली स्नेही-मंडळी एकसाथ झटून काम करत होती. तरीसुद्धा कामांची यादी संपतच नव्हती. गणा, शालन आणि संतूसुद्धा– त्यांच्या ना हाताला उसंत होती ना पायाला आणि गंमत म्हणजे, सगळेजण काम करत होतेही आणि सगळेजण काम करत नव्हतेही! शेवटी या सगळ्या कार्याला पंधरा दिवस उरलेले बघून आणि घरात चाललेला नुसता गोंधळ बघून शुभदानं एक दिवस सगळ्यांना एकत्र बोलावलं आणि आपला शिस्तीचा बडगा काढून कामाची वाटणी करून दिली. सगळ्यांत महत्त्वाचं म्हणजे, नेमून दिलेल्या कामांपैकी रोज किती किती आणि काय काय कामं झाली, या सगळ्यांचा रिपोर्ट रोज रात्री प्रत्येकाने तिला द्यायचा होता. सगळ्यांच्या कामाला अशी व्यवस्थित शिस्त लावल्यामुळे सगळी कामं आता वेळेवर आणि नीट व्हायला लागली. घराभोवतालचा परिसर स्वच्छ व नीटनेटका करणं, अंगण, परसू यांची दुरुस्ती करून जमीन बनवून घेणं, कंपाउंडला असलेला दगडांचा गराडा, आडव्या बांबूचं गेट दुरुस्त करून घेणं, परिसरात असलेल्या झाडांची स्वच्छता करणं, घरात लागणारं धान्य-धुन्य, वाळवणाचं सामान यांची स्वच्छता व साठवणूक करणं, सोन्या-चांदीचं सामान, देवघरातली चांदीची भांडी यांची स्वच्छता करणं, पाहुणे येणार असल्यामुळे अंथरुणं-पांघरुणं स्वच्छ धुऊन-वाळवून ठेवणं, पूजेचं सर्व साहित्य, सामान पाहणं, नसल्यास आणणं, गॅस-सिलिंडरची व्यवस्था करणं, जास्त लागणाऱ्या पाण्याच्या साठवणाची व्यवस्था करणं यांसारख्या कामांसोबतच लग्न-मुंजीची खरेदी, दागदागिने, आहेर-माहेर आणि हे सगळं करत असताना नाना-नानींचं औषधपाणी, भक्त निवासाचं काम हे नेहमीचंही करायचं म्हणजे कामाचे एक नव्हे, तर डोंगरच डोंगर होते. एकंदरीत हाताशी दिवस कमी आणि कामं मात्र ढीगभर असा सगळा प्रकार होता; त्यामुळे शुभदानं एक केलं – ना स्वत: उसंत घेतली ना कुणाला घेऊ दिली आणि मग मात्र कामात नीट शिस्त आली. ज्या दिवशी शुभदानं कामाची शिस्त लावण्यासाठी सगळ्यांची शाळा घेतली, त्या दिवशी जेवण झाल्यावर विद्याधर, गजानन, ऊर्मिला, विवेक, नाना – सगळे बोलत बसले होते. शुभदानं आखणी करून दिलेल्या कामाबद्दल बोलत असताना विवेकच्या मोबाईलवर एक फोन आला. तो फोन आला आणि विवेकचा चेहरा एकदम आनंदानं फुलला "काय?'' असं ओरडत तो उठून उभा राहिला. फोन संपला, तेव्हा तिथं असलेल्या प्रत्येकाच्या चेहऱ्यावर प्रचंड उत्सुकता होती. सगळ्यांनीच एकदम

"काय रे, काय झालं?" असा गलका केला. तोच विवेकने तोंडावर बोट ठेवून सगळ्यांना 'गप्प' राहण्याची खूण केली. त्याच्या खुणेसरशी सगळे चूप बसले. विवेकने हळूच स्वयंपाकघराच्या दाराजवळ जाऊन कानोसा घेतला. शुभदा स्वयंपाकघरात शालनशी काहीतरी बोलत होती. तिला काहीतरी सूचना देत होती. दोघींमध्ये काहीतरी बोलणं चाललं होतं. ते बराच वेळ चालणार असं चिन्ह दिसत होतं. ते बघितल्यावर विवेक पाय न वाजवता, पुन्हा बैठकीत परतला आणि तिथं येऊन सगळ्यांना जवळ येण्याची खूण करत हळूच म्हणाला, "अरे, एक प्रचंड आनंदाची बातमी आहे!" 'काय रे काय?' सगळ्यांनी अपार उत्सुकतेनं; पण हळू आवाजात विचारलं. विवेकच्या चेहऱ्यावर प्रचंड आनंद पसरला होता. तो पुढे झुकून म्हणाला, "अरे, कोकण पर्यटन विकास महामंडळानं शुभदाला 'उत्कृष्ट पर्यटन व्यवस्थापिका' हा पुरस्कार प्रदान केला आहे. आता तोच फोन होता. त्या महामंडळात माझा मित्र विकास सरोदे सचिव म्हणून आहे, त्याचाच फोन होता. कोकण पर्यटन खात्यानं त्या पुरस्कारासाठी शुभदाची एकमतानं निवड केली आहे." हे ऐकताच, न राहवून सगळ्यांनी अतिशय आनंदाने एकच जल्लोष केला. त्यांचा आरडाओरडा शुभदाच्या कानांपर्यंत पोहोचलाच आणि ती बाहेर आली. "काय झालं? काय चाललंय इथं? कसला आरडाओरडा चाललाय? कशाबद्दल आरडाओरडा चाललाय? अहो, हे लग्नघर आहे, मासळी बाजार नव्हे; ते जाऊ दे! कशाबद्दल आरडाओरडा चालला होता? कुणी सांगेल का मला?" तिनं विचारलंच. आता तिला काय उत्तर द्यायचं हा सगळ्यांना प्रश्न पडला. सगळेजण एकमेकांच्या तोंडाकडे बघायला लागले. यातून पहिल्यांदा सावध झाले ते नाना. ते पटकन म्हणाले, "काही नाही गं! या विवेकला सगळ्यांनी चिडवलं, नाव घ्यायचा आग्रह केला आणि त्यानं एक फर्मास उखाणा घेतला– असा फक्कड उखाणा घेतला, असा फक्कड उखाणा घेतला म्हणून सगळी ओरडली!" नानांनी वेळ मारून नेली. सगळ्यांनी सुटकेचा नि:श्वास टाकला. कारण शुभदाला ते पटलं होतं. एक तर विवेकचं लग्न ठरलेलं होतंच. ते अगदी चार दिवसांवर आलं होतं; त्यामुळे सगळ्यांच्या आनंदाला, उत्साहाला, दंग्याला, आरडाओरडा करायला नुसतं उधाण आलं होतं आणि या उधाणाला आणखी रंग चढला, तो नानांमुळे! या आनंदात पंचाहत्तर वर्षांचे नानाही अगदी तरुणांच्या उत्साहाने, कौतुकाने सामील झाले होते आणि हसण्याचं कारण नानांनीच सांगितल्यामुळे तिला ते पटलं होतं; पण नसतं तरी तिला ते पटवून घेणं भाग होतं; त्यामुळेच अधिक काही न विचारता ती आत गेली.

मान डोलवत शुभदा आत गेली आणि गप्पा मारत बसलेल्या सगळ्यांनी हातांवर हात मारत टाळी दिली आणि त्यात चक्क नानाही सामील झाले. सगळ्यांच्या चेहऱ्यावर अपार आनंद पसरला होता आणि ते साहजिकच होतं. साठ्यांच्या

घरातल्या प्रत्येकाची शुभदा लाडकी होती. प्रत्येकाच्या मनात तिच्याबद्दल कौतुकाशिवाय दुसरी भावना नव्हती आणि म्हणूनच हा आनंद झाला होता. या आनंदाला दोन सोनेरी किनारी होत्या. एक म्हणजे, गेली आठ-दहा वर्षं म्हणजे अगदी साठ्यांच्या घरात 'सून' म्हणून आल्यापासून तिने केलेले अथक परिश्रम, तीन भक्त निवासांच्या माध्यमातून गुहागरच्या आणि पर्यायानं कोकणच्या पर्यटन विकासाला तिनं दिलेली चालना याचं अतिशय सुंदर असं फळ या पुरस्काराच्या रूपानं तिला मिळालं होतं. कोकण पर्यटन विकास महामंडळातर्फे 'पर्यटन क्षेत्रात'ल्या उत्कृष्ट कामगिरीबद्दल तिला मिळालेला तो पुरस्कार अतिशय मानाचा होता. पंचक्रोशीमध्येच नव्हे तर पार चिपळूण, खेड, महाड, पनवेल, मुंबई, सातारा, कराड, सांगली या परिसरांतही शुभदाच्या, पर्यायानं साठ्यांच्या भक्त निवासाची कीर्ती पसरली होती. कसलीही जाहिरातबाजी न करता, तिला मिळालेलं हे यश नक्कीच कौतुकास्पद होतं. गेल्या सात वर्षांत हजारो पर्यटकांची भक्त निवासात उत्कृष्ट व्यवस्था झाली होती आणि त्या चोख व्यवस्थेचं गुणगान गात पर्यटक आपापल्या गावी परतले होते. भक्त निवासातून बाहेर पडताना तिथे ठेवलेल्या वहीत ते 'उत्कृष्ट आणि तत्पर सेवा' असा शेरा लिहीत असत; पण आपापल्या गावी जाऊन भक्त निवासातल्या चोख व्यवस्थेचं गुणगानही करीत असत. खरंतर शुभदाची तीच 'खरी पावती' होती. आज त्याच पावतीचं रूपांतर पुरस्कार मिळण्यात झालं होतं. तिला मिळालेला सन्मान हा एक आनंदाचा भाग होताच; पण त्याचबरोबर पाचवा कार्यक्रम काय आहे – कोणता करायचा हे विद्याधर आणि मंडळींना पडलेलं कोडंही त्यामुळे आपोआप सुटलं होतं आणि हाही 'विशेष' आनंद होता. म्हणूनच या आनंदाला दुहेरी किनार होती, ती अशी. मात्र, कोड्याचं मिळालेलं हे उत्तर गुलदस्तात ठेवायचं, त्याचा उच्चार करायचा नाही आणि हॉटेलच्या उद्घाटना दिवशी शुभदाला हे सरप्राइज द्यायचं यावर विद्याधर आणि मंडळींचं एकमत झालं. अर्थात, यासाठीच्या समारंभाची सगळी जय्यत तयारी करण्याचं काम गजानन आणि विवेक यांनी मोठ्या उत्साहानं आपल्या अंगावर घेतलं. आता मात्र साठ्यांच्या घरात उत्साहाला नुसतं उधाण आलं. शुभदाच्या देखरेखीखाली ऊर्मिला, शालन आणि शेजारच्या दोन बायका अहोरात्र तयारीला लागल्या होत्या. बघताबघता मुंजीला चार दिवस उरले आणि घरसजावटीला सुरुवात झाली. मंडपाचं सामान दारात येऊन पडलं. बघताबघता चार तासांत अंगणभर पसरलेला, रंगीबेरंगी झालरींनी नटलेला भला मोठा मांडव उभा राहिला. निरनिराळ्या आकारांत आणि निरनिराळ्या रंगांत आकर्षक पद्धतीने छताला लटकणाऱ्या झुंबरांनी मांडवाची शोभा वाढवली होती. तर साठ्यांचं घर अक्षरश: एखाद्या नववधूसारखं नटायला लागलं होतं. घराचा प्रत्येक खांब, प्रत्येक खिडकी, प्रत्येक कमान, प्रत्येक दरवाजा कात टाकून नव्या रूपात सजला होता. रंगसंगतीचा नवा

दृष्टिकोन डोळ्यांसमोर ठेवून अवघं घर रंगवलं होतं. नुसतं घरच नव्हे, तर विद्याधरचं हॉस्पिटल, तीनही भक्त निवास यांनीसुद्धा नवीन रंगरंगोटी लेऊन नवं रूप धारण केलं होतं. ग्रहमख झालं. अरविंदच्या मुंजीचं आणि विवेकच्या लग्नाचं असे दोन्ही ग्रहमख केतकरगुरुजींच्या सल्ल्यावरून एकाच दिवशी करून घेतले. त्या दिवशी दुपारनंतर जवळपास अख्ख्या गुहागर गावातल्या सुवासिनी बांगड्या भरायला साठ्यांच्या घरी आल्या होत्या. शुभदा आणि ऊर्मिलानं ब्लाउजपीस आणि नारळ देऊन सगळ्या सुवासिनींच्या ओट्या भरल्या. बघताबघता मुंजीचा दिवस उजाडला आणि मोजक्या गावकऱ्यांच्या उपस्थितीत मोठ्या थाटात अरविंदची मुंज पार पडली. जेवणाचा बेतही उत्तम होता. प्रभावती आणि सरस्वती एप्रिलच्या वीस तारखेपासूनच आलेल्या होत्या; अर्थात, त्या लेकुरवाळ्या असल्यामुळे त्यांचा मदतीला म्हणून फारसा उपयोग होत नव्हता; पण त्यांच्या आणि त्यांच्या मुलांच्या तसेच त्यांच्या सासरच्या सगळ्या परिवाराच्या तिथं असण्यामुळे उत्साहाला अगदी उधाण आलं होतं हे मात्र खरं!

मुंज व्यवस्थित पार पडली. गोरागोमटा लहानसा अरविंद 'बटू' म्हणून खूपच छान दिसत होता तर सातवीत असलेली भाग्यश्री 'करवली' बनून मांडवात दिमाखात मिरवत होती. अरविंद व भाग्यश्री यांच्यावर शुभदाचं असलेलं निरतिशय प्रेम पावलोपावली जाणवत होतं. मुंज झाली. अत्यंत सुंदर आणि नियोजनबद्ध रीतीनं पार पडली, याचा सगळ्यांना आनंद झाला. आता समोर होतं, विवेकचं लग्न! गोखलेसाहेब त्यांचा परिवार आणि मित्रमंडळ अशी शंभर माणसं घेऊन गुहागरला आले. साठे परिवारानं त्यांचं यथोचित स्वागत केलं. लग्नासाठी हॉटेल सागरच्या मोठ्या प्रागंणात भला मोठा पंचतारांकित मांडव घातला होता. रात्रीच्या जेवणात खास कोकणी पदार्थांची रेलचेल होती. श्रीमंत पूजन, भेटीगाठी, वाङ्‌निश्चय हे सगळे आदल्या दिवशीचे कार्यक्रम परिवारातल्या माणसांच्या साक्षीने पार पडले. दुसऱ्या दिवशी लग्नाला मात्र अख्ख्या गुहागर गावाला आमंत्रण होतं. त्या दिवशी गुहागरमध्ये कुणाच्याच घरी स्वयंपाक होणार नव्हता. कारण सगळ्या गावाला सहकुटुंब-सहपरिवार आमंत्रण होतं. जेवणासाठी पंचपक्वान्नांचा बेत होता. संध्या तर एखाद्या स्वर्गातल्या अप्सरेसारखी दिसत होती. तिच्या सौंदर्याला शोभतील असे मोजकेच दागिने आणि डाळिंबी रंगाचा घागरा व ओढणी यांमध्ये तिचं सौंदर्य खुललं होतं. तर विवेकसुद्धा थ्रीपीस सुटामध्ये एखाद्या राजपुत्रासारखा 'राजबिंडा' दिसत होता. दोघंही 'मेड फॉर इच अदर' अशीच दिसत होती. लग्न अतिशय थाटामाटात पार पडलं आणि साठ्यांच्या घरातील दुसरा कार्यक्रमही संपला. लग्नाच्या दुसऱ्या दिवशी सकाळी गावातील काही प्रतिष्ठित व्यक्ती, नानांचा मित्रपरिवार आणि घरातली मंडळी यांच्या उपस्थितीत नानांची पंचाहत्तरी साजरी झाली. नानांची तुला

केली गेली. मोठ्या तराजूच्या एका पारड्यात पुणेरी पगडी, कोट आणि रेशमी धोतर नेसून नाना बसले होते तर दुसऱ्या पारड्यात साखरेच्या गोणी ठेवल्या होत्या. वजन समान झाल्यावर उपस्थित गावकऱ्यांनी आणि नानांच्या मित्रपरिवाराने नानांचा सत्कार केला. प्रसाद म्हणून सगळी साखर लोकांना वाटण्यात आली. पंचाहत्तरीच्या या अतिशय हृद्य सोहळ्याने नाना भारावले. त्यांच्या डोळ्यांत अश्रू उभे राहिले. आपल्यासारख्या एका साध्या, छोट्याशा खेडगावात राहून भिक्षुकी करणाऱ्या आणि चालली तर वैद्यकी करून आपला आणि आपल्या कुटुंबाचा कसातरी उदरनिर्वाह करणाऱ्या माणसाच्या आयुष्यात एवढा मोठा मानसन्मान लाभेल, असं त्यांनी स्वप्नातही कधी पाहिलं नव्हतं. कोकणामध्ये आपल्यासारख्या दरिद्री अवस्थेत राहणाऱ्या माणसाच्या वाट्याला इतकं सुख येईल, एक समृद्ध आयुष्य येईल, असा विचारसुद्धा त्यांनी केला नव्हता; पण शुभदा 'सून' बनून लक्ष्मीच्या पायांनी घरात आली आणि हळूहळू सगळ्या घराचं, घरातल्या सगळ्या माणसांचं नशीबच तिनं बदललं. अवकळा आलेल्या घराला तिनं गोकुळाचं रूप दिलं. नानांच्या डोळ्यांत अश्रू भरले होते; ते दिसू नयेत म्हणून ते कुणालाही दिसू नयेत म्हणून नानांनी मान फिरवली. त्यांच्या डोळ्यांसमोर शुभदा घरी आल्यापासूनचा सगळा काळ तरळून गेला. नानांच्या मनातले विचार ओळखून सजवलेल्या आसनावर त्यांच्याशेजारी नटून बसलेल्या नानींनी नानांच्या खांद्यावर हात ठेवला. त्या स्पर्शानं नाना भानावर आले. सगळ्यांच्या नकळत त्यांनी डोळे टिपले. पुन्हा त्यांचा चेहरा हसरा झाला. त्यांच्या चेहऱ्यावर कृतार्थता पसरली आणि त्या तेजामुळे मुळचे गोरे-घारे असणारे नाना पंचाहत्तरीतही देखणे दिसू लागले. पंचाहत्तरीचा कार्यक्रम अत्यंत नेटकेपणाने पार पडला. जेवणं झाली. जेवणात नानांच्या आवडीचे उकडीचे मोदक केले होते. तीन मोठे कार्यक्रम अत्यंत नीटपणे पार पडले. ज्याच्या-त्याच्या तोंडात शुभदावहिनीचं नाव अन् कौतुक होतं. शुभदाचं मात्र या कौतुकाकडे लक्षच नव्हतं. तिच्यापुढे दोन प्रश्न होते. एक होता, संध्याकाळी होणाऱ्या हॉटेलच्या उद्‌घाटनाच्या कार्यक्रमाचा आणि दुसरा होता, ही सगळी मंडळी 'पाचवा कार्यक्रम काय करणार आहेत?' हा. संध्याकाळचे पाच वाजले. हॉटेलचं उद्‌घाटन सहा वाजता होतं. पाच वाजता सगळेजण हॉटेलच्या प्रांगणात घातलेल्या प्रचंड मोठ्या मांडवात जमले. त्या मांडवात एका बाजूला अत्यंत देखणी सजावट असलेलं एक स्टेज बनवलं होतं. त्या स्टेजवर मोठ्या आरामदायी अशा चार-पाच खुर्च्या मांडलेल्या होत्या. तिथं एक मोठा हार ठेवलेला दिसत होता. हॉटेलच्या उद्‌घाटनासाठी जिल्हाधिकारी शशिकांत देशमुख मुद्दाम रत्नागिरीहून येणार होते. निमंत्रित पाहुण्यांनी, पंचक्रोशीतल्या प्रतिष्ठितांनी, गावकऱ्यांनी केलेल्या गर्दीमुळे मांडव गच्च भरला होता. पाच-दहा मिनिटांतच जिल्हाधिकारी शशिकांत देशमुख कार्यक्रमाच्या ठिकाणी हजर झाले. साठे परिवार

मांडवामध्ये पहिल्या रांगेत बसला होता. शुभदाही बसली होती. तिला वाटलं, आता जिल्हाधिकारी, गोखलेसाहेब, विवेक आणि संध्या स्टेजवर येतील आणि जिल्हाधिकारीसाहेब हॉटेलबद्दल चार शब्द बोलून हॉटेलचं उद्घाटन झाल्याचं जाहीर करतील, फीत कापतील. हॉटेलचं उद्घाटन होईल. सगळ्यांना चहा-फराळ होईल आणि मग हा कार्यक्रम संपेल; पण आज मात्र तिचा अंदाज साफ चुकला. जिल्हाधिकारी, गोखलेसाहेब, विवेक, संध्या, गजानन, ऊर्मिला सगळे स्टेजवर आले. त्यांच्यासोबत विद्याधरही आला. सगळेजण खुर्चीवर बसले आणि विवेक माईकसमोर बोलायला उभा राहिला. शुभदाला वाटलं, तो जिल्हाधिकारी साहेबाचं स्वागत करण्यासाठी उभा आहे; पण तिचा हाही अंदाज चुकला. विवेकनं बोलायला सुरुवात केली. ''उपस्थित सन्माननीय बंधू आणि भगिनींनो, आता खरं म्हणजे हॉटेलच्या उद्घाटनाचा कार्यक्रम आहे; पण त्यापूर्वी आणखी एक कार्यक्रम इथे होणार आहे. हा कार्यक्रम साठे परिवाराचा असला, तरीसुद्धा इथे जमलेल्या सगळ्यांनी त्यात सामील व्हावं अशी आमची इच्छा आहे. म्हणूनच हॉटेलच्या उद्घाटनापूर्वी हा कार्यक्रम आम्ही ठेवला आहे. हा कार्यक्रम म्हणजे, एका व्यक्तीला आमची कृतज्ञतेची भावना सांगण्याचा कार्यक्रम आहे. नव्हे हा माझा हट्ट आहे!''

विवेकचं हे बोलणं ऐकून शुभदा आश्चर्यानं थक्क झाली. आता हे काय आणखी नवीन? असा प्रश्न तिच्या चेहऱ्यावर उमटला होता! तोच सरस्वती आणि प्रभावती दोघींनी, दोन्ही बाजूंनी तिचा हात धरला आणि तिला खुर्चीतून उठवून स्टेजवर घेऊन गेल्या. स्टेजवर मध्यभागी एक उंचपाठीची सिंहासनासारखी खुर्ची ठेवलेली होती. शुभदा वर आल्यावर, विवेक आणि गजाननने तिच्या हाताला धरून तिला त्या खुर्चीवर बसविले. शुभदाला काहीच कळत नव्हतं, तोच पुन्हा विवेकने बोलायला सुरुवात केली. ''ही आमची शुभदावहिनी! आमच्या साठे घराण्याची लक्ष्मी! ती आमच्या घरात आली आणि आमचं सगळं विस्कटलेलं घर तिनं सावरलं. एवढंच नव्हे, तर आमच्या घराची विस्कटलेली घडी बसवताना ती 'आमच्या घराचा कणा' बनली. आमच्या घरातील अनेक समस्या सोडविताना स्वतःच्या कर्तव्यात तिनं कधीही कसूर केली नाही. माझ्या बहिणी प्रभावती, सरस्वती यांच्या लग्नांमध्ये येणाऱ्या अनंत अडचणी चुटकीसरशी सोडवून अत्यंत संपन्न घराण्यांत, उत्तम मुलगे बघून तिनं त्यांची लग्ने केली. माझ्या आणि गजाननच्या हातून तर अक्षम्य चुका झाल्या होत्या. चुका नव्हे, एक प्रकारे अपराधच; पण तेही तिने आपल्या पोटात घातले आणि आमची विस्कटणारी आयुष्यं सावरून दिली. ती नुसतीच सावरून दिली नाही तर पुन्हा सन्मानानं उभी केली. तिची कल्पकता, तिची उद्यमशीलता व तिच्या अंगी असलेलं अभिजात कर्तृत्व आणि आत्मविश्वास यांच्या जोरावर एकापाठोपाठ एक तीन भक्त निवास तिनं उभे केले. तिनं साठे घराण्याची

कीर्ती राज्यभर पसरवली आणि हे करत असताना परिवाराच्या बाबतीतलं कोणतंही कर्तव्य ती कधीही विसरली नाही. तिच्या पर्यटनविषयक कर्तृत्वाची दखल महाराष्ट्र शासनाला घ्यावीच लागली आणि तिला कोकण विकास महामंडळाचा 'उत्कृष्ट पर्यटन व्यवस्थापिका' हा पुरस्कार जाहीर झाला आहे. शुभदावहिनीच्या कर्तृत्वाच्या शिरपेचात हा सन्मानाचा तुरा आहे. शुभदावहिनी 'गंगानदी' बनून आमच्या घरी आली आणि आमच्या घरातल्या सगळ्या समस्या, हातून घडलेले अपराध, झालेल्या चुका आपल्या पोटात घालून आम्हा सगळ्यांना, अवघ्या साठे घराण्याला तिनं पवित्र केलं आणि पुन्हा स्वत:ही गंगेसारखी पवित्र राहिली. एक स्त्री एखाद्या घराचा स्वर्ग कसा बनवू शकते किंवा एक स्त्री एखाद्या घराचं पवित्र मंदिर कसं बनवू शकते, याचं साक्षात उदाहरण म्हणजे आमची शुभदावहिनी आणि तिचं जीवन म्हणजे खरोखरच गंगौघाचं पाणी आहे. या पवित्र जलात आम्ही केवळ साठे कुटुंबीयच न्हाऊन निघालो असं नाही, तर गावातली कित्येक कुटुंबं तिनं सावरली आहेत. कित्येक रिकाम्या हातांना तिनं काम दिलं आहे. कित्येक घरांत आज तिच्यामुळे चूल पेटते आहे. शासनाने तिला जाहीर केलेला पुरस्कार पुढच्या महिन्यात पर्यटनमंत्र्यांच्या हस्ते तिला दिला जाणार आहेच; पण आज या ठिकाणी, या क्षणी आम्ही सगळा साठे परिवार तिच्या प्रती कृतज्ञता व्यक्त करीत आहोत आणि त्याचं एक छोटंसं प्रतीक म्हणून जिल्हाधिकारी साहेबांच्या हस्ते तिचा छोटासा सत्कार करतो आहोत.'' बोलता-बोलता विवेकच्या डोळ्यांत पाणी उभं राहिलं. विवेकच्याच काय; पण नाना-नानी, विद्याधर, गजानन-ऊर्मिला, प्रभावती, सरस्वती यांच्याही डोळ्यांतून अश्रूंच्या धारा लागल्या होत्या आणि कडेच्या खुर्चीवर बसलेल्या विनायकबुवांना तर हुंदका आवरत नव्हता. 'एका पायानं लंगडी असलेली, लवकर लग्न ठरत नाही म्हणून बिजवराचं स्थळ पत्करणारी आपली ही आईवेगळी पोर बघता बघता एवढी मोठी झाली की, तिची कीर्ती अवघ्या महाराष्ट्रात पसरली. शुभदाची स्वत:ची जडणघडण आणि तिनं घडविलेलं, उभं केलेलं साठे परिवाराचं घर हे सगळं विनायकबुवांच्या नजरेसमोरच घडलं होतं खरं; पण त्याचं मोल इतकं मोठं असेल याची कल्पना विनायकबुवांना तर नव्हतीच नव्हती; पण 'आपण जे काही करतोय ते आपलं कर्तव्य आहे' असं मानून हे सगळं करणाऱ्या शुभदालाही नव्हती; पण तिच्या या कर्तव्यदक्ष भावनेचं आज सार्थक झालं होतं. काळी-सावळी आहे, पायाने पांगळी आहे म्हणून तिला नाकारणाऱ्या शंभर-दीडशे स्थळांना आणि कुटुंबांना ही फार मोठी चपराक होती. शुभदाच्या कर्तृत्वाला मिळालेली झळाळी या पुरस्कारानं आणखी उजळली होती आणि साठे कुटुंबातल्या सगळ्यांनी तिचा केलेला हृद्य सत्कार ही तिच्या कर्तव्यदक्षतेची पावती होती. तिच्या गृहकृत्यदक्षतेला मिळालेली शाबासकी होती. तिनं घरातल्या सगळ्यांवर केलेल्या मायेची अंशत:

परतफेड होती. विवेक बोलायचा थांबला. नाना-नानींसह सगळा साठे परिवार स्टेजवर दाखल झाला आणि जिल्हाधिकारी-साहेबांच्या हस्ते पैठणी आणि हिऱ्यांचा हार देऊन शुभदाचा, गर्दीने भरलेल्या मांडवाच्या साक्षीने सत्कार केला गेला. शुभदा भारावली होती. तोंडातून शब्द फुटत नव्हता. डोळ्यांतून पाण्याच्या धारा लागल्या होत्या. सगळं धूसर-धूसर दिसत होतं. आता कदाचित अत्यानंदानं आपल्याला चक्कर येईल, असं तिला वाटत असताना दोन मजबूत हातांनी तिचे खांदे पाठीमागून धरले आणि तिला आधार दिला. तिनं मागे वळून पाहिलं. तो विद्याधर होता. तिचा सखा, सोबती, सहचर! त्याचा आधार मिळताच शुभदा निश्चिंत झाली आणि मोठ्या आत्मविश्वासाने तिनं तो सत्कार स्वीकारला. मांडवात जमलेले लोक उभे राहिले आणि उभं राहून, टाळ्या वाजवून सगळ्यांनी शुभदाला जणू मानवंदना दिली. त्या टाळ्यांचा गजर कितीतरी वेळ गुहागरमध्ये निनादत होता. समुद्रात उसळणाऱ्या उंच लाटांनीही आपले बाहू आणखी उंचावून शुभदाला आणि तिच्या कर्तृत्वाला जणू सलाम केला. भावनेने ओथंबलेला हा कार्यक्रम संपला. त्यानंतर हॉटेलचं रीतसर उद्घाटनही झालं; पण गावकऱ्यांच्या मनात मात्र साठे परिवारानं केलेला शुभदाचा सत्कार आणि तिला दिलेली गंगानदीची उपमा कितीतरी दिवस गुंजत राहिली. खरोखरच शुभदाचं जीवन असंच होतं. गंगेसारखं आपल्या पाण्यात पडलेलं आकाशाचं प्रतिबिंब दाखवणारं. ते झेलण्यासाठी सिद्ध असणारं. ते आकाश झेलतानाही त्याचं रूप, त्याची उत्तुंगता जपणारं!

खरोखरच शुभदा म्हणजे आकाश झेलणारी गंगाच होती. आकाश झेलत असताना आलेल्या अनंत संकटांना तिनं आपल्या मजबूत खांद्यावर पेललं होतं. ग्रीष्मातल्या प्रखर सूर्यासारखी अनेक दाहक संकटे तिच्यासमोर एकापाठोपाठ एक आली होती; पण त्या सर्व संकटांवर मात करून तिनं आपल्या कर्तृत्वानं सुखाचं, कल्याणाचं, आनंदाचं आकाश झेललं होतं. संकटांचं आकाश झेलून तिनं साठे परिवाराला सुखाची, समाधानाची सावली दिली होती. तिच्यात असलेल्या प्रत्येक गुणाचा कस लावून, कर्तृत्वाच्या कसोटीवर खरी उतरणारी शुभदा आता सर्वांना दिसणार होती सुखाचं, समृद्धीचं, समाधानाचं आकाश झेलताना! हेच तिच्या आयुष्याचं सार्थक होतं. हीच इतिकर्तव्यता होती.

◆